AF741977

# പൂർണ

**2022**

---

**വി. ഭവാനി**

ഒറ്റപ്പാലം താലൂക്കിൽ മനിശ്ശേരിയിൽ വടക്കൂട്ട് ഗോവിന്ദൻ എഴുത്തച്ഛന്റേയും പെരാമ്പറ്റ ഞാലിൽ കിഴക്കേതിൽ പി. കെ. നാരായണി അമ്മയുടെയും മകളായി 1946-ൽ ജനനം. മനിശ്ശേരി സരസ്വതി വിലാസം ലോവർ പ്രൈമറി സ്കൂളിലും വാണിയംകുളം ഹൈസ്കൂളിലും മമ്മിയൂർ ലിറ്റിൽഫ്ളവർ കോളേജിലും ഒറ്റപ്പാലം എൻ.എസ്.എസ് കോളേജിലുമായി വിദ്യാഭ്യാസം. 1967 മുതൽ കേരള സെക്രട്ടേറിയറ്റിലും 1998 മുതൽ ഇന്ത്യൻ അഡ്മിനിസ്ട്രേറ്റീവ് സർവീസിലുമായി ജോലിചെയ്തു. 2006-ൽ വിരമിച്ചു. രചിച്ച പുസ്തകങ്ങൾ: 1. വരിക്കാശ്ശേരി മന 2. 'സ്മൃതികളിൽ സൂര്യൻ.' വിലാസം: ഹൗസ് നമ്പർ: 51/A, ഐശ്വര്യ ഗാർഡൻസ്, ഈസ്റ്റ് മനിശ്ശേരി, ഒറ്റപ്പാലം. പിൻ - 679521 മൊബൈൽ: 9656857352. e-mail: bhavani_vadakkoot@yahoo.com

ഓർമ്മക്കുറിപ്പുകൾ

വി. ഭവാനി

# ഹൃദയംകൊണ്ട് ചിന്തിക്കുന്നവർ

പൂർണ പബ്ലിക്കേഷൻസ്, കോഴിക്കോട്

കോഴിക്കോട് ■ കല്പറ്റ ■ തിരുവനന്തപുരം

POORNA

SINCE 1966

**Hridayamkondu chinthikkunnavar**
Memoirs
**V. Bhavani**

Malayalam
First Edition: July 2022

Cover Illustration & Painting: Madanan
Cover design: Subin Yuva

Typesetting: Poorna Clt.

ISBN: 978-81-300-2528-5
9775(8-2022) 237.I.O.s



*Published by:*
**POORNA PUBLICATIONS, KOZHIKODE**
TBS Building, G.H. Road, Kozhikode-673001
Ph: 0495-2720085, 2720086, 2721025

Branches: **Kalpetta** 04936-203842
**Thiruvananthapuram** 0471-2570504

e-mail:tbsbook@gmail.com
Online Bookstore: www.tbsbook.com

# ആമുഖം

ഇതൊരു തിരിഞ്ഞുനോട്ടമാണ്. വളഞ്ഞും പുളഞ്ഞുമാണ് ഒഴുകാറുള്ളതെങ്കിലും, നദികൾ എപ്പോഴും മുന്നോട്ടുതന്നെ ഒഴുകുന്നു. ജീവിതവും അതുപോലെത്തന്നെ. പിന്നെ ഞാനെന്തിനാണ് പുറകിലേക്ക് തിരിഞ്ഞുനോക്കുന്നത്? ഈ പുസ്തകത്തിലൂടെ ഈ ചോദ്യം ഞാനെന്നോടു തന്നെ ചോദിച്ചതാണ്. ബാല്യകാലത്തിൽ പതിഞ്ഞുപോയ കാല്പാടുകൾ തിരഞ്ഞാണല്ലോ ഞാൻ നടക്കുന്നത്?. ചെറിയ കുട്ടിയായിരുന്നപ്പോൾ, കടൽക്കരയിൽ പോകുന്ന സമയത്ത് സ്ഥിരം ചെയ്യാറുള്ള ഒരു വിനോദമാണ്, നനഞ്ഞ മണ്ണിൽ കൂടി കാലുകൾ അമർത്തിച്ചവിട്ടി വെറുതെ നടക്കുക. തിരിഞ്ഞുനോക്കുമ്പോൾ, നമ്മുടെതന്നെ കാല്പാടുകൾ വളരെ കൃത്യമായി കടല്ക്കരയിൽ പതിഞ്ഞു കാണുന്നത് ഒരു കൊച്ചു സന്തോഷം. പക്ഷേ, തിരിഞ്ഞൊന്നുകൂടി നോക്കുമ്പോഴേക്കും ആ കാല്പാടുകളെല്ലാം തിരകൾ വന്ന് തേച്ചുമാച്ച് പോയിരിക്കും. ജീവിതവും അങ്ങിനെത്തന്നെ. നമുക്ക് മുൻപുള്ളവർ നടന്നപ്പോഴുണ്ടായ കാല്പാടുകളെല്ലാം തന്നെ കാലം തേച്ചുമാച്ചിരിക്കുന്നു. മുൻപേ പറന്നുപോയ പക്ഷികളുടെ ചിറകടിയൊച്ചകൾക്ക് കാതോർത്തുകൊണ്ടും, അവരുടെ പാദമുദ്രകൾ തേടിക്കൊണ്ടുമുള്ള ഒരു വൃഥാ ശ്രമമാണീ പുസ്തകത്തിൽ. ആ കാല്പാടുകൾ തിരഞ്ഞു നടന്നപ്പോൾ, എനിക്ക് ഒരു കാര്യം വ്യക്തമായി. വർഷങ്ങൾ കഴിയുന്തോറും, ചിത്രങ്ങൾ മാഞ്ഞുമാഞ്ഞ് പോകുന്നു. അടുത്ത തലമുറയിലുള്ളവർക്ക് തീർത്തും അപ്രാപ്യമായവിധത്തിൽ, പുസ്തകത്താളുകളിലെ ചിലവരികളിലായിട്ടെങ്കിലും ആ ചിത്രങ്ങൾ കിടക്കട്ടെ!

വെറും സാധാരണക്കാരാണ് ഈ പുസ്തകത്തിലെ കഥാപാത്രങ്ങൾ. ഹൃദയത്തിൽ കുറച്ച് സ്നേഹവും ശുഭാപ്തിവിശ്വാസവും കൊണ്ട് മാത്രം ബോംബെയിലേക്ക് വണ്ടി കയറിയ രാവുണ്ണിയും, ഒരു ബിരുദമോ തൊഴിലോ ലഭിക്കുന്നതിന് മുൻപുതന്നെ, സ്നേഹിച്ച പെണ്ണിനെ നഷ്ടപ്പെടാതിരിക്കാൻ വിവാഹം കഴിച്ച്, ബോംബെയിൽ താമസിപ്പിച്ച ഡോക്ടർ ഗോപാലനും, തീരെ ചെറുപ്രായത്തിൽ വിദ്യാർത്ഥിയായിരിക്കെത്തന്നെ വിവാഹിതയായി ബോംബെയിൽ നിന്നും മൗറീഷ്യസ് എന്ന ദ്വീപിലെത്തിപ്പെട്ട്, അവിടുത്തുകാരിയായിത്തീർന്ന ശകുന്തളയുമെല്ലാം വെറും സാധാരണ മനുഷ്യർതന്നെ. അവർക്കും അവരുടേതായ കഥകളുണ്ട്. ജീവിതമെന്ന നാടകത്തിലെ രംഗങ്ങളിൽ ആവർത്തന വിരസത

അനുഭവപ്പെടുമ്പോൾ ചിലർ സത്യാന്വേഷികളാകുന്നു. ചിലർ ഈ വിരസതയും ജീവിതത്തിന്റെ ഒരു ഭാഗമായി ഉൾക്കൊണ്ട് ജീവിക്കുന്നു.

ഞങ്ങളുടെ വടക്കൂട്ട് തറവാട്ടിലെ പുതിയ തലമുറയിലെ കാരണവർ ഈ പുസ്തകത്തിലെ കിട്ടുണ്ണിയുടെ മൂത്തമകൻ പ്രഭാകരനാണ് (ഉണ്ണ്യേട്ടൻ). അദ്ദേഹം അടുത്ത കാലത്ത് പരേതനായി. ഉണ്ണ്യേട്ടന്റെ അനുജനാണ്, ബാബേട്ടൻ (ഭാസ്കരൻ). തറവാട് മനിശ്ശേരിയിലാണെങ്കിലും, കുറേയധികം സംഭവവികാസങ്ങൾ ബോംബെയിലായിരുന്നല്ലോ?. എന്റെ ചോദ്യങ്ങൾക്കെല്ലാം മറുപടി തന്നത് ബാബേട്ടനാണ്. കുറേ ബോംബെ വിശേഷങ്ങൾ ഒറ്റപ്പാലത്തെ ഞങ്ങളുടെ ബന്ധുവായ ഡോ. ഗോപീകുമാറും നൽകി.

വിവരശേഖരണത്തിൽ ആദ്യമായി സഹായഹസ്തവുമായി എത്തിയത് കിട്ടുണ്ണിയുടെ മകൾ ബേബിയേട്ത്തിയുടെ മകൻ ബാബുവാണ്. ബാബു കുറച്ചുകാലം ഗോപാലന്റെ വീട്ടിൽ താമസിച്ചിട്ടുണ്ട്.

ഈ ഉദ്യമത്തെപ്പറ്റി കുടുംബത്തിൽ സംസാരിച്ചപ്പോൾതന്നെ എന്റെ അനുജൻ ഗോപി പറഞ്ഞു. കേരളത്തിലെ പ്രശസ്ത ഡോക്ടറും അറിയപ്പെടുന്ന കമ്മ്യൂണിസ്റ്റുകാരനുമായിരുന്ന ഡോക്ടർ പി.കെ. ആർ. വാരിയർ എഴുതിയ Experiences and Perceptions (അനുഭവങ്ങൾ അനുഭാവങ്ങൾ) പുസ്തകത്തിൽ ഗോപാലനെപ്പറ്റി പരാമർശങ്ങളുണ്ട്. ഗോപി എന്നെ ഡോ. വാരിയരുടെ മരുമകളും ഭർത്താവ് നെല്ലായ സേതുമാധവനും കുടുംബവും താമസിക്കുന്ന വീട്ടിലേക്ക് കൊണ്ടുപോയി. അവരുടെ കയ്യിലുണ്ടായിരുന്ന ഒരേ ഒരു കോപ്പി ഞങ്ങൾക്കുതന്നു. ഗോപാലന്റെ ജീവിതത്തിലെ മെഡിക്കൽ വിദ്യാർത്ഥിയായിരിക്കുമ്പോഴുണ്ടായ കാലഘട്ടത്തിലേക്ക് വെളിച്ചം വീശാൻ ആ പുസ്തകം വളരെ ഉപകരിച്ചു. പ്രത്യേകം നന്ദി.

കുടുംബാംഗങ്ങളാണെങ്കിൽപ്പോലും, വർഷങ്ങളേറെ കഴിയുമ്പോൾ, ഒരു പുസ്തകമെഴുതാനുള്ള വിവരശേഖരണം എത്രത്തോളം ദുഃഷ്കരമാണെന്ന് ഞാൻ മനസ്സിലാക്കി. ഗോപാലനെ സംബന്ധിച്ച വിവരങ്ങൾ ഒരു ഡോക്ടർ എന്ന നിലയ്ക്കും, സമൂഹമദ്ധ്യത്തിൽ കാര്യമായ ഇടപെടലുകൾ നടത്തിയിട്ടുള്ള പൊതുകാര്യപ്രസക്തൻ എന്ന നിലക്കുമെല്ലാമുള്ള വിവരങ്ങൾ, തേടിപ്പിടിച്ചെടുക്കുന്നത് അത്ര സുഗമമായിരുന്നില്ലെന്ന് വേണം പറയാൻ. എങ്കിലും എന്റെ ഈ ഉദ്യമം ഇത്രയെങ്കിലുമെത്തിയതിൽ പ്രധാനപങ്ക് എന്റെ ചേച്ചി ശാന്തയുടെ മകൻ, രവിയുടേയും ഭാര്യ ഇന്ദിരയുടേയും പ്രയത്നഫലമാണ്. ബോംബെയിലെ ഈ അന്വേഷണത്തിന് ഞങ്ങൾക്ക് വഴികാട്ടികളായിരുന്ന താഴെ പറയുന്ന ചില സഹൃദ

യരായ മനുഷ്യരുടെ പേരുകൾ എനിക്ക് മറക്കാൻ കഴിയില്ല. ബോംബെ കേരളസമാജം പ്രസിഡണ്ട് വേലുണ്ണി, വൈസ് പ്രസിഡണ്ട് എം. കുഞ്ഞിരാമൻ, ചെമ്പൂരിലെ സി. പ്രഭാകരൻ, ടൈംസ് ഓഫ് ഇന്ത്യയുടെ സ്പോർട്സ് ലേഖകൻ ജി.കെ. മേനോൻ, വി.കെ.കൃഷ്ണമേനോൻ കോളേജ് ഓഫ് കോമേഴ്സ് & ഇക്കണോമിക്സ് പ്രിൻസിപ്പാൾ ശാരദ മേനോൻ, ലീല മേനോൻ, ഇന്ദു മേനോൻ, ബോംബെ നിവാസികളായ ശങ്കരനാരായണൻ, ശേഖരൻ, ഗണപതി, നൂതൻ നഗറിലെ ഗിരീഷ് ഷാ, മുലന്ദ്, മലയാളി സമാജം പ്രസിഡണ്ട് സി.കെ.കെ പൊതുവാൾ, ശാസ്ത്രജ്ഞനായ ജയറാം തുടങ്ങിയവർ.

പ്രശസ്ത അഭിനേത്രി സുധാചന്ദ്രന്റെ പിതാവും ബോംബെ മലയാളി കലാരംഗത്തെ ഒരു സജീവ സാന്നിധ്യവുമായിരുന്ന കെ.സി.ചന്ദ്രനും നൂതൻ നഗറിലെ രാജനും പത്നിയും ശങ്കരനാരായണനും കുടുംബവും വി.കെ. കൃഷ്ണമേനോൻ കോളേജിന്റെ പ്രസിഡണ്ടായ അരവിന്ദാക്ഷ മേനോനും ഞങ്ങൾക്ക് നൽകിയ കൂടിക്കാഴ്ചകളിലെ സൗഹൃദം ഇന്നും മനസ്സിന് കുളിർമ നൽകുന്നു.

ഡോക്ടർ ഗോപാലനെപ്പറ്റി തനിക്കറിയാവുന്ന വിവരങ്ങൾ, നാട്ടിൽ വന്നയിടക്ക്, തൃശൂരിൽ എന്റെ ചേച്ചിയുടെ മകൾ ലക്ഷ്മിയുടെ വീട്ടിൽ വന്ന് സന്തോഷത്തോടെ, പറഞ്ഞുതരാനുള്ള സൗമനസ്യം കാട്ടിയ മഹാ രാഷ്ട്ര സ്റ്റേറ്റ് സി.ഐ.ടി.യു. സെക്രട്ടറിയായ പി. ആർ. കൃഷ്ണൻ* എന്ന വ്യക്തിയോട് എനിക്ക് നിസ്സീമമായ നന്ദിയുണ്ട്.

ബോംബെ കേരള സമാജം പ്രസിഡണ്ടായി രാവുണ്ണിയും, കിട്ടു ണ്ണിയും, ഗോപാലനും സ്ഥാനമേറ്റിട്ടുണ്ടായിരുന്നെങ്കിലും അതിന്റെ വിശദ വിവരങ്ങളൊന്നും ലഭ്യമല്ലാതായിരുന്നു. കുറച്ചു വർഷങ്ങൾക്കു മുൻപു ണ്ടായ മഴക്കെടുതിയിൽ, റിക്കോഡുകൾ നശിച്ചുപോയി എന്നാണറിയാൻ കഴിഞ്ഞത്.

പ്രശസ്ത സാഹിത്യകാരനും ഒറ്റപ്പാലത്തെ പ്രഗത്ഭനായ അഭിഭാ ഷകനുമായ ശ്രീ. പി.ടി നരേന്ദ്രമേനോൻ, ജീവിതത്തിൽ താൻ പരിചയ പ്പെട്ട വലിയ സ്ഥാനങ്ങൾ വഹിച്ചവരും അതൊന്നുമില്ലെങ്കിലും അസാ ധാരണ വ്യക്തിത്വമുള്ളവരുമായ പലരോടും അടുത്തിടപഴകി അവരുടെ രേഖാചിത്രങ്ങൾ വരച്ചിട്ടുള്ള പുസ്തകമാണ് 'ഓർമ്മപ്പുഴയിൽ നിന്ന് ചില ആളോളങ്ങൾ.' ആ പുസ്തകത്തിലെ ഒരദ്ധ്യായമാണ് 'മരതകദ്വീപിലെ

---

*ഒളിമങ്ങാത്ത ഓർമ്മകൾ, കടന്നാക്രമണങ്ങളുടെ ചരിത്രരേഖ കൾ, Flame From Battle Fronts തുടങ്ങിയ പുസ്തകങ്ങളുടെ രചയിതാവ് കൂടിയാണ്.

മഹിതറാണി.' ശകുന്തള എന്ന കഥാപാത്രത്തിന്റെ ജീവിതമാണതിൽ എഴുതപ്പെട്ടിരിക്കുന്നത്. അതുകൊണ്ടുതന്നെ, എന്റെ ഉദ്യമം വളരെ എളുപ്പ മായി. ശകുന്തള ഹവോൽദാറിന്റെ നൂറ്റൊന്നു കവിതകൾ അദ്ദേഹം മലയാള ഉപരിഭാഷ ചെയ്തിട്ടുണ്ട്. അതിലെ വരികളാണ് ഈ പുസ്തക ത്തിൽ ഉൾക്കൊള്ളിച്ചിട്ടുള്ളത്. ഹൃദ്യമായ ഒരവതാരിക, കുറഞ്ഞ സമയത്തിൽ ത്തന്നെ എഴുതിത്തന്നതിന്നും അദ്ദേഹത്തിനോടു ഞാൻ മനസ്സുകൊണ്ട് നന്ദി പറയുന്നു.

ജോലിയിൽനിന്ന് വിരമിക്കലും, യാത്രയയപ്പും, സ്വീകരണങ്ങളും, സമയം തികയാതെ നീക്കിവെച്ചിരുന്ന സാഹിത്യകൃതികളുടെ പൂർത്തീ കരണവുമൊക്കെയായി വളരെ തിരക്കുപിടിച്ചിരിക്കുന്ന അവസരത്തി ലാണ് ഞാൻ ഈ പുസ്തകം ആലങ്കോട് ലീലാകൃഷ്ണനെ ഏല്പിച്ചത്. ഇതിവൃത്തം, കഥാപാത്രങ്ങൾ, സംഭവവികാസങ്ങൾ, ഭാഷാശൈലി തുടങ്ങി ഓരോ കാര്യങ്ങളേയും സസൂക്ഷ്മം നിരീക്ഷിച്ചെഴുതിത്തന്ന പുസ്തകാവലോകനത്തിന് പ്രത്യേകം നന്ദി.

മനുഷ്യൻ ജന്മനാ സ്വാർത്ഥനാണെന്ന് പറഞ്ഞു കേൾക്കാം. കൂട്ടു കുടുംബ വ്യവസ്ഥിതിയിൽ വാർക്കപ്പെട്ട ഒരു സാധാരണ മലയാളിയുടെ മനസ്സ്, സ്വാതന്ത്ര്യസമര പ്രസ്ഥാനമെന്ന അതിബൃഹത്തായ ജനമുന്നേ റ്റത്തിൽ എല്ലാം മറന്ന് പങ്കാളികളാകുമ്പോൾ, എത്രത്തോളം വിശാലത തേടുന്നു, നേടുന്നു എന്ന് നമുക്ക് കാണാൻ കഴിയും. അതുപോലെതന്നെ മലയാളികളുടെ ലോകമേ തറവാട് എന്ന മനോധൈര്യത്തിൽ നാടും കൂടുംവിട്ട്, അറിയപ്പെടാത്ത രാജ്യങ്ങളിലേക്ക് പലായനം ചെയ്യുവാനുള്ള സാഹസികതയും വീണിടം വിഷ്ണുലോകമാക്കുന്നതുമെല്ലാം എല്ലാ കാലത്തുമുള്ളൊരു പ്രക്രിയയാണെന്നും നമുക്ക് മനസ്സിലാകും. പ്രവാ സികളുടെ എണ്ണം കൂടിക്കൂടി വരികയാണല്ലോ ഇക്കാലത്തും.

ഈ പുസ്തകത്തിന് ആകർഷകമായ ഒരു കവർഡിസൈൻ തയ്യാ റാക്കിത്തന്ന മദനൻ എന്ന പ്രശസ്ത ചിത്രകാരനും പ്രത്യേകം നന്ദി. പുസ്തക രചനയിൽ എന്നോട് സഹകരിച്ച ഓരോ കുടുംബാംഗത്തി ന്റെയും സ്നേഹം എന്റെ മനസ്സിലുണ്ട്.

ഈ പുസ്തകത്തിലെ കഥാപാത്രങ്ങൾ ചരിത്രത്തിലിടം പിടിയ് ക്കാത്ത സാധാരണ വ്യക്തികൾ മാത്രം. ഞങ്ങളുടെ കുടുംബത്തിലെ മൂന്ന് വ്യക്തികളുടെ ജീവിതങ്ങളിലൂടെ, ഏതാണ്ടൊരു നൂറ്റാണ്ടിന്റെ ഈ കഥ ഞാൻ നിങ്ങളുടെ മുൻപിൽ സവിനയം സമർപ്പിക്കുന്നു.

അവതാരിക

## വംശവൃക്ഷത്തിലെ വടക്കൂടൻ ശാഖകൾ

തന്റേതായ തറവാട്ടുമാമരത്തിൽ കാലം ചിതലരിപ്പിച്ച പൂങ്കൊമ്പുകളെ, മറവിയെ മറികടന്ന് വീണ്ടും തളിർപ്പിക്കുവാൻ ഒരു എഴുത്തുകാരി തുനിയുമ്പോൾ അതിൽ അന്യർക്ക് എന്തെങ്കിലും കാര്യമുണ്ടാകുമോ? ഉണ്ടാകണമെങ്കിൽ അതിൽ വാഴ്‌വിലെ തകിടം മറച്ചിലുകളും ഉയർച്ച താഴ്ചകളും കണ്ണീരും കിനാവുമൊക്കെവേണം. വേറിട്ടുനിൽക്കുന്നവരുടെ പുകിലുകൾ തെളിയണം. അനുവചനത്തിന് ഉതകുന്ന അനുഭവങ്ങളും നിറയണം. ശ്രീമതി ഭവാനിയുടെ 'ഹൃദയംകൊണ്ട് ചിന്തിക്കുന്നവർ' എന്ന മൂന്നാൾ മുക്കൂട്ട് വൃത്തം ഈ അളവുകോലുകളെ പൂകിക്കുമെന്ന് തോന്നുന്നു. ഇതിലെ മൂന്നുപേരടരുകളും ഒരു നോവിലിലെ കഥാപാത്രങ്ങളെപോലെ വായനാകുതുകത്തെ പൂരിപ്പിക്കുന്നു. മാമൂൽ വഴക്കത്തിന് പുതുക്കം ചാർത്തുന്ന എഴുത്തിന്റെ ചൊട്ടുവിദ്യയാണത്.

ഏതോ കാലത്ത് മറ്റേതോ നാട്ടിൽ നിന്ന് മലകൾക്കിടയിലെ ഈ മണ്ണിൽ വരികയും, അറിവിന്റെ പേരിൽ 'കടുഭട്ടൻ' എന്ന കുലപ്പേര് നേടുകയും, അറിവ് പകരുന്നത് ജന്മകർമ്മമായി കൊണ്ടുനടക്കുകയും ചെയ്ത എഴുത്തച്ഛൻ സമുദായത്തിൽ പെട്ടവരായിരുന്നു വടക്കൂട്ട് തറവാട്ടുകാർ.

ഭാഷാപിതാവായ തുഞ്ചത്ത് രാമാനുജൻ തങ്ങളുടെ രക്തമാണെന്ന് അവർ വിശ്വസിക്കുന്നു. അവരിൽ ചിലരുടെ ചക്കിൽ നാലും ആറുമാടിയിരുന്നു എന്നതിൽ എന്തായാലും തർക്കമില്ല. ചെമ്പ്ര എഴുത്തച്ഛൻമാരെപോലുള്ള സിദ്ധൻമാരെ ഓർക്കുക. പെരിങ്ങോട് എന്ന മലബാർ ഗ്രാമത്തിലെ പേർപെറ്റ പൂമുള്ളിമനയുടെ ആശ്രിതത്വമുണ്ടായിരുന്നു വടക്കൂടന്മാർക്ക്. അതിലെ ഇട്ടിപ്പോതി എന്ന കുട്ടപ്പനെഴുത്തച്ഛന് എല്ലാ നാളും പത്തഞ്ഞൂറ്പേരെ ഊട്ടുന്ന മനയിലേക്ക് വേണ്ട പച്ചക്കറികൾ ശേഖരിച്ച് നൽകുകയായിരുന്നു ജീവനമാർഗ്ഗം. ഏഴ് ആൺമക്കളുണ്ടായശേഷം, നാൽപത്തിയേഴാം വയസ്സിൽ ഭാര്യാമക്കളെ നിൽപുനിലയില്ലാതാക്കി ആ മനുഷ്യൻ പെട്ടെന്ന് മരണപ്പെടുകയായിരുന്നു. മൂത്തമകൻ രാവുണ്ണിക്ക് അപ്പോൾ പതിനഞ്ച് വയസ്സ് മാത്രം. വഴിമുട്ടിയ ആ എട്ടാൾപട അമ്മനാടായ മനിശ്ശേരിയിലേക്ക് വന്നു. കുട്ടികളുടെ മുത്തച്ഛനുള്ള ചെറു

കൃഷിയിൽ നിന്ന് വരുമാനം തുലോം തുച്ഛം. ഈ വറുതിയിൽ നിന്നാണ് രാവുണ്ണി എന്ന കുട്ടികാരണവരുടെ പലപണിപ്പാത തുടങ്ങുന്നത്. ബോംബെയിലേക്ക് ആദ്യം കള്ളവണ്ടികയറി പൂനയിൽ പിടിച്ചിറക്കപ്പെട്ടു. ആദ്യം ചായക്കടയും, പിന്നീട് ഒരു സേട്ടുവിന്റെ കണക്കെഴുത്ത്. താമസിയാതെ ബോംബെയിലേക്ക്, തുണിമില്ലിൽ പണി. ഇരുപതാം വയസ്സിൽ ചെറിയതുണിക്കട അത് നന്നാവുന്നതിന് മുൻപ് സ്വാതന്ത്ര്യ സമരത്തിൽ ചേരൽ. ഒന്നിലധികം കൊല്ലം സേലത്തും കോയമ്പത്തൂരിലും ജയിൽവാസം. തിരിച്ചുചെന്ന് ബോംബെയിൽ സട്ട, തുടങ്ങിയ കച്ചവട കളികൾ, കൂട്ടത്തിൽ കുതിരപന്തയവും. ഇരുപത്തിയഞ്ച് വയസ്സിൽ മുതലാളി, വലിയ വീട്, ഉന്നതബന്ധങ്ങൾ.

ബോംബയിൽ ഒന്നുമില്ലാതെ എത്തിപ്പെട്ട് പണക്കാരായ പലരുമുണ്ട്. പക്ഷേ, രാവുണ്ണിയെ വ്യത്യസ്തനാക്കിയത് അദ്ദേഹത്തിന്റെ കരളിലൂറിനിന്ന കനിവായിരുന്നു. രാവുണ്ണിയുടെ വീട് ആ പട്ടണത്തിൽ കൊറ്റ് തേടിയെത്തുന്ന അനവധി പേരുടെ അഭയസ്ഥാനമായി. അവർക്ക് നീണ്ടകാലം പാർപ്പിടം കിട്ടി. അവരെ ഊട്ടി. ജോലി വാങ്ങികൊടുത്തു. രാവുണ്ണി സ്വന്തം വീട് സത്രമാക്കി. രാവുണ്ണിയുടെ മറ്റൊരു സവിശേഷത സാന്ദ്രമായ കുടുംബസ്നേഹമായിരുന്നു. അമ്മയ്ക്കും അനുജന്മാർക്കും വേണ്ടി നാട്ടിൽ നിരവധി വസ്തുക്കൾ വാങ്ങി. ചെറിയ ബിസിനസ്സുകൾ തുടങ്ങി. നേരെതാഴെയുള്ള കിട്ടുണ്ണിയെ ബോംബെയിലേക്ക് വരുത്തി ഉദ്യോഗം നേടികൊടുത്തു. ഇളയ അനുജന്മാർക്ക് ഉന്നത വിദ്യാഭ്യാസം നൽകി. ചിലരെ കൃഷി ഏൽപ്പിച്ചു. ഒരാളെ കച്ചവടത്തിൽ വ്യാപൃതനാക്കി. ബോംബയിലെ പ്രമാണികളിൽ പലരും രാവുണ്ണിയുടെ ഇഷ്ടതോഴന്മാരായി. കുതിരപ്പന്തയത്തിൽ ലക്ഷങ്ങൾ സമ്പാദിക്കുകയും അതിലധികം കളയുകയും ചെയ്തു. നേടിയെടുത്ത സ്വത്തുക്കളിൽ പലതും നഷ്ടപ്പെടുത്തി. കുടുംബക്കാർക്കും ആയിരക്കണക്കിന് അന്യർക്കും തണലായ വടവൃക്ഷം പോലെ ജീവിച്ചുമരിച്ച രാവുണ്ണി ഏവർക്കും വേണ്ടപ്പെട്ട നായർസാബ് ആയി, മഹാനഗരം തൻ നാടാക്കി. ആ ചരിതമാണ് രാവുണ്ണിയുടെ അനന്തിരവളായ ഭവാനി ആദ്യം പറയുന്നത്. വായനക്കാരനെ കൊണ്ട് 'പറയേണ്ട കഥ' എന്ന് പറയിപ്പിക്കും വിധം അവർ പറഞ്ഞിരിക്കുന്നു.

രാവുണ്ണിയുടെ അനുജൻ ഗോപാലനും ചില്ലറയ്ക്കപ്പുറമുള്ള ചരിത്രനാഥനായിരുന്നു. ദാരിദ്ര്യം കാരണം പഠിപ്പ് മുടങ്ങിയപ്പോൾ യു.പി.സ്കൂൾ അധ്യാപകനായി. പതിനഞ്ച് വയസ്സിൽ ഉയർന്ന നായർ തറവാട്ടംഗമായ രത്നമാലികയുടെ ട്യൂഷൻ ടീച്ചറായി. അതോടെ ആ

കുമാരിയുടെ കാമുകനുമായി. ഗോപാലൻ മദിരാശി മെഡിക്കൽ കോളേജിൽ പഠിക്കുമ്പോഴും ആ പ്രണയം തുടർന്നുവന്നു. ആ സമയത്താണ് രത്ന മാലികയെ വിവാഹം കഴിപ്പിക്കുവാൻ കാരണവർ തുനിഞ്ഞത്. ഗോപാലനും സുഹൃത്തുക്കളും ചേർന്ന് രത്നമാലികയെ തട്ടിക്കൊണ്ടുപോയി. 1940ൽ നടന്ന ഈ സംഭവം അക്കാലത്ത് നാട്ടിലുണ്ടാക്കിയ പുക്കാരത്ത് എന്തായിരിക്കുമെന്ന് ഓർക്കണം. രത്നമാലികയുടെ തറവാട്ടുകാർ കിങ്കരന്മാരെ മദിരാശിയ്ക്ക് അയച്ച് ഗോപാലനെ മർദ്ദിക്കുകകൂടി ചെയ്തു. ബോംബയിൽ പ്രാക്ടീസ് ആരംഭിച്ച ഗോപാലൻ അതിവേഗം പാവങ്ങളുടെ ഡോക്ടറായി. ചുരുങ്ങിയ കാലം കൊണ്ട് പൗരപ്രമുഖനുമായി. ഇന്ത്യയുടെ പ്രതിരോധ മന്ത്രിയായ വി.കെ.കൃഷ്ണമേനോനെ പോലുള്ളവരുടെ ഉറ്റസുഹൃത്തായി. ചെറുപ്പത്തിൽ ഇടതുപക്ഷ സഹയാത്രികനായിരുന്നുവെങ്കിലും ജീവിതാന്ത്യത്തിൽ വേദാന്തത്തിൽ ആകൃഷ്ടനായി. സ്വാമി ജ്ഞാനാനന്ദസരസ്വതിയുടെ ശിഷ്യനായി. സ്വാമി ചിന്മയാനന്ദനും മാതാ അമൃതാനന്ദമയിയ്ക്കും പ്രിയപ്പെട്ടവനായി. ഡോക്ടർ ഗോപാലന്റെ മരണശേഷം, ബോംബയിൽ അദ്ദേഹത്തിന്റെ ഡിസ്പെൻസറി നിന്നിരുന്ന സ്ഥലത്തിന് കോർപറേഷൻ അധികാരികൾ 'ഡോ.ഗോപാലൻ ചൗക്' എന്ന പേർ കൊടുത്തതിൽ നിന്നും, ആ മനുഷ്യനെ മഹാരാഷ്ട്രക്കാർ എത്രമാത്രം സ്നേഹിച്ചിരുന്നു എന്ന് മനസ്സിലാകും.

ഈ പുസ്തകത്തിലെ മൂന്നാം കഥാപാത്രം ഒരു വനിതയാണ്. മൗറീഷ്യസിലെ പ്രശസ്ത കവയിത്രിയും സാമൂഹ്യപ്രവർത്തകയുമായ ശകുന്തള ഹവോൽദാർ. മുൻപറഞ്ഞ ഡോ.ഗോപാലന്റെ മകൾ. പ്രശസ്തനും പ്രമാണിയുമായ പിതാവ്. അസാമാന്യ ബുദ്ധിശക്തിയും നല്ല് മെയ്യഴകുമുള്ള പെൺകുട്ടി. കിലുക്കാംപെട്ടി. തിളച്ചുമറിയുന്ന ചുറുചുറുക്ക്, ചെറുപ്പത്തിലെ തളിർത്ത വായനാശീലം, അന്വേഷണത്വര ഇങ്ങനെയായിരുന്നു ശകുന്തള. അസാധാരണ കഴിവുകളുണ്ടായിരുന്ന ആ യുവതിയാണ് 17ാം വയസ്സിൽ കാഴ്ചയിൽ സുമുഖനൊന്നുമല്ലാത്ത യുവത്വത്തിലെ കഷണ്ടിബാധിച്ച ഒരു വിദ്യാർത്ഥിയിൽ അനുരക്തയായത്; ബോംബെയിൽ കോളേജ് പഠനത്തിന് വന്ന മൗറീഷ്യസ്സുകാരൻ വിദ്യാർത്ഥിയിൽ. ശകുന്തളയുടെ ശാഠ്യത്തിനുമുന്നിൽ അച്ഛനമ്മമാർക്ക് ആ വിവാഹം നടത്തികൊടുക്കേണ്ടിവന്നു. മൂന്നു വർഷത്തിനുള്ളിൽ ആ വിവാഹത്തിൽ രണ്ട് കുട്ടികളുമായി. പിന്നീട് മൗറീഷ്യസിലേയ്ക്ക്. അവിടെ അധ്യാപികയായി. ഭർത്താവ് തെറ്റിപിരിഞ്ഞിട്ടും ഏകയായി കുട്ടികളെ വളർത്തി. കാണെക്കാണെ പേരെടുത്ത കവയിത്രിയായി. ആ നാട്ടിലെ വിദ്യാഭ്യാസരംഗത്തും പ്രക്ഷേപണരംഗത്തും പ്രശസ്തയായി,

പൗരപ്രമുഖയായി. ഓഷോവിന്റെ ശിഷ്യയായി. ദാർശനികയായി. പല ഭാഷകളിലേയ്ക്ക് പരിഭാഷ ചെയ്യപ്പെട്ട നിരവധി പുസ്തകങ്ങൾ എഴുതി. ലോകത്തിന്റെ പല നഗരങ്ങളിലും പ്രഭാഷണങ്ങൾ നടത്തി.

ശ്രീമതി ഭവാനി പറയുന്നു താൻ എഴുതുന്നത് ഒരു കുടുംബത്തിലെ സാധാരണക്കാരായ മൂന്നു വ്യക്തികളെ കുറിച്ചാണെന്ന്. എന്നാൽ വായിച്ചു നോക്കുമ്പോൾ. അവർ മൂന്നുപേരും തികച്ചും വേറിട്ടുനിൽക്കുന്ന, സവിശേഷതകൾ നിറഞ്ഞു നിൽക്കുന്ന കഥാപാത്രങ്ങളാണെന്ന് നാമറിയുന്നു. 'വജ്രാദപി കഠോരാനി, മൃദൂനി കുസുമാദപി'എന്ന പഴംവാക്കിനെ തോന്നിപ്പിക്കുംവണ്ണം അവരെല്ലാം ഒരേ സമയം കരുത്തിന്റേയും കനിവുറഞ്ഞ താരള്യത്തിന്റേയും മാതൃകകളാവുന്നു. മൂവരും ഇല്ലായ്മയുടേയും വല്ലായ്മയുടേയും മൂശകളിൽ നീറി വെന്തവർ. എന്നിട്ട് ഫീനിക്സ് പക്ഷികളെപ്പോലെ പുതുജീവൻ വെച്ച് പറന്നുയർന്നവർ. സമ്പത്തും സ്വാധീനവും പ്രശസ്തിയുമുണ്ടായിട്ടും സഹജീവികളിൽ സ്നേഹസഹായങ്ങൾ ചൊരിഞ്ഞിരുന്നവർ. അതുകൊണ്ടുതന്നെ അവരുടെ കഥകൾ കുടുംബകഥകൾ എന്ന മാനത്തിൽ നിന്നുയർന്ന് കുലകഥകളാകുന്നു. അതിലും മേൽപോയി മനുഷ്യകഥകളാകുന്നു.

ഈ കൃതിയ്ക്ക് ഗ്രന്ഥകാരി കണ്ടെത്തിയിട്ടുള്ളത് പ്രഥമ പുരുഷൻ ഏകവചനരീതിയാണ്. ജീവിതചരിത്രരചനയിൽ സാധാരണ ഈ രീതി കാണാറില്ല. ആത്മകഥയിലെ കാണുകയുള്ളു. ഈ എഴുത്തുവഴി നോവലിസ്റ്റുകളുടേതാണ്. പല നോവൽകാരൻമാരും പരീക്ഷിച്ച അപഗ്രഥന വിദ്യയാണ് അത്. പ്രശസ്ത ആംഗ്ലോ ഇന്ത്യൻ എഴുത്തുകാരിയായ അനിതാനായരുടെ ഈയിടെ പ്രസിദ്ധീകരിച്ച 'മിസ്ട്രസ്സ്' എന്ന നോവലിൽപോലും ഈ രീതി ഉണ്ടല്ലോ. പക്ഷേ, ഇത്തരം രചനാ കർമ്മം ജീവിച്ചിരുന്ന വ്യക്തികളെ കുറിച്ചുള്ള അനുഭവകഥനങ്ങളിൽ വിരളമായേ കാണൂ. ഇവിടെ രാവുണ്ണിയും ഗോപാലനും ശകുന്തളയും സ്വന്തം കഥകൾ പറയുന്നു. അത് കരടും കല്ലുകടിയുമില്ലാതെ വായനക്കാരൻ നമ്പും വണ്ണം പറയാൻ ശ്രീമതി ഭവാനിയ്ക്ക് കഴിഞ്ഞിരിക്കുന്നു.

മൂന്നാളുടെ പുകിലാണെങ്കിലും ഈ കൃതിയിൽ നിറഞ്ഞുനിൽക്കുന്നത് ഇട്ടിപ്പോതി എന്നൊരു മലയാള ഗ്രാമീണന്റെ ഏഴ് ആൺമക്കളും അവരുടെ സന്തതിപരമ്പരകളുമാണ്. അതിൽ ഓരോരുത്തനുമുള്ള കുടുംബസ്നേഹമാണ്. ഇപ്പോൾ നൂറുകണക്കിന് അംഗങ്ങളുള്ള ആ ശൃംഖലയിൽ ജീവിതത്തിന്റെ വിവിധ തുറകളിൽ പ്രവർത്തിക്കുന്ന പ്രഗത്ഭൻമാരുണ്ട്. അവരെല്ലാംതന്നെ വടക്കൂട്ട് എന്ന പാശത്താൽ ഈ അണുകുടുംബകാലത്തും ബന്ധിക്കപ്പെട്ടിരിക്കുന്നു. ശ്രീമതി ഭവാനി ആ

സ്നേഹത്തിന്റെ കഥയാണ് ഒരു മൂന്നാൾ ചരിത്രം എന്ന വ്യാജേന പറയുന്നത്. ആ സ്നേഹം പെരിങ്ങോട്, മനിശ്ശേരി തുടങ്ങിയ ഗ്രാമങ്ങളിലെ പാടങ്ങളും പുഴകളും പുല്ലുകളും പൂവുകളും ഋതുക്കളും ആണ്ടറുതികളും നന്മകളും അവരുടെ മനസ്സിൽ സന്നിവേശിപ്പിച്ചിട്ടുള്ളതാണ്. അതിനാലായിരിക്കാം ഈ കൃതിയ്ക്ക് ഗ്രന്ഥകാരി 'ഹൃദയംകൊണ്ട് ചിന്തിക്കുന്നവർ' എന്നപേരിട്ടത്. ഈ പുസ്തകത്തിന് എല്ലാഭാവുകങ്ങളും നേരുന്നു.

3.4.2019 -പി.ടി. നരേന്ദ്രമേനോൻ

## പുസ്തകാവലോകനം

# നവീനമായൊരു നാട്ടു(വീട്ടു)ചരിത്രരേഖ

ശ്രീമതി.ഭവാനി ഐ.എ.എസ് (റിട്ട) കൃതഹസ്തയായ ഒരെഴുത്തുകാരിയാണ്. അവരെഴുതിയ വരിക്കാശ്ശേരി മനയെക്കുറിച്ചുള്ള വളരെ മനോഹരമായ ഒരു ചരിത്രരേഖാപുസ്തകം ഇതിനുമുമ്പ് ഞാൻ വായിച്ചിട്ടുണ്ട്. വിദ്യാർത്ഥിനിയായിരുന്ന കാലത്തുതന്നെ എഴുതിത്തുടങ്ങുകയും ആദ്യകാലത്ത് മാതൃഭൂമി ആഴ്ചപ്പതിപ്പുപോലുള്ള പ്രബലങ്ങളായ പ്രസിദ്ധീകരണങ്ങളിൽ കഥകളെഴുതുകയും ചെയ്തിരുന്ന ശ്രീമതി. വി.ഭവാനിയുടെ ഭാഷ വളരെ പാരായണക്ഷമവും ഹൃദയാവർജ്ജകവുമാണ്. വള്ളുവനാടൻ ഹൃദയഭാഷയ്ക്ക് സവിശേഷമായി സാദ്ധ്യമാവുന്ന വിധത്തിൽ അനുഭവങ്ങളെ വികാരങ്ങളാക്കി ഉരുക്കിയെടുത്ത് അനുവാചകഹൃദയങ്ങളിൽ ലയിപ്പിക്കുന്ന സവിശേഷമായ ഒരു രാസവിദ്യ ഭവാനിയുടെ എഴുത്തിലുണ്ട്.

'ഹൃദയംകൊണ്ട് ചിന്തിക്കുന്നവർ' എന്ന ഭവാനിയുടെ ഈ പുതിയ പുസ്തകം എഴുത്തുകാരിതന്നെ ആമുഖത്തിൽ സൂചിപ്പിച്ചതുപോലെ ഒരു തിരിഞ്ഞുനോട്ടമാണ്. തന്റെ ജീവിതത്തിലേയ്ക്കല്ല, തന്റെ ജീവിതം രൂപവൽക്കരിക്കുവാൻ കാരണമായ ഒരു തറവാടിന്റെ പൂർവതലമുറയിൽപ്പെട്ട ചിലരുടെ പാദമുദ്രകളിലേയ്ക്കാണ് ഭവാനി തിരിഞ്ഞുനോക്കുന്നത്. ഒരു നൂറ്റാണ്ടിന്റെ ചരിത്രരേഖപോലെ മായാതെകിടക്കുന്ന തന്റെ കുടുംബത്തിലെ മൂന്നുനാലു വ്യക്തികളുടെ കഥ പുസ്തകത്തിലൂടെ ഒരു നോവൽ വായിക്കുന്ന വിധത്തിലുള്ള ഔത്സുക്യത്തോടെയും ആകാംക്ഷയോടെയും വായിപ്പിക്കുവാൻ എഴുത്തുകാരിക്ക് കഴിഞ്ഞിരിക്കുന്നു.

വളരെയേറെ രസിച്ചുകൊണ്ടാണ് ഞാനീപുസ്തകം വായിച്ചത്. രാവുണ്ണിയും കിട്ടുണ്ണിയും ഡോ.ഗോപാലനും ശകുന്തളയും എനിക്കു ജന്മങ്ങൾക്കപ്പുറത്തുതന്നെ പരിചിതരാണെന്നുതോന്നി. അല്ലെങ്കിൽ എന്റെ കുടുംബപുരാവൃത്തങ്ങളിലും അങ്ങനെ ചിലർ ഉള്ളതുപോലെ.

കേരളീയ സാമൂഹിക വ്യവസ്ഥയുടെ ഒരു സംക്രമണദിശയുടെ ചരിത്രരേഖയാണ് രാവുണ്ണിയുടെയും കിട്ടുണ്ണിയുടെയും ഗോപാലന്റെയും ശകുന്തളയുടെയും ജീവിതം. കഴിഞ്ഞ നൂറ്റാണ്ടിന്റെ ആദ്യപകുതിയിൽ

നമ്മുടെ ഗ്രാമങ്ങളിൽ നിന്ന് ഉപജീവനം തേടി മഹാനഗരങ്ങളിലേക്ക് ചേക്കേറിയവരുടെ കഥ, ആധുനിക കേരളീയ ജീവിതത്തിലെ കുടുംബ രൂപീകരണങ്ങളുടെയും സാമൂഹിക രൂപീകരണങ്ങളുടേയും കൂടി കഥ യാണ്.

ഇരുപതാം നൂറ്റാണ്ടിന്റെ തുടക്കത്തിൽ പഴയ മദിരാശി സംസ്ഥാനത്തിന്റെ ഭാഗമായിരുന്ന പാലക്കാട് ജില്ലയിലെ പെരിങ്ങോട്, ഒപ്പം ഒറ്റപ്പാലത്തിനടുത്തുള്ള മനിശ്ശേരി എന്നീ ഗ്രാമങ്ങളിൽ നിന്നാണ് രാവുണ്ണിയുടെയും കിട്ടുണ്ണിയുടെയും ഗോപാലന്റെയുമൊക്കെ ജീവിതപ്രയാണങ്ങളുടെ തുടക്കം. രണ്ടു ഗ്രാമങ്ങളിലും ആഢ്യത്വവും പ്രതാപവുമുള്ള രണ്ടു മനകളുണ്ടായിരുന്നു.പൂമുള്ളിയും വരിക്കാശ്ശേരിയും.

കാലപ്രവാഹത്തിൽ കുത്തിയൊലിച്ചുപോയ ഒരു പഴയ ഫ്യൂഡൽ പ്രതാപത്തിന്റെ സമ്പന്നമായ സംസ്കൃതി അന്ന് ഈ മനകൾ കാത്തുപോന്നു. ആശ്രിതന്മാരും ആരാധകന്മാരും പരിവാരങ്ങളും സദ്യവട്ടങ്ങളും കഥകളിയും കച്ചേരിയുമായി ഒരു പ്രതാപകാലം ഇരമ്പിമറിഞ്ഞിരുന്ന അന്തരീക്ഷം. ചെറുമണിയനും ചിറ്റേനിയനും ചെമ്പനും പാണ്ടിയും നിറച്ച നെൽച്ചാക്കുകളുമായി കാളവണ്ടികൾ ഇല്ലങ്ങളിലെ പത്തായപുരകൾക്കു മുന്നിൽ കാവൽ നിന്ന കാലം.

മനകളിൽ ആർഭാടങ്ങളേറെയുണ്ടായിരുന്നുവെങ്കിലും ആശ്രിതരായിരുന്ന കുടിയാന്മാരുടെ ജീവിതം ഒട്ടും ഭദ്രമായിരുന്നില്ല. ആ പരിതസ്ഥിതിയിൽ പിടിച്ചുനിൽക്കാൻ കഴിയാതെയാണ് പതിനേഴാമത്തെ വയസ്സിൽ ദാരിദ്ര്യമില്ലാതെ കുടുംബം പുലർത്താൻ രാവുണ്ണി നാടുവിട്ടത്. ആദ്യം പൂനയിലും പിന്നെ ബോംബെയിലുമെത്തിച്ചേർന്ന ആ യാത്ര പിന്നീട് സംഭവബഹുലമായ ഒരു ജീവിതചരിത്രമായിത്തീർന്നു. നായർ സാബ് എന്ന പിൽക്കാല മനുഷ്യനെ രൂപപ്പെടുത്തിയ കഥയാണിത്.

പിന്നാലെ കിട്ടുണ്ണിയും ഗോപാലനുമൊക്കെ ബോംബെയിലെത്തി. അവിടെനിന്ന് ഒരു വലിയ കുടുംബം രൂപപ്പെട്ട് സ്നേഹത്തിലൂടെ മനുഷ്യബന്ധങ്ങളുടെ ഭൂപടം വലുതാക്കി, കുറെ വ്യക്തികളുടെ ഇച്ഛയും ഇച്ഛാഭംഗങ്ങളും നിർണ്ണയിച്ച പുതിയൊരു സാമൂഹിക സാമ്പത്തിക ഘടന സൃഷ്ടിയെടുത്ത് കുറേയധികം രാഷ്ട്രീയ പരിവർത്തനങ്ങൾക്ക് വഴി മരുന്നിട്ട വ്യക്തി -കുടുംബ- സമൂഹ - ജീവിതചരിത്രത്തിന്റെ ഇതിഹാസ സമാനമായ ഒരാഖ്യാനമാണ് വി.ഭവാനി ഈ പുസ്തകത്തിൽ നിർവ്വഹിച്ചിരിക്കുന്നത്.

രാവുണ്ണിയുടെയും ഡോ.ഗോപാലന്റെയും ഗോപാലന്റെ മകൾ ശകുന്തളയുടെയും ജീവിതചരിത്രാഖ്യാനങ്ങളോടെയാണ് പ്രധാനമായും ഈ ചരിത്രരേഖ വികസിക്കുന്നത്.ഒപ്പം സ്വാതന്ത്ര്യ സമരം, ക്വിറ്റ് ഇന്ത്യ മുന്നേറ്റം, സോഷ്യലിസ്റ്റ് - കമ്മ്യൂണിസ്റ്റ് രാഷ്ട്രീയ വികാസങ്ങൾ തുടങ്ങി

ബോംബെ പശ്ചാത്തലമായി അക്കാലത്തെ ജീവിതപരിവർത്തനങ്ങളെ ആഴത്തിൽ സ്വാധീനിച്ച എല്ലാ ചരിത്ര ചലനങ്ങളും കൂടി രേഖപ്പെടുത്തപ്പെട്ടിരിക്കുന്നു.

ഗോപാലന്റെ പ്രണയം, ഡോ.പി.കെ.ആർ. വാരിയരടക്കം പങ്കാളിയായ ബോളിവുഡ് സിനിമാസ്റ്റൈയിലുള്ള കിഡ്നാപ്പിംഗ്, വിക്ടോറിയ ഡോക്കിലെ കപ്പൽ പൊട്ടിത്തെറി, ശകുന്തളയുടെ സംഭവബഹുലമായ വിവാഹം, ക്ഷയമെന്ന മഹാമാരി സൃഷ്ടിച്ച ദുരന്തങ്ങൾ, ബോംബെ-കേരളാ സമാജത്തിന്റെ ചരിത്രം, ഇ.എം.എസ്സും, എ.കെ.ജിയും വരെ പങ്കാളികളായ ബോംബെയിലെ തൊഴിലാളി പ്രസ്ഥാനചലനങ്ങൾ, തിരഞ്ഞെടുപ്പുകൾ, ബോംബയിലെ കുതിരപ്പന്തയങ്ങളുടെ മായാലോകം, ബിസിനസ്സ് സാമ്രാജ്യങ്ങളുടെ വളർച്ചയും തകർച്ചയും, ഒപ്പം മനിശ്ശേരിയിലെ വടക്കൂട്ട് കുടുംബത്തിന്റെ രൂപവത്ക്കരണം- ഈവിധത്തിൽ സംഭവബഹുലവും സങ്കീർണ്ണവുമായ ഒരു കാലത്തിന്റെ ആത്മരേഖയായിട്ടാണ് വി. ഭവാനി ഈ പുസ്തകം രൂപപ്പെടുത്തിയിരിക്കുന്നത്. ബോംബെയും മനിശ്ശേരിയും തമ്മിൽ ഇവിടെ അസാധാരണമായ ഒരു പാരസ്പര്യം സൃഷ്ടിക്കപ്പെടുന്നു.

നൂറ്റാണ്ടുകളായി നിലനിന്ന ഒരു സാമൂഹ്യവ്യവസ്ഥ തകരുകയും ജീവിതബന്ധങ്ങൾ കൂട്ടിച്ചേർക്കുവാനായി മനുഷ്യർ സ്വന്തം ജീവിതം കരുപിടിപ്പിക്കുവാനായി ഒറ്റയ്ക്കൊറ്റയ്ക്കും ഒപ്പം സംഘടിതശക്തിയായും പ്രവർത്തിച്ച ഒരു നൂറ്റാണ്ടിന്റെ ജീവിത ചരിത്രരേഖ കൂടിയായിത്തീരുന്നുണ്ട് ഈ പുസ്തകം.

രാവുണ്ണി, ഗോപാലൻ, ശകുന്തള എന്നിവരുടെ ഉള്ളിലിരുന്നുകൊണ്ട് ഒരാത്മോപാഖ്യാനം പോലെയാണ് ഈ പുസ്തകത്തിന്റെ ആഖ്യാനഘടന രൂപപ്പെടുത്തിയിരിക്കുന്നത്. അവരുടെ വ്യക്തിജീവിതത്തോടൊപ്പം സാമൂഹിക-സാമ്പത്തിക-കുടുംബ-രാഷ്ട്രീയ ജീവിതചരിത്രവും അടയാളപ്പെടുന്നു.

ചെറിയ പ്രായത്തിൽ വിവാഹിതയായി ഭർത്താവ് ഉമാശങ്കറിനോടൊപ്പം മൗറീഷ്യസ് എന്ന ദ്വീപിലകപ്പെട്ട് മരതക ദ്വീപിലെ മഹിതറാണിയായി പരിവർത്തിയ്ക്കപ്പെട്ട ശകുന്തളയുടെ കഥ കഴിഞ്ഞ നൂറ്റാണ്ടിലെ സ്ത്രീജീവിതത്തിലെ വേറിട്ട ഒരദ്ധ്യായമാകുന്നു.

രാവുണ്ണിയും ഡോക്ടർ ഗോപാലനും ഇന്നു ജീവിച്ചിരിപ്പില്ല. ശകുന്തള മാത്രം മരിക്കാതെ, ഈ ഗ്രന്ഥം രേഖപ്പെടുത്തിയ മനുഷ്യേതിഹാസത്തിലെ ഒരേയൊരു കർമ്മസാക്ഷിയായി മൗറീഷ്യസ്സിൽ ജീവിച്ചിരിക്കുന്നു.

ചരിത്രനായകരായി ജീവിച്ചവരല്ലായ്കയാൽ, സാധാരണക്കാരെങ്കിലും ചരിത്രസൃഷ്ടാക്കളായ ഈ മനുഷ്യരെക്കുറിച്ചുള്ള അന്വേഷണം

ശ്രീമതി ഭവാനിയ്ക്ക് ശ്രമകരമായ ഒരു ദൗത്യമായിരുന്നുവെന്ന് നിസ്സംശയം പറയാം. എങ്കിലും വളരെ പ്രയാസപ്പെട്ട് നല്ല ഭാഷയിൽ അവരീ, സാധാരണമെങ്കിലും അസാധാരണമായ ജീവിതചരിത്രം രേഖപ്പെടുത്തിയിരിക്കുന്നു. ഒരുപക്ഷേ, പുതിയ ചരിത്രരചനാമേഖലയ്ക്ക് ഈയൊരു രേഖ വളരെ വിലപ്പെട്ടതാണ്. വലിയ മനുഷ്യരുടെയോ മഹാന്മാരുടെയോ ജീവചരിത്രങ്ങൾ കൊണ്ട്, വാഴ്ത്തപ്പെട്ടില്ലെങ്കിലും മഹനീയ ജീവിതം നയിച്ച ഈ ചെറിയ(വലിയ) മനുഷ്യരുടെ കൂടി ജീവിതരേഖ കൊണ്ടാവും പുതിയ ഇന്ത്യയുടെ ചരിത്രം പൂർത്തിയാവുക.

വായിച്ചു തുടങ്ങിയാൽ ഒറ്റയിരിപ്പിൽ അവസാനത്തെ വരിവരെ വായിച്ചുപോകാവുന്ന ഈ ഗ്രന്ഥം നമ്മുടെ നാട്ടുചരിത്രശാഖയ്ക്ക് അമൂല്യമായ ഒരു മുതൽക്കൂട്ടാണ്.

**ആലങ്കോട്**

**2. 4. 2020** **ആലങ്കോട് ലീലാകൃഷ്ണൻ**

# ഹൃദയംകൊണ്ട് ചിന്തിക്കുന്നവർ

തിരക്കുപിടിച്ച ബോംബെ നഗരത്തിലെ മഹാലക്ഷ്മി റയിൽവേ സ്റ്റേഷനിൽ നിന്ന് ഒരു കിലോമീറ്ററോളം സഞ്ചരിച്ചാൽ നമുക്ക് വളരെ പ്രസിദ്ധമായ മഹാലക്ഷ്മി ക്ഷേത്രത്തിലെത്താം. അതെ, ഫുലാഭായ് ദേശായ് റോഡിലുള്ള ത്രയംബകേശ്വർ ക്ഷേത്രത്തിനും മഹാദേവ് ധനാക്ലേശ്വർ ക്ഷേത്രത്തിനും വളരെ അടുത്തുതന്നെയാണ് ഈ ക്ഷേത്രം. ധാക്ജി ദാദാജീ എന്ന ഹിന്ദുവ്യാപാരി 1831-ൽ നിർമ്മിച്ചത്. വർഷങ്ങൾക്കു മുൻപ് നിർമ്മിച്ചതെങ്കിലും, ഇന്നും ബോംബെയിലെ ഏറ്റവും തിരക്കേറിയ ഹൈന്ദവ ക്ഷേത്രം തന്നെയാണ്. തൊട്ടുപുറകിലെ നീലിമയാർന്ന അറബിക്കടലിന്റെ സൗന്ദര്യം ക്ഷേത്രത്തിന് ഒരപൂർവ്വ കാന്തിയും ശാന്തിയും നൽകുന്നു. മൂക്കുത്തി, വളകൾ, കണ്ഠാഭരണങ്ങൾ മുതലായവ അണിഞ്ഞ് സർവ്വാഭരണവിഭൂഷിതരായ ലക്ഷ്മി, സരസ്വതി, ദുർഗയുടെ വിഗ്രഹങ്ങൾ ദിവസവും എത്രയോ ഭക്തർക്ക് ശാന്തിയരുളുന്നുണ്ട്.

ഇന്ന്, 1961 മെയ് 17-ാം തീയതി അവിടെ ഒരു വിവാഹം നടക്കുകയാണ്. വരന്റേയും വധുവിന്റേയും മാതാപിതാക്കളും, സഹോദരങ്ങളും സന്നിഹിതരാണ്. വധുവിന്റെ അച്ഛന്റെ മൂത്ത സഹോദരനും എത്തിയിട്ടുണ്ട്. അമ്മയുടെ ഒരു കൂട്ടുകാരി (എല്ലാവരും അവരെ ഭായിചേച്ചി എന്നു വിളിക്കുന്നു.) പൂജാരിയോടും വധൂവരന്മാരുടെ കുടുംബാംഗങ്ങളോടും സംസാരിച്ച് കാര്യങ്ങൾ നടത്തിക്കുന്നു. അമ്പലത്തിൽ തൊഴാനെത്തിയവരിൽ ഒന്നുരണ്ടുപേർ പെൺകുട്ടിയുടെ അച്ഛനോട് സ്നേഹ ബഹുമാനത്തോടെ ശുഭദിനം നേരുന്നുണ്ടെങ്കിലും അദ്ദേഹം അതൊന്നും അറിയുന്നുപോലുമില്ല. സ്വതവേ സന്തോഷകരമാകേണ്ട സമയമായിട്ടും എന്തുകൊണ്ടാണോ എല്ലാവരുടെ മുഖത്തും ഒരു മ്ലാനത? മൂകമായ അന്തരീക്ഷം. മുഹൂർത്തനേരമായി. വധുവിനെ ഭായിചേച്ചിതന്നെ വിവാഹ മണ്ഡപത്തിലേക്ക് പിടിച്ചുനിർത്തി. ഒറ്റനോട്ടത്തിൽ, സാരിയുടുത്തിട്ടാണെത്തിയിരിക്കുന്നതെങ്കിലും, നിഷ്കളങ്കയും സുന്ദരിയുമായ ഒരു ചെറിയ പെൺകുട്ടി. വരനും ആനയിക്കപ്പെട്ടു. കറുപ്പിനോടടുത്ത ഇരുണ്ട നിറവും, മുഖം നിറയെ വസൂരിക്കലകളുമായൊരു ചെറുപ്പക്കാരൻ. ഇതു വളരെ കഷ്ടമായിപ്പോയല്ലോ? കുടവയറൻ പൂജാരിയുടെ മുഖത്തെ അദ്ഭുതം. കണ്ടപ്പോൾ തന്നെ എനിക്ക് വ്യക്തമായി, അയാളുടെ ചിന്താഗതി ഒഴുകുന്നത് ഈവിധമായിരിക്കും. വിധി ഈ പെൺകുട്ടിയോട് എന്തിനീ

ക്രൂരത കാട്ടി?. ഒരുപക്ഷേ, വരൻ ധനവാനായിരിക്കാം. അതുകൊണ്ടായിരിക്കാം മകളുടെ ഭാവിജീവിതം സമ്പൽസമൃദ്ധമാകട്ടെ എന്നുകരുതി മാതാപിതാക്കൾ ഈ വിവാഹം നടത്തുന്നത്. തീരെ ശുഷ്കവും ഹ്രസ്വവുമായിരുന്നു വിവാഹച്ചടങ്ങ്. ഭായിചേച്ചിതന്നെ വാങ്ങികരുതിയിരുന്ന രണ്ട് പുഷ്പമാല്യങ്ങൾ തട്ടത്തിൽ നിന്ന് എടുത്ത് പൂജാരി വരനും വധുവിനും നൽകി. അവരെകൊണ്ട് പരസ്പരം അണിയിപ്പിച്ചു. വധൂവരൻമാർ മോതിരങ്ങൾ കൈമാറി. വരന്റെ കയ്യിൽ വധുവിന്റെ കൈചേർത്തു പിടിച്ച് മൂന്ന് തവണ പ്രദക്ഷിണം ചെയ്യിപ്പിച്ചു. പൂജാരിയും ഭായിചേച്ചിയും ഒഴികെ ബാക്കി എല്ലാവരും കാണികൾ മാത്രം. ഏതായാലും ശുഭമുഹൂർത്തത്തിൽതന്നെ വിവാഹം നടന്നു. വധുവിനേയും കൂട്ടി വരന്റെ വീട്ടുകാർ ഇറങ്ങി. ഈറൻകണ്ണുകളോടെ യാത്രപറഞ്ഞ് വരനോടൊപ്പം പെൺകുട്ടിയും നടന്നുനീങ്ങി. നിസ്സഹായതയുടെ മൂർത്തിമദ്ഭാവങ്ങളായി നിന്നിരുന്ന മാതാപിതാക്കളെ, മൂത്തസഹോദരൻ രാവുണ്ണി തട്ടിവിളിച്ചു. “വരു, നമുക്ക് ഇറങ്ങാം.” കാറിലും മൂകതതന്നെ. ഈ പെൺകുട്ടി തങ്ങളുടെ സ്വന്തമാണെന്ന അഹങ്കാരമായിരുന്നു ഇത്രയും കാലം. കൺചിമ്മിത്തുറന്നപ്പോഴേക്കും ഒരു സ്വപ്നമായി മാറിയ ജീവിതരംഗം. എന്റെ മകൾക്ക് പതിനേഴ് വയസ്സ് പൂർത്തിയായിട്ടില്ല. കോളേജ് പഠനം തുടങ്ങാനിരിക്കുന്നതേയുള്ളു. വരന്റെ കുടുംബത്തെ പരിചയപ്പെട്ടതുതന്നെ അവളിൽ കൂടി മാത്രം. ഏതുതരം ഭാവിയിലേക്കായിരിക്കും എന്റെ കുട്ടി നടന്നു നീങ്ങുന്നത്? ഇപ്പോഴുമെപ്പോഴും ഒരു ചിത്രശലഭത്തിന്റെ പ്രസരിപ്പോടെ, കളിയും ചിരിയുമായി പാറിപ്പറന്നു നടക്കുന്ന ഈ കുട്ടി, വരാനിരിക്കുന്ന ജീവിതത്തിന്റെ ഗൗരവത്തെപ്പറ്റി എന്തറിയാനാണ്? ഒരു ബിരുദധാരിപോലുമല്ലാത്ത ഈ യുവാവിന് അവൾക്കൊരു നല്ല ജീവിതം നൽകാനാകുമോ? ജീവിതത്തിന്റെ അതിസുന്ദരതലങ്ങളിൽകൂടി മാത്രമേ ഇവൾക്കിതുവരെ നടക്കേണ്ടി വന്നിട്ടുള്ളു. അനുജൻ ഗോപാലന്റെ മനസ്സോടുന്ന വഴികൾ രാവുണ്ണിയ്ക്ക് മനസ്സിലായി. തോളത്ത് തട്ടി സമാധാനിപ്പിച്ചു. ‘സാരമില്ല. ജീവിതം ഇങ്ങനെയാണ്. അതിന് ഒഴുകിക്കൊണ്ടേയിരിക്കണം. വിധിയാണ് ഗതി നിശ്ചയിക്കുന്നത്, മനുഷ്യർ നിസ്സഹായർ‘ ഇക്കാലമത്രയും മനസ്സിൽ വിചാരിച്ച കാര്യങ്ങളൊക്കെ വളരെ നല്ലരീതിയിൽതന്നെ പൂർത്തീകരിക്കാൻ സാധിച്ചിട്ടുണ്ട് ഗോപാലന്. ഈയവസരത്തിൽ അവനോട് വിധിയെപ്പറ്റി സംസാരിച്ചത് അനവസരത്തിലായോ? രാവുണ്ണി സംശയിച്ചു. കാറോടിക്കുന്നതിനിടയ്ക്ക് എതിരെവരുന്ന കാറിലെ ഡ്രൈവറോട് ഒരു കാരണവുമില്ലാതെ തട്ടിക്കയറുന്നു ഗോപാലൻ. രാവുണ്ണി മനസ്സിലാക്കി, അവന്റെ മനസ്സിൽ കനലെരിയുകയാണ്. തന്റെ വാക്കുകൾ ഇപ്പോൾ നിഷ്ഫലം. മാന്ത്രിക

ദണ്ഡുമായി നടക്കുന്ന കാലത്തിന് മാത്രമേ ഇക്കാര്യത്തിൽ എന്തെങ്കിലും ചെയ്യാനാവൂ.

ഈ രാഗത്തിലെ മൂന്നു പ്രധാനകഥാപാത്രങ്ങൾക്കും അവരുടേതായ കഥകൾ പറയാനുണ്ട്. അവർ പറയട്ടെ, നമുക്ക് കേൾക്കാം. വൈയക്തികങ്ങളെങ്കിലും, പ്രവാസി മലയാളികളുടെ ജീവിതയാത്രാനുഭവങ്ങളുടെ ഒരു നൂറ്റാണ്ടു നീളുന്ന കാലത്തെ കഥകളാണവ.

# രാവുണ്ണി

കാറിൽ തീർത്തും മൗനം തന്നെ. ചിന്തകൾ വർഷകാല സന്ധ്യാമേഘങ്ങൾ പോലെ അലഞ്ഞുതിരിയുകയാണ്. ഞങ്ങളുടെ പ്രിയമകൾ ശകുന്തളയുടെ വിവാഹമാണ്. ഈ തപ്തചിന്തകൾക്ക് പിന്നിലെന്നറിയാം. എന്റെ സ്ഥിതി തന്നെ ഇങ്ങനെയാണെങ്കിൽ, ഗോപാലന്റെ സ്ഥിതി എന്തായിരിക്കും? രാവുണ്ണിയുടെ മനസ്സ് പ്രായത്തിനെ മറന്ന് അടക്കമില്ലാത്തൊരു കുട്ടിയായി. ചെറിയകുട്ടിയായിരുന്നപ്പോൾ, നാട്ടിലെ വീട്ടുമുറ്റത്തിന്റെ ഓരത്തെ നിലത്തുനിന്ന് പെറുക്കി, കൈയിൽ വെച്ച് കൗതുകത്തോടെ നോക്കിക്കണ്ടിരുന്ന കുഴിയാനയെപ്പോലെ. അതേ, തന്റെ മനസ്സും ഇന്ന് പുറകിലേക്ക് നടന്നുകൊണ്ടിരിക്കയാണ് ഒരു കുഴിയാനയെപ്പോലെ.

ഇരുപതാം നൂറ്റാണ്ടിന്റെ ആരംഭകാലമാണ്. മദ്രാസ് റസിഡൻസിയുടെ ഭാഗമായിരുന്ന പാലക്കാട് കേരളത്തിലായിരുന്നില്ല. ഇന്നത്തെ പാലക്കാട് ജില്ലയിലെ നിള തലോടിത്തലോടി സുഖിപ്പിക്കുന്ന പട്ടാമ്പിയ്ക്കടുത്ത് കൂറ്റനാട്. അവിടെ പെരിങ്ങോട് എന്ന് പേരായി ഒരു തികച്ചും തെക്കെ മലബാർ ഗ്രാമം. വാഴുന്നിടവും അതിനുചുറ്റും എത്രയോ ദൂരം വരെ പരന്നു കിടക്കുന്ന ഭൂസ്വത്തുക്കൾക്ക് അധിപരായി ഒരു നമ്പൂതിരി കുടുംബം. ഗ്രാമത്തിലെ മുഴുവൻ ജീവിതങ്ങളുടേയും കടിഞ്ഞാൺ അവരുടെ കയ്യിലായിരിക്കും. അവർക്ക് താഴെ, പലപല ശ്രേണികളിലായി 'കേരളം എന്ന ഭ്രാന്താലയം' ഭരിച്ചിരുന്ന ജാതിവ്യവസ്ഥയുടെ പലപല തട്ടിലുള്ളവർ. ഓരോരോ ജാതിക്കും പ്രത്യേകം ജോലി. പക്ഷേ, എല്ലാവരും ഈ ഭരണ കുടുംബത്തിന്റെ അടിയാന്മാർ. ആലോചിച്ചുനോക്കിയാൽ അന്ന് ഓരോ ഗ്രാമവും സ്വയംപര്യാപ്തമായിരുന്നു.

പെരിങ്ങോടും അങ്ങിനെ ഒരു മനയുണ്ട്. പ്രശസ്തമായ പൂമുള്ളി മന. ഈ മനയിൽ നിന്നും ഒരു അരനാഴിക ദൂരെയാണ് ഞങ്ങളുടെ

തറവാടും. വടക്കൂട്ട് വീട്. അച്ഛനും - ഇട്ടിപ്പോതി കുട്ടപ്പനെഴുത്തച്ഛൻ- മനയ്ക്കലെ ഒരു കുടിയാനായിരുന്നു. മനയ്ക്കലേയ്ക്കാവശ്യമായ പച്ച ക്കറികൾ, പല സ്ഥലങ്ങളിൽ നിന്നും സംഭരിച്ച് എത്തിച്ചുകൊടുക്കുന്ന ജോലിയും അച്ഛൻ ചെയ്തിരുന്നു. പത്തഞ്ഞൂറ് പേർക്ക് ദിവസവും അന്നദാനം നൽകിയിരുന്ന മനയായിരുന്നു പൂമുള്ളിമന. ജീവിക്കാൻ വകയുള്ള കുടുംബമായിരുന്നതിനാൽ അച്ഛനും അമ്മയും ഞങ്ങൾ കുട്ടികളും അല്ലലില്ലാതെ സുഖമായി ജീവിച്ചു. അച്ഛന്റെ മറ്റു കുടുംബ ക്കാരോടൊപ്പം അടുത്തുതന്നെയായിരുന്നു താമസം. എന്നേക്കാൾ പത്തു പന്ത്രണ്ടു വയസ്സ് കൂടുതലേയുള്ളുവെങ്കിലും, നാരായണേട്ടൻ എന്റെ അച്ഛന്റെ സഹോദരന്റെ മകനായിരുന്നു. പൂമുള്ളിമനക്കാരുടെ അധീന തയിലുണ്ടായിരുന്ന പെരിങ്ങോട് എലിമെന്ററി സ്കൂളിലെ അധ്യാപ കനായിരുന്നു നാരായണേട്ടൻ. അതിനുമുൻപ് കുറച്ചുകാലം പോസ്റ്റ് ഓഫീസിലും ജോലി ചെയ്തിട്ടുണ്ട്. അവിവാഹിതനായി ജീവിച്ചുപോന്ന നാരായണേട്ടന് മനയ്ക്കലെ നമ്പൂതിരിമാരുടെ വേദവേദാന്തങ്ങളിലെ പാണ്ഡിത്യത്തിനെപ്പറ്റിയും കലാസാംസ്ക്കാരിക രംഗങ്ങളിലെ അഭിരു ചിയെപ്പറ്റിയൊക്കെ വലിയ മതിപ്പായിരുന്നു. ചരിത്രത്തിനേയും കേട്ടു കേൾവികളേയും തൊട്ടുരുമ്മികൊണ്ട് നാരായണേട്ടൻ പറഞ്ഞുതന്നി ട്ടുള്ള ആ കഥ ഇങ്ങനെ പോകുന്നു.

പൂമുള്ളി ഇല്ലക്കാർ തൃശൂർ പെരുവനം ഗ്രാമത്തിലെ ഊരകത്തു കാരായിരുന്നു. ഒരിക്കൽ ഈ ഇല്ലത്തെ ഒരു നമ്പൂതിരി കാഞ്ചീപുരത്തുള്ള കാമാക്ഷിയമ്മൻക്ഷേത്രം സന്ദർശിയ്ക്കുവാൻപോയി. നമ്പൂതിരിയുടെ ഭക്തികണ്ട് മനസ്സലിഞ്ഞ ദേവി, അദ്ദേഹത്തിന്റെ കൂടെ ഓലക്കുടയിലി രുന്ന് പെരുവനം ഗ്രാമത്തിലെത്തി. വീട്ടിലെത്തി താഴെ വെച്ച ഓലക്കുട തിരിച്ചെടുക്കാൻ നോക്കിയപ്പോൾ അത് ഭൂമിയിൽ ഉറച്ചുപോയിരിക്കുന്നു. അന്ന് രാത്രി ഉറങ്ങുമ്പോഴുണ്ടായ സ്വപ്നത്തിൽ ദേവി പ്രത്യക്ഷപ്പെട്ട് തനിക്കുവേണ്ടി ഒരമ്പലം നിർമിച്ച്, ദൂരെയുള്ള ഒരു കിണറിൽ കിടക്കുന്ന വിഗ്രഹം പ്രതിഷ്ഠിക്കാൻ ആവശ്യപ്പെട്ടു. അതിനുശേഷം ഊരകം വിട്ടു പോകണം. ദേവി അരുളിചെയ്തതുപോലെ നമ്പൂതിരി ചെയ്തു. തന്റെ സ്വത്തെല്ലാം ദേവിക്ക് നൽകി -ഊരകം വിട്ടു. അങ്ങിനെയാണത്രെ പെരി ങ്ങോട് എത്തിയത്. ഇതിന്റെ പുറകിൽ കൊച്ചി രാജാക്കന്മാരും സാമൂ തിരിമാരും തമ്മിലുണ്ടായിരുന്ന സ്ഥിരം സ്പർദ്ധ ഒരു കാരണമായിരു ന്നുവോ എന്ന് വ്യക്തമല്ല.

അച്ഛന്റെ നീണ്ടു മെലിഞ്ഞ രൂപം ഇപ്പോഴും മനസിലുണ്ട്. നല്ല പോലെ വെളുത്തിട്ടായിരുന്നു. കെട്ടിവെച്ച കുടുമയും കാതിൽ കടുക്ക നുമൊക്കെയായി നല്ല അന്തസുണ്ടായിരുന്നു. അച്ഛനെ നോക്കുമ്പോൾ

അമ്മയ്ക്കു നിറം അല്പം കുറവായിരുന്നു. അടുത്ത വീട്ടിലെ എച്ചോമ എപ്പോഴും പറഞ്ഞിരുന്നു. 'കുട്ട്യോൾക്കൊക്കെ അച്ഛന്റെ നിറോം ച്ഛായയും കിട്ടിയിട്ടുണ്ടേയ്! നല്ല ചന്തൊള്ള കുട്ട്യോളന്ന്യാ.' ഞാനും കിട്ടുണ്ണിയും (കൃഷ്ണൻ) ഗോയിന്ദനും (ഗോവിന്ദനും) നാണുവും (നാരായണൻ) എഴുത്താശാന്റെ പള്ളിക്കൂടത്തിലേക്കൊപ്പമാണ് പോയിരുന്നത്. കിട്ടുണ്ണിയും നാണുവുമായിരുന്നു പഠിക്കാൻ മിടുക്കർ. ഞാനും ഗോവിന്ദനും പഠിക്കാൻ പോകുമെങ്കിലും പഠിത്തത്തിലുള്ള താല്പര്യം കുറവുതന്നെ. വേണ്ടാഞ്ഞിട്ടല്ല, ശ്രദ്ധ വേറെ പലപല കാര്യങ്ങളിലേയ്ക്കും തിരിയും. താഴെയുള്ള ശങ്കുണ്ണിയും ഗോപാലനും പള്ളിക്കൂടത്തിൽ ചേർന്നിരുന്നില്ല. അവർക്കിടയിലായിരുന്നു ദേവകി. അവളെ കാണുമ്പോൾ പെട്ടെന്ന് മനസിൽ പതിയുക അവളുടെ നീണ്ട കറുത്ത മുടി, നല്ലപോലെ ചീകി മെടഞ്ഞിട്ടിരുന്നതും, കാലിലെ വെള്ളിപ്പാദസരങ്ങളുമാണ്. നല്ല പ്രസരിപ്പുണ്ടെങ്കിലും ഒരു സാധുപെൺകുട്ടി. നല്ലൊരു കിലുക്കാംപെട്ടിയുമായിരുന്നു അവൾ. എങ്ങിനെയാണ് പന്ത്രണ്ടാം വയസിൽ അവൾ മരണപ്പെട്ടത്? അന്ന് ഒന്നും മനസിലായിരുന്നില്ല. അവളുടെ ആരോഗ്യമില്ലാത്ത ഹൃദയമായിരുന്നു പ്രശ്നമെന്ന് പിന്നീട് മനസിലായി. എന്തായാലും അവളുടെ മരണം ഞങ്ങളുടെ വീടിനെ ആകെ തകർത്തു കളഞ്ഞു. ഇതിനു മുൻപും അമ്മ രണ്ടു പെൺകുട്ടികൾക്കുകൂടി ജീവൻ നൽകിയിരുന്നു. പക്ഷേ, അവർ കുഞ്ഞുപ്രായത്തിൽതന്നെ മരിച്ചുപോയിരുന്നു. ദേവകിയുടെ മരണം അധികം ബാധിച്ചത് അച്ഛനെയായിരുന്നു. ഗോപാലന് താഴെ ജനിച്ച രാഘവൻ തീരെ ചെറിയ കുഞ്ഞായിരുന്നു. തീരാദുഃഖത്തിലാണ്ടുപോകുന്നതിൽ നിന്നും അമ്മയെ രക്ഷിച്ചത് അവന്റെ ഒന്നുമറിയാത്ത കൊഞ്ചലും കളികളുമായിരുന്നു. അച്ഛനെ ഈ മരണം വല്ലാതെ വേദനിപ്പിച്ചു. രണ്ടു വർഷം തികയുന്നതിനു മുൻപുതന്നെ 47-ാം വയസിൽ അച്ഛനും മരിച്ചു. അമ്മയും ഏഴാൺമക്കളും തനിച്ചായി. മൂത്ത മകനായ എനിക്കുതന്നെ പതിനഞ്ചു വയസ്സ് തികഞ്ഞതേയുള്ളു. അച്ഛന്റെ മരണം ഞങ്ങളുടെ ജീവിതത്തെയാകെ തളർത്തി. ഞാനും ഗോവിന്ദനും അച്ഛന്റെ കൃഷിയിലേക്കും മനയ്ക്കലിലേയ്ക്കുള്ള പച്ചക്കറി സംഭരിച്ചു നൽകുന്നതിലേയ്ക്കും തിരിഞ്ഞു. കുടുംബം പുലരണമല്ലോ? കിട്ടുണ്ണിയും മറ്റു കുട്ടികളും പഠിപ്പു തുടർന്നു. അങ്ങിനെ ഒരു കൊല്ലത്തോളം പിടിച്ചുനിന്നു. പക്ഷേ, കുട്ടികളായ ഞങ്ങൾക്ക് കൃഷിപ്പണി നല്ലപോലെ അറിയാത്തതുകൊണ്ടാവാം അക്കൊല്ലത്തെ വിളവു മോശമായി. അതിനിടയ്ക്ക് അമ്മയുടെ അച്ഛനും അമ്മയും അവരുടെ നാടായ മനിശ്ശേരിയിലേക്ക് വിളിച്ചുകൊണ്ടേയിരുന്നു. ഏകപുത്രി വല്ല നാട്ടിലും കുട്ടികളും പ്രാരാബ്ധവുമൊക്കെയായി തനിച്ച് കഷ്ടപ്പെടുന്നതുകാണാൻ അവർക്ക്

സാധിക്കില്ലായിരുന്നു. അങ്ങിനെ അച്ഛൻ മരിച്ച് ഒരു വർഷം കഴിഞ്ഞപ്പോൾ ഞങ്ങൾ മനിശ്ശേരിയിലെ കപ്പൂർ വീട്ടിലേക്ക് താമസം മാറി.

## മനിശ്ശേരി

മുത്തശ്ശന്റേയും ഒരു സാധാരണ കുടുംബം. മനിശ്ശേരിയിലും വീട്ടിൽ നിന്നും വളരെ അകലെയല്ലാതെ ഒരു മനയുണ്ട്. അധികാരവും ആഢ്യത്വവും ആഭിജാത്യവും സമ്പത്തും ഐശ്വര്യവുമൊക്കെയായി പ്രസിദ്ധി നേടിയ വരിക്കാശ്ശേരി മന. ഈ മന കൊച്ചിരാജാവിന്റെ കീഴിലുള്ള തൃശൂർജില്ലയിലെ മായന്നൂരായിരുന്നുവത്രെ. സാമൂതിരിക്ക് ഒരു യുദ്ധരഹസ്യം കൈമാറിയതിന്റെ പേരിൽ, കൊച്ചി രാജാവ് കോപിഷ്ടനായി, അവിടെനിന്ന് പുറത്താക്കിയെന്നും, സാമൂതിരിമാർ പാലക്കാട് മനിശ്ശേരിയിൽ സ്ഥലം നൽകിയെന്നും കേൾക്കുന്നു. മനിശ്ശേരിയിലെ ഭൂസ്വത്തുക്കളെല്ലാം വരിക്കാശ്ശേരി ഇല്ലക്കാരുടേതായിരുന്നു. മുത്തശ്ശനും മനയ്ക്കലെ ഒരു കുടിയാനായിരുന്നു. മുത്തശ്ശന് ഞങ്ങളെയൊക്കെ നല്ല സ്നേഹമായിരുന്നു. മുത്തശ്ശിയമ്മ പക്ഷേ, ശുണ്ഠിക്കാരിയായിരുന്നു. ക്ഷമാശീലം തീരെ കുറവ്. അവരുടെ വീടിന്റെ സ്വസ്ഥമായ അന്തരീക്ഷത്തിലേയ്ക്കാണ് അമ്മയും പോക്കിരികളായ ഞങ്ങൾ ഏഴു ആൺമക്കളും കൂടി എത്തിയത്. മുത്തശ്ശിയമ്മയ്ക്ക് സ്വതവേയുള്ള ശുണ്ഠി ഒന്നുകൂടി മുറുകി. അമ്മയ്ക്ക് ഇത്തരം രംഗങ്ങൾ കണ്ടാൽ വെപ്രാളം കൂടും. പക്ഷേ, മുത്തശ്ശനും ഞങ്ങൾ കുട്ടികൾക്കും അതൊക്കെ ഒരു തമാശയായിരുന്നു. 'കുറച്ച് ശുണ്ഠി കൂടുമെന്നേയുള്ളു. അവളൊരു പാവമാണെന്നു' മുത്തശ്ശൻ ഇടയ്ക്കിടെ പറയാറുണ്ട്.

പ്രഭുകുടുംബങ്ങളായ ഓരോ മനകൾ, പെരിങ്ങോട്ടേയും, മനിശ്ശേരിയിലേയും ഞങ്ങളുടെ വീടുകൾക്കടുത്തുണ്ടായിരുന്നു. അതുകൊണ്ടു തന്നെ ജീവിക്കുന്ന പരിതസ്ഥിതികൾക്ക് നല്ല സാമ്യതയുണ്ട് എങ്കിലും, മനിശ്ശേരിയിലെ ആദ്യകാലങ്ങളിൽ സന്ധ്യയാകുമ്പോഴേക്കും ഒരു നഷ്ടബോധവും സങ്കടവുമൊക്കെ അരിച്ചെത്തും. പിന്നീട് കൃഷിസ്ഥലത്ത് ജോലിയും മറ്റു സാമൂഹ്യ ചുമതലകളുമൊക്കെയായപ്പോൾ, മനിശ്ശേരി സ്വന്തം നാടായി. മനിശ്ശേരി അന്നൊരു ഉറങ്ങുന്ന കാർഷികഗ്രാമമായിരുന്നു. വരിക്കാശ്ശേരി മനയിലും അവരുടെ കാര്യസ്ഥ കുടുംബങ്ങളിലും ജീവിതം ആർഭാടകരമായി ആസ്വദിച്ചു വന്നിരുന്നുവെങ്കിലും കുടിയാന്മാരുടെ ജീവിതമൊന്നും വലിയ മെച്ചത്തിലായിരുന്നില്ല. ഒരു ആശ്രയജീവിതം തന്നെ. പക്ഷേ, എനിയ്ക്ക് അവിടെ അധികം പിടിച്ചുനിൽക്കാനായില്ല. കൃഷി നടത്തുന്നത് മുത്തശ്ശന്റെ മേൽനോട്ടത്തിൽ തന്നെയായിരുന്നു. ഗോവിന്ദനായിരുന്നു തന്റെ ഏറ്റവും വലിയ സഹായി. പാട്ടം

കൊടുത്തുകഴിഞ്ഞാൽ, മുത്തശ്ശനും മുത്തശ്ശിയും ഞങ്ങളെട്ടുപേരും കൂടിയാകുമ്പോൾ, ദാരിദ്ര്യമില്ലാതെ കഴിയാമെന്നു മാത്രം. ഞാനും ഗോവിന്ദനും ഒഴികെ മറ്റഞ്ചനുജന്മാരും പഠിയ്ക്കുന്നവരല്ലേ? വേറെ എന്തെങ്കിലും ജോലികൂടിയില്ലാതെ നാട്ടിൽ അധികകാലം കഴിയാൻ പറ്റില്ലെന്ന് മനസ്സിലായി. നാടുവിടണം, എവിടെയ്ക്കാണ് പോകുക. അന്നൊക്ക നാട്ടിലുള്ളവരെല്ലാം പോയിരുന്നത് മദ്രാസിലേക്കോ ബോംബെയിലേക്കോ ആണ്. ബോംബെയാണ് തന്നെ കൂടുതൽ ആകർഷിച്ചത്. ബോംബെയിലെ ഭാഷ മറാഠിയും ഹിന്ദിയുമാണെന്നറിയാം. നാട്ടിലിരുന്ന് അതൊന്നും പഠിക്കുവാൻ പറ്റില്ല. കിട്ടുണ്ണി പഠിക്കുന്ന ഇംഗ്ലീഷ് പുസ്തകങ്ങൾ ഇടക്കിടെ വെറുതെ വായിച്ചുനോക്കും. അവന്റെ കയ്യിലും ഹിന്ദി പുസ്തകങ്ങളൊന്നുമുണ്ടായിരുന്നില്ല.

പതിനേഴു വയസ്സു തികഞ്ഞു, എനിയ്ക്ക്. ഇനിയും നാട്ടിൽ നിന്നാൽ ഒരു മെച്ചവുമുണ്ടാവില്ല. അങ്ങിനെ പലതും ആലോചിച്ചുകൊണ്ടിരിക്കുന്നതിനിടയിൽ ഒരു ധൈര്യം തോന്നി. കള്ളവണ്ടി കയറാം. ഗോവിന്ദനോട് മാത്രം വിവരം പറഞ്ഞു. രഹസ്യമായി വെയ്ക്കാനും കൃഷിയുടെ കാര്യം നല്ലപോലെ ശ്രദ്ധിക്കാനും ഏല്പിച്ചു. അവന്റെ കണ്ണുകളിലെ പരിഭ്രമം ഇപ്പോഴും മനസ്സിലുണ്ട്. സത്യത്തിൽ അവനെ തനിച്ചാക്കിയല്ലേ ഞാൻ പോകുന്നത്? മറ്റുള്ളവരൊക്കെ പഠിക്കുന്ന കുട്ടികളല്ലേ? ഉച്ചത്തെ ഊണിന് പപ്പടം വാങ്ങാൻവേണ്ടി, പണംതന്ന് വിട്ടതാണ് മുത്തശ്ശിയമ്മ. ഞാൻ ആ വഴിയ്ക്ക് ഒറ്റപ്പാലം റെയിൽവെ സ്റ്റേഷനിലേക്ക് നടന്നു.

## പൂനയിൽ

വണ്ടി പൂനയിലെത്തിയപ്പോഴാണ് ടിക്കറ്റ് പരിശോധകൻ പിടികൂടിയത്. ഒരു ഗൗരവപ്രകൃതക്കാരൻ. എത്ര താണുകേണിട്ടും യാത്ര ചെയ്യാൻ അനുവദിച്ചില്ല. അങ്ങിനെ പൂനയിലിറങ്ങി. ഇഷ്ടമായാലും ഇല്ലെങ്കിലും ഇനി കുറച്ചുകാലം പൂനയിൽ ജീവിച്ചേ പറ്റു. ആദ്യം ചെയ്തത് ഒരു വശത്തേയ്ക്കായി കെട്ടിവെച്ചിട്ടുള്ള എന്റെ കുടുമ മുറിച്ചുകളയലായിരുന്നു. അമ്മയറിഞ്ഞാൽ ദേഷ്യം വരുമായിരിക്കാം. പക്ഷേ, ഇക്കാലത്ത് ഇതൊരധികപ്പറ്റാണെന്ന് തോന്നാൻ തുടങ്ങിയിട്ട് കുറച്ചു മാസങ്ങളായി. ഇപ്പോഴെ ധൈര്യം വന്നുള്ളുവെന്ന് മാത്രം. ഒരു കാര്യത്തിൽ ചെറിയ സങ്കടം തോന്നി. അമ്മയുടെ ലാളന, സ്നേഹം ഞങ്ങൾ മക്കൾ അനുഭവിച്ചിരുന്നത് ഈ മുടിയിഴകളിലൂടെയാണ്. അമ്മയ്ക്ക് പ്രത്യേകിച്ചെന്തെങ്കിലും പറയാനുണ്ടെങ്കിൽ, അമ്മ ഞങ്ങളെ വിളിച്ചടുത്തിരുത്തും, തലയിൽത്തലോടിക്കൊണ്ട് മുഖം നോക്കാതെ കാര്യങ്ങൾ പറയും. പക്ഷേ, ഇനി അമ്മയെ കാണുന്നതെന്നാണാവോ? ഇനി കാണുമ്പോഴേക്കും,

നാട്ടിലുള്ള ആണുങ്ങളെല്ലാവരുംതന്നെ മുടി മുറിച്ചിട്ടുണ്ടാവുമെന്നാണെന്റെ വിശ്വാസം. കാലം മാറിക്കൊണ്ടിരിക്കയല്ലേ! മനിശ്ശേരി എന്ന നാട്ടിൻപുറം വിട്ട് പൂനയിൽ ആദ്യം എത്തിയപ്പോൾ ഒരങ്കലാപ്പായിരുന്നു. വാസ്തവത്തിൽ അക്കാലത്ത് പൂനയിൽ വലിയ തിക്കും തിരക്കുമൊന്നുമില്ലെന്നുവേണം പറയാൻ. ആരും എന്നെ അറിയില്ലെന്നും ശ്രദ്ധിക്കില്ലെന്നുറപ്പുള്ളതുകൊണ്ട് മുറിഇംഗ്ലീഷൊക്കെ ധാരാളമായി ഉപയോഗിക്കാൻ തുടങ്ങി. ഇത്രയൊക്കെ ഇംഗ്ലീഷ് തനിയ്ക്ക് അറിയുമെന്ന് മനസ്സിലായതുതന്നെ അപ്പോഴാണ്. ആദ്യത്തെ കുറച്ച് നാളുകളിൽ ഒരു ചായക്കടയിലായിരുന്നു ജോലി. ചായക്കടക്കാരൻ കണക്കെഴുതാൻ അറിയുന്ന ഒരാളെ നോക്കിയിരിക്കുകയായിരുന്നു. ക്രമേണ നല്ലപോലെ ഹിന്ദി മനസ്സിലാവാനും പറയാനും തുടങ്ങി. ചായക്കടയിലാണെങ്കിലും മാന്യമായ പെരുമാറ്റമായിരുന്നു. ചായ കുടിക്കാൻ വന്ന ഒരു സേട്ടിന് തന്നെ നല്ലപോലെ ഇഷ്ടപ്പെട്ടു. അദ്ദേഹം പട്ടാള ക്യാമ്പിലെ കാന്റീൻ മാനേജരായിരുന്നു. മാനേജർക്ക് നല്ലപോലെ ഇംഗ്ലീഷ് സംസാരിക്കാനറിയാം. കാഷ്യറായി നിൽക്കാമോ എന്നു ചോദിച്ചപ്പോൾ എനിക്ക് പൂർണ്ണ സമ്മതം. അവിടെ ഒരു കൊല്ലം കഴിഞ്ഞപ്പോഴേക്കും മനസ്സിനൊരു ധൈര്യം വന്നു. ജോലിയും ഭാഷയും ഒക്കെ തനിക്കു വഴങ്ങുന്നുണ്ടെന്ന ധൈര്യം. കാന്റീനിന്റെ മുൻപിലുള്ള തെരുവുവിളക്കിന്റെ താഴെയിരുന്ന് എന്നും ഇംഗ്ലീഷ് പത്രങ്ങൾ തപ്പിപ്പിടിച്ച് മുഴുവൻ വായിക്കാൻ സാധിച്ചിരുന്നത് വലിയൊരനുഗ്രഹമായി. മൂന്നോ നാലോ മാസങ്ങൾ കൂടുമ്പോൾ ചെറിയൊരു തുക നാട്ടിലേയ്ക്കയയ്ക്കാൻ സാധിച്ചു. പക്ഷേ, അതൊക്കെ തീരെ നിസ്സാരം. മുത്തശ്ശനും മുത്തശ്ശിയ്ക്കും തന്റെ അമ്മക്കും അനുജന്മാർക്കും നാട്ടിൽ സുഖമായി കഴിയാനുള്ളത് എങ്ങിനെയെങ്കിലും ഉണ്ടാക്കിയേപറ്റൂ. വരിക്കാശ്ശേരി മനക്കാരുടേയോ, അവരുടെ കാര്യസ്ഥതയുണ്ടായിരുന്ന ആച്ചത്ത് തറവാട്ടുകാരുടേയോ (ഞങ്ങളുടെ അയൽവീട്) ആഡംബരങ്ങളും ആർഭാടങ്ങളും ഒന്നും വേണമെന്നില്ല. പക്ഷേ, എന്റെ കുടുംബവും സുഖമായി ജീവിക്കണം. അനുജന്മാരുടെ പഠിത്തം നന്നായി നടക്കണം. ഗോയ്ന്ദനും ഒരു നല്ല ജീവിതം കിട്ടണം. പൂനയിൽ നിന്നും കുറച്ചു മണിക്കൂറുകളുടെ യാത്രയ്ക്കകലെയുള്ള ബോംബെ തന്നെയായിരുന്നു എന്റെ ലക്ഷ്യം.

## ബോംബെയിലേക്ക്

അങ്ങിനെ പതിനെട്ടാം വയസ്സ് എന്നെ എത്തിച്ചത് ബോംബെയിലാണ്. പൂനവിട്ട് ബോംബെയിലെത്തിയപ്പോൾ, ശരിക്കും ഒരു മഹാനഗരത്തിലെത്തിയ പ്രതീതി. എത്തിച്ചേരുന്നവർക്കെല്ലാം ജോലിയും താമസിക്കുവാനിടവും നൽകുന്ന ബോംബെ എന്ന നഗരമാതാവ് എനിക്കും ആശ്രയം തന്നു. ഈ നഗരത്തിൽ ആർക്കും എന്തുജോലിയും

ചെയ്യാം. എവിടേയും താമസിക്കാം. എന്തെങ്കിലും ജോലിയായി എല്ലാവരും തിരക്കിലാണ്. അങ്ങോട്ടുമിങ്ങോട്ടും തിരിഞ്ഞുനോക്കി, സുഖവർത്തമാനം അന്വേഷിക്കാനൊന്നും ആർക്കും നേരമില്ല. നഗരം ഇരുപത്തിനാലു മണിക്കൂറും ഉണർന്നിരിക്കും, ജീവിതം ഒഴുകിക്കൊണ്ടുമിരിക്കും. ഭാഷയും കണക്കും കയ്യിലുണ്ടായിരുന്നതുകൊണ്ട് ചെറിയ ചെറിയ ജോലികൾക്ക് ആദ്യം മുതൽക്കുതന്നെ ഒരു ബുദ്ധിമുട്ടും ഉണ്ടായില്ല. ഇന്ത്യയുടെ തുണിമില്ലുകൾ കേന്ദ്രീകരിച്ച സ്ഥലമായിരുന്നു ബോംബെ. ജോലികിട്ടാനെളുപ്പവും തുണിമില്ലുകളിൽ തന്നെയായിരുന്നു. പക്ഷേ, വലിയ സമ്പാദ്യമൊന്നും ഉണ്ടായിരുന്നില്ല. പൂനയിൽ നിന്നയയ്ക്കുന്നതിനേക്കാൾ പണം നാട്ടിലേയ്ക്കെത്തിക്കാൻ സാധിച്ചിരുന്നു എങ്കിലും വാടക, ഭക്ഷണം, വസ്ത്രം തുടങ്ങിയവയ്ക്കുള്ള ചെലവും അഞ്ചനുജന്മാരുടെ പഠിത്തം കൂടിയാകുമ്പോൾ കുറച്ച് ബുദ്ധിമുട്ടുതന്നെയായിരുന്നു. അഞ്ചാറുകൊല്ലങ്ങൾ അങ്ങിനെ കടന്നുപോയി.

അതിനിടയ്ക്ക് നാട്ടിലും വരും. അറിയാതെതന്നെ ഇടയ്ക്കിടയ്ക്ക് മനസ്സ് ബോംബെയിലേയും നാട്ടിലെയും ജീവിതങ്ങൾ താരതമ്യപ്പെടുത്തും. എത്ര വ്യത്യസ്തം!. എണ്ണതേച്ച് കുളത്തിൽ കുളിച്ച്, പ്രഭാതഭക്ഷണവും കഴിച്ച്, സുഖമായി പാടത്ത് പണിയെടുക്കുന്നതൊക്കെ നോക്കി, ഉച്ചയ്ക്കുള്ള ഊണും ഒരു മയക്കവുമൊക്കെ കഴിഞ്ഞ് രാത്രിയിലെ നിലാവും നക്ഷത്രങ്ങളും കണ്ടുകൊണ്ടുള്ള കിടത്തവും ഉറക്കവും നാട്ടിൽ സ്വസ്ഥം ജീവിതം. ബോംബെയിലാണെങ്കിലോ, എന്തിനെങ്കിലുമായി എപ്പോഴും ഓടിക്കൊണ്ടിരിക്കണം. കുറച്ചു സൗകര്യവും ഒരുപാടു മനുഷ്യരുമാവുമ്പോൾ, എല്ലാറ്റിനും ക്യൂ തന്നെ. ഓരോ ദിവസത്തേയും അധ്വാനം കഴിഞ്ഞ് തളർന്നുകിടക്കുമ്പോൾ ഉറങ്ങിപ്പോകുന്നതറിയില്ല.

എന്തായാലും അടുത്തതവണ ബോംബെയ്ക്ക് വണ്ടി കയറുമ്പോൾ കിട്ടുണ്ണിയും കൂടെ വന്നു. അവൻ പത്താം ക്ലാസ് പാസ്സായ കുട്ടിയല്ലേ!, കുറച്ചുകൂടെ മെച്ചപ്പെട്ട ജോലി കിട്ടാതിരിക്കില്ല. പ്രതീക്ഷിച്ചതുപോലെ തന്നെ കിട്ടുണ്ണിക്ക് ബോംബെ മുനിസിപ്പാലിറ്റിയിൽ ജോലികിട്ടി. ക്ലാർക്ക് തസ്തികയിലാണെങ്കിലും, ഉദ്യോഗക്കയറ്റത്തിന് സാധ്യതയുണ്ട്. കിട്ടുണ്ണിക്ക് ജോലികിട്ടിയതോടെ ധൈര്യമായി. എന്തെങ്കിലും ബിസിനസ്സ് നടത്തി, കുറച്ച് പണം സ്വരൂപിക്കുവാൻ കുറച്ചുകാലമായി ആഗ്രഹിക്കുന്നു. ശങ്കുണ്ണിയ്ക്കും ബോംബെയിൽ വരാൻ ആഗ്രഹം. അവനേയും കൂട്ടി. ജോലി ചെയ്തിരുന്ന ടെക്സ്റ്റൈൽസ് മില്ലിൽ നിന്ന് മൊത്തം വിലയ്ക്ക് തുണി വാങ്ങി, ചെറിയൊരു കട വാടകയ്ക്കെടുത്ത് വില്പന തുടങ്ങി. ഒരു കൊല്ലത്തോളം കച്ചവടം തകൃതിയായി നടന്നു. പിന്നീട് കടം വാങ്ങിയവരും മാസത്തുകകളായി തന്നുതീർക്കാമെന്നേറ്റ് തുണി

വാങ്ങിയവരും കടയിലേക്കെത്തിനോക്കാതായി. അവസാനം കടവാടക കുടിശ്ശികയായി. ഉള്ള തുണിത്തരങ്ങളുമെടുത്ത് ഉടമസ്ഥൻ കടപൂട്ടി. അങ്ങനെ ബിസിനസ്സ് മോഹവും തീർന്നുകിട്ടി. നാട്ടിലേക്ക് കുറച്ചധികം പണം അയച്ച് അവരുടെ ജീവിതം സുഖകരമാക്കാനുള്ള മോഹമൊക്കെ അസ്തമിച്ചു തുടങ്ങി. ഒരു ഗുണമുണ്ടായി. ഇക്കാലത്തിന്റെയുള്ളിൽ, എങ്ങിനെയോ ഒരു നല്ല സുഹൃദ്‌വലയം ചുറ്റുമുണ്ടായിരുന്നു. മലയാളി കൾക്ക് പുറമെ ഗുജറാത്തികളും, മറാഠികളും എല്ലാവരും അതിലുണ്ടാ യിരുന്നു.

## സ്വാതന്ത്ര്യസമരം

കാലക്കടലിന്റെ കുസൃതികൾ. അതുവരെയുണ്ടായിരുന്ന വ്യക്തി ഗത ജീവൽപ്രശ്നങ്ങളെയൊക്കെ, തൂത്തെറിഞ്ഞുകൊണ്ടൊരു കൊടുങ്കാറ്റ് വന്നെത്തി. മറ്റൊന്നുമല്ല. ഗാന്ധിജി ആഹ്വാനം ചെയ്ത ഇന്ത്യൻ സ്വാത ന്ത്ര്യസമരം തന്നെ. ആ ചുഴിയിൽ പെടാത്ത ഭാരതീയരാരുംതന്നെ ഉണ്ടാ യിരുന്നില്ല. നാട്ടിൽ പോകുമ്പോഴും അവിടത്തെ സ്വാതന്ത്ര്യസമര സേനാനികളോടൊത്ത് ധാരാളം സമയം ചെലവഴിക്കും. ഇ.എം.എസ് നമ്പൂതിരിപ്പാട്, എ.കെ.ജി, കുറൂർ നീലകണ്ഠൻ നമ്പൂതിരിപ്പാട്, (അദ്ദേഹം വരിക്കാശ്ശേരി മനയിലുള്ള സഹോദരിയെ കാണാൻ വരു മ്പോൾ ഞങ്ങളുടെ വീട്ടിലും വരുമായിരുന്നു) മായന്നൂർ ശങ്കർജി, കൊക്കത്ത് ശങ്കർജി തുടങ്ങിയവരുമായി നിരന്തരം സമ്പർക്കം പുലർത്തി യിരുന്നു.

മലയാളികളായ നേതാക്കൾവന്നു പ്രസംഗിക്കുന്നിടത്തെല്ലാം മല യാളികളുടെ മഹാസമുദ്രം. സമരത്തിനുള്ളിലായപ്പോൾ വീട്ടിലേയും നാട്ടിലേയും കാര്യങ്ങളൊക്കെ മാഞ്ഞുമറഞ്ഞുപോയി. അങ്ങിനെ, സ്വാത ന്ത്ര്യസമരത്തിൽ പങ്കെടുത്തതിന് എനിക്കും ലഭിച്ചു, ജയിൽ ജീവിതം. 1932 മാർച്ച് 15 മുതൽ കോയമ്പത്തൂർ, സേലം ജയിലുകളിലായി ഒരു വർഷവും ഒരാഴ്ചയും കഴിഞ്ഞു. 1933 മാർച്ച് മാസം 23-ാം തീയതി ജയിൽ മോചിതനുമായി. പക്ഷേ, ജയിലിലുള്ളവരാരും ഇതൊന്നും ഒരു ശിക്ഷ യായി എടുത്തിരുന്നില്ലെന്നുള്ളതാണ് വാസ്തവം. ഭാരതാംബയെ ബ്രിട്ടീഷ് ഭരണത്തിൽ നിന്നും അടിമത്തത്തിൽ നിന്നും രക്ഷിക്കാൻ എന്തും ചെയ്യാൻ തയ്യാറായിരുന്നു ജയിലിലുണ്ടായിരുന്ന ഓരോരുത്തരും. കേരളത്തിൽ നിന്നും വന്ന എ.കെ.ജിയും ഞങ്ങളുടെ കൂടെ അക്കാല ങ്ങളിൽ ജയിലിലുണ്ടായിരുന്ന എ.കെ. ഗോപാലൻ വാസ്തവത്തിൽ ഒരു തീപ്പൊരിയായിരുന്നു. വീറും വാശിയുമുള്ള എരിപൊരി പ്രസംഗങ്ങൾ എ.കെ.ജി.യുടെ ശൈലിയായിരുന്നു. മലബാറുകാരായതുകൊണ്ടാവാം ഞങ്ങൾ തമ്മിൽ ഒരു പ്രത്യേക അടുപ്പമുണ്ടായി. പിന്നീട് പാർട്ടിയാവ

ശ്യങ്ങൾക്കുവേണ്ടി പിരിവ് എടുക്കുമ്പോഴും ബോംബെയിൽ എന്നെ വന്ന് പ്രത്യേകം കാണാറുണ്ടായിരുന്നു.*

## ജീവിതം വഴിമാറുന്നു

ജയിൽജീവിതമൊക്കെ കഴിഞ്ഞ് പുറത്തിറങ്ങിയപ്പോൾ വീട്ടിലുള്ളവരുടെ കഷ്ടപ്പാട് നീക്കണമെന്നതിനു പകരം, നാട്ടുകാരുടേയും, കഷ്ടപ്പെടുന്ന ഓരോരുത്തരുടേയും പ്രശ്നങ്ങൾ തീർക്കാൻ സഹായിക്കണമെന്ന ആഗ്രഹമായി. അവിടന്നങ്ങോട്ട് ജീവിതത്തിന്റെ ഗതിമാറുകയായിരുന്നു. ജീവിതചക്രത്തിന്റെ സാരഥിയായിരുന്ന ഈശ്വരൻ എന്റെ രഥം വേറൊരു ദിശയിലേക്ക് തിരിച്ചുവിട്ടു. അത്രയുംകാലം ബോംബെയിൽ ജീവിച്ചിട്ടും ഈ വഴികളിൽ നിന്നൊക്കെ മനഃപൂർവ്വം വിട്ടുനിന്ന ഞാൻ എങ്ങിനെയോ ആ വഴിയിലെത്തി. അതെ, ബോംബെയിലെ സട്ട ബിസിനസ്സും, കുതിരപന്തയത്തിന്റെയുമൊക്കെയിടയിൽത്തന്നെ. കയ്യിലുള്ള പണം പെട്ടെന്ന് ഇരട്ടിപ്പിച്ച് പുറത്തുകടക്കാമെന്നാണ് വിചാരിച്ചിരുന്നത്. പക്ഷേ, ഭാഗ്യദേവതയുടെ ആദ്യമാദ്യമുള്ള കടാക്ഷങ്ങൾ ആ രംഗത്ത് എന്നെ ഉറപ്പിച്ചുനിർത്തി.

വാതുവെയ്ക്കലുകളിലൂടെയും നറുക്കെടുപ്പുകളിലൂടെയുമാണ് ബോംബെ നഗരത്തിൽ സട്ടബിസിനസ്സ് നടന്നുകൊണ്ടിരുന്നത്. ന്യൂയോർക്ക് കോട്ടൺ എക്സ്ചേഞ്ചിന്റെ ഓഹരിവില ഒരു ദിവസത്തിൽ രാവിലെയും രാത്രിയുമായി ആരംഭ വിലയും അവസാന വിലയും പ്രദർശിപ്പിക്കും. ഉദാ: 35.75 ഡോളർ. ഇതിന്നിടക്ക് ഒരു നിശ്ചിത തുകയടച്ച്, ആർക്കു വേണമെങ്കിലും വാതുവെയ്ക്കാം. ഓഹരിവില അവസാന തീർപ്പായി പ്രദർശിപ്പിക്കപ്പെടുന്നതിന്നിടയ്ക്ക് മൂവായിരവും നാലായിരവും മറ്റും ആൾക്കാർ വാതുവെയ്ക്കാനുള്ള സംഖ്യ അടച്ചിരിക്കും. അതിൽ നിന്നുതന്നെ രാവിലെ പ്രദർശിപ്പിച്ച സംഖ്യയുടെ എട്ടിരട്ടിയും, രാത്രി പ്രദർശിപ്പിക്കുന്ന സംഖ്യയുടെ ഒമ്പതിരട്ടിയും നറുക്കെടുപ്പിൽ ജയിച്ചവർക്ക് ലഭിക്കും. ബാക്കി തുക മുഴുവൻ സട്ടബിസിനസ്സ് നടത്തുന്നവർക്ക് സ്വന്തം. മനുഷ്യരുടെ ആഗ്രഹങ്ങളെ കരുവാക്കിക്കൊണ്ടുള്ളൊരു കളി തന്നെ. പരുത്തിമില്ലുകളുടെ ബിസിനസ്സ് നഗരമായ ബോംബെയിൽ ഈ ബിസിനസ്സും തഴച്ച് വളർന്നു. പോലീസിന് വേണമെങ്കിൽ കേസെടുക്കാം. പക്ഷേ, വരുമാനത്തിന്റെ ഒരോഹരി അവർക്കും കിട്ടുന്നതുകൊണ്ട് മുകളിൽനിന്ന് സമ്മർദ്ദമുണ്ടായാൽ പോലീസ് മുൻകൂട്ടി അറിയിച്ചുതന്നെ ഒരു നാടകമൊക്കെ കളിക്കും. സട്ട ബിസിനസ് നിയമ ലംഘനമായിരു

---

* എ.കെ. ഗോപാലന്റെ ജീവചരിത്രം.

ന്നാലും നടത്തപ്പെട്ടിരുന്നത് സത്യസന്ധമായിട്ടായിരുന്നു. ആരും ചതിക്കപ്പെട്ടിട്ടില്ല.

ക്രമേണ ലക്ഷ്മീദേവി എന്നേയും കടാക്ഷിച്ചു തുടങ്ങി. മാസംതോറും വലിയതോതിലുള്ളൊരു വരുമാനം ഉറപ്പായതോടെ, കിട്ടുണ്ണിയും ഞാനും കൂടി ആദ്യം ചെയ്തത് അമ്മയ്ക്ക് പണം അയക്കലായിരുന്നു. ആദ്യംതന്നെ ഒരായിരം രൂപ പോസ്റ്റോഫീസ് വഴി മണിയോർഡറായി അയച്ചു. മണിയോർഡറുമായി കാക്കിവേഷധാരിയായ പോസ്റ്റ്മാൻ വീട്ടിൽ വന്നപ്പോൾ അമ്മ പേടിച്ചുപോയ കഥയൊക്കെ രാഘവൻ പിന്നീട് പറഞ്ഞ് കുറേ ചിരിച്ചിട്ടുണ്ട്. ആദ്യത്തെ തവണ ആ വീട്ടിൽ പത്തുരൂപയുടെ നൂറുനോട്ടുകളിലായി ഒരായിരംരൂപ വന്നത് അക്കാലത്ത് ഒരു സംഭവമായിരുന്നു. പാർവതിയമ്മയെ അന്വേഷിച്ച് യൂനിഫോമിട്ട ഒരാൾ കയറിവന്നത് ശുദ്ധഗതിക്കാരിയായ അമ്മയ്ക്ക് അങ്കലാപ്പുണ്ടാക്കി. സ്വാതന്ത്ര്യസമരത്തിലേർപ്പെടുന്നവരെ അന്വേഷിച്ചാണ് സാധാരണ യൂനിഫോമിട്ട പോലീസുകാരെത്തിയിരുന്നത്. അമ്മയുടെ മൂത്തരണ്ടു മക്കളും സ്വാതന്ത്ര്യസമര പ്രവർത്തകരാണല്ലോ. പക്ഷേ, നല്ലവനായ പോസ്റ്റ്മാൻ വിവരിച്ചുകൊടുത്തു, ഇത് അമ്മയുടെ ബോംബെയിലുള്ള മക്കൾ അയച്ചുതന്ന പണമാണ്. ഒന്നൊപ്പിട്ടു തന്നാൽ മതി. അമ്മയ്ക്ക് വായിക്കാനും എഴുതാനും അറിയില്ലായിരുന്നു. സ്ത്രീകൾക്ക് വിദ്യ നിഷേധിക്കപ്പെട്ട കാലം. എങ്ങിനെയാണ് ഒപ്പിടേണ്ടതെന്നറിയാതെ നിന്നപ്പോഴേക്കും, രാഘവൻ ഊണുകഴിയ്ക്കാനെത്തി. ഫോം വാങ്ങി അമ്മയ്ക്കുവേണ്ടി ഒപ്പിട്ട്, പണം വാങ്ങി അമ്മക്ക് നൽകി.

ന്യൂയോർക്ക് കോട്ടൺ എക്സ്ചേഞ്ച് ഓഹരിവില പ്രദർശിപ്പിക്കുന്ന പതിവ് 1961ൽ നിർത്തലാക്കി. സട്ട ബിസിനസ്സ് പിന്നീട് മാറി. അത് മട്കയായി. മട്ക ബിസിനസ്സ് ആയപ്പോഴേക്കും ഞാൻ പിൻമാറിയിരുന്നു. സട്ട മാറി മട്കയായ കാലത്ത്, ഈ മാറ്റത്തിന് പ്രധാനമായും കാരണക്കാരനായി കേട്ടിരുന്നത് ഒരു രത്തൻ ഖാത്രിയുടെ പേരാണ്. മട്ക എന്നു പറയുമ്പോൾ, മറ്റൊന്നുമല്ല, ഒരു വലിയ മൺകുടത്തിൽ ഏതെങ്കിലും ഉല്പന്നങ്ങളുടെ, ആരംഭവിലകളും അവസാനവിലകളും എഴുതിയിട്ടിരിക്കും. ഒരാൾ മട്കയിൽനിന്ന്, ഒരു കടലാസ് വലിച്ചെടുക്കുന്നു. അതാണ് ജയിക്കുന്ന സംഖ്യ. പിന്നീട് ഈ ബിസിനസ്സിനും രൂപമാറ്റങ്ങളൊക്കെ സംഭവിച്ചുകൊണ്ടിരുന്നു. പിന്നീട് ശീട്ടുകളിയിലേക്കാണ് പോയത്. പണത്തിനുള്ള ദാരിദ്ര്യമൊക്കെ മാറി, പണം എന്നിലേക്ക് ഒഴുകിയെത്താൻ തുടങ്ങി. എന്നെ സന്തോഷിപ്പിച്ചകാര്യം പരിചയമുള്ള ആരു ചോദിച്ചാലും ഒരു വിഷമവുമില്ലാതെ പോക്കറ്റിൽ നിന്ന് പണം എടുത്തുകൊടുക്കാൻ സാധിക്കുന്നുണ്ടെന്നതാണ്. പോക്കറ്റിൽ നിറയെ എപ്പോഴും

പണം. എങ്ങിനെയാണ് ഇത് കൊണ്ടുനടക്കുക എന്നൊന്നും എനിയ്ക്കൊരു രൂപവുമില്ല. എല്ലാം കിട്ടുണ്ണിയോട് ചർച്ചചെയ്യും. നാട്ടിലേക്ക് പണം അയച്ചുകൊടുക്കാനും അവിടെ കുറച്ച് വസ്തുവകകൾ വാങ്ങാനും അങ്ങിനെയാണ് തീരുമാനിച്ചത്. തുറക്കപ്പെടാതിരുന്ന വാതിൽ പെട്ടെന്ന് തുറക്കപ്പെട്ട്, അതിലൂടെ എവിടെനിന്നോ പണം ഒഴുകി എത്തുന്നതു പോലെ. അല്ലെങ്കിൽ ഇത്രയുംകാലം ഈ നഗരത്തിൽ ഞാനെത്ര ബുദ്ധി മുട്ടി?

എന്തായാലും നാട്ടിൽ ഗോവിന്ദനോട് ശട്ടം കെട്ടി പറമ്പും തൊടികളും പാടവുമായി, കുറച്ച് വസ്തുവകകൾ വാങ്ങിക്കൂട്ടി. കിട്ടുണ്ണിയാണ് അക്കാര്യത്തിൽ ബുദ്ധികാണിച്ചതെന്ന് പറയാതിരിക്കാൻ വയ്യ. കുറച്ച് പണം അധികം വരുന്നുവെന്ന് കണ്ടാൽ അവൻ ഉടൻ ഗോവിന്ദനെഴുതും. നാട്ടിൽ നല്ലൊരു സ്ഥലം അഡ്വാൻസ് കൊടുത്ത് നിർത്തിയിരിക്കയാണെന്നും, ഉടനെ കുറച്ച് പണം അയക്കണമെന്നും പറഞ്ഞ് ഒരു കത്തെഴുതിക്കും. ഗോവിന്ദന്റെ കത്തുമാത്രമെ തന്നെ കാണിക്കൂ. അതു കാണുമ്പോൾ പിന്നെ ഒന്നും ആലോചിക്കില്ല. നാട്ടിലേക്കാവശ്യമുള്ള തുക ഉടനെ അയക്കാൻ കിട്ടുണ്ണിയോട് ശട്ടംകെട്ടും. പിന്നിൽ നടന്നിരുന്ന ഈ നാടകമൊക്കെ, വർഷങ്ങൾക്കുശേഷമുള്ള നാട്ടിൽ പോയകാലത്തെ ചർച്ചകളിൽ നിന്നാണറിഞ്ഞത്.

## നായർസാബ്

അതിന്നിടക്ക് ബോംബെയിൽ മാട്ടുംഗയിൽ ശ്രദ്ധാനന്ദറോഡിൽ സാമാന്യം വലിയൊരു വീട് (കുഞ്ച് വിഹാർ) വാടകക്കെടുത്തു. ഒരു പാചകക്കാരനേയും വെച്ചു. സ്റ്റുഡി ബേക്കർ കാറുവാങ്ങി. രാത്രി അസമയത്തൊക്കെയാണ് തിരിച്ചു വരിക. കാറിൽ യാത്ര, പോക്കറ്റിൽ ധാരാളം പണം, അത്യാവശ്യക്കാരെ സഹായിക്കാൻ മടിയില്ലായ്മ. എല്ലാം കൂടിയായപ്പോൾ എനിക്ക് ചുറ്റും ഒരു ആരാധകവൃന്ദവും വന്നു. പാവം രാവുണ്ണി മാറി, നായർസാബായി. ആരിട്ട പേരാണോ ആവോ? പണത്തിനുമീതെ ഒരു പരുന്തും പറക്കില്ല എന്ന് പറയുന്നത് ശരിയാണ്. പോലീസ് കമ്മീഷണർ തന്റെ അതിഥിയായി വല്ലപ്പോഴും വീട്ടിൽ വരാറുണ്ട്. ഒന്നിനേയും കൂസാത്ത തന്റെ പ്രകൃതമാണ് കമ്മീഷണറെ ആകർഷിച്ചതെന്നാണ് അദ്ദേഹം പറയാറുള്ളത്. താഴെത്തട്ടിലുള്ളവർക്കെല്ലാം വേണ്ട സഹായങ്ങളും കിട്ടിത്തുടങ്ങിയപ്പോൾ ആ ലോകത്ത് ഞാനൊരു വി.ഐ.പി.യായി. അനർഹനാണെന്നറിഞ്ഞിട്ടും ചില ദിവസങ്ങളിൽ എന്റെ കാർ വരുമ്പോൾ പോലീസ് തനിക്കുവേണ്ടി ഗതാഗതം നിയന്ത്രിക്കൽ വരെ കാര്യങ്ങളെത്തി. അതോടൊപ്പം ജോലി അന്വേഷിച്ച് ബോംബെയിലെത്തുന്ന

നാട്ടുകാരും എന്നെത്തേടി വന്നുതുടങ്ങി. സമ്പാദ്യമൊന്നുമില്ലാതിരുന്ന കാലത്ത് ബോംബെയിലെത്തുന്ന നാട്ടുകാർ ആദ്യം തന്റെ അടുത്തു തന്നെയാണെത്താറുള്ളത്. പക്ഷേ, അന്ന് അവർക്ക് ബോംബെ ജീവിതത്തിനെപ്പറ്റി വിവരങ്ങൾ പറഞ്ഞുകൊടുക്കലും താമസം ഭക്ഷണം, ജോലി എന്നതിനൊക്കെ എന്തു ചെയ്യണമെന്ന നിർദ്ദേശങ്ങൾ നൽകലും മാത്രമേ എന്നെക്കൊണ്ട് ചെയ്യാൻ സാധിച്ചിരുന്നുള്ളു. അക്കാലത്ത് അത്തരം സഹായങ്ങൾ തന്നെ ധാരാളം. ഭാഷയറിയാതെ, കയ്യിൽ കാശൊന്നുമില്ലാതെ എന്തെങ്കിലും ഒരു ജോലി കിട്ടിയിട്ടേ ഇനി നാട്ടിലേക്കുള്ളു എന്ന ലക്ഷ്യത്തോടെ, എത്തുന്നവർക്ക് ആത്മാർത്ഥതയോടെ ഞാൻ നൽകുന്ന നിർദ്ദേശങ്ങൾക്ക് വലിയ വിലയായിരുന്നു. കുറച്ച് പണവും താമസിക്കാൻ ഒരു വീടും കയ്യിൽ വന്നതോടെ, ബോംബെയിലെത്തുന്ന നാട്ടുകാരെ മനസ്സറിഞ്ഞ് സഹായിക്കാൻ എനിക്ക് കൂടുതൽ സൗകര്യമായി.

നാട്ടിൽനിന്ന്, ആരുവന്നാലും ജാതിമത പ്രശ്നങ്ങളൊന്നും നോക്കാതെ, വീട്ടിൽ താമസിക്കാനനുവദിച്ചു. പാചകക്കാരോട് – (പട്ടാമ്പിക്കാരൻ ശങ്കരൻ നായരും പെരിങ്ങോട്ടുകാരൻ അച്യുതൻ നായരും) ആവശ്യത്തിന് ഭക്ഷണം നൽകണമെന്ന് നിർദ്ദേശിച്ചു. ഒരു ജോലി കിട്ടുന്നതുവരെ മാത്രമായിരുന്നു ഈ സൗജന്യം. അതിന്നിടക്ക് ജോലി തേടി അലയുന്നതിനും ചിലർ കൈ നീട്ടിക്കൊണ്ടിരുന്നു. കയ്യിലുള്ളതുകൊടുക്കും. ജോലി കിട്ടിയാൽ തിരിച്ചുതരുമെന്ന വാഗ്ദാനമൊക്കെയുണ്ടാകും. പക്ഷേ, വേണ്ടത്ര വിദ്യാഭ്യാസ യോഗ്യതയില്ലാത്തവർക്ക്, തീരെ വരുമാനം കുറഞ്ഞ ജോലി യല്ലേ ലഭിക്കൂ. കയ്യിലുള്ളതൊക്കെ ഒരു നാട്ടിൽപ്പോകലിൽ തീരുകയും ചെയ്യും.

ഞാൻ വിചാരിച്ച, ആഗ്രഹിച്ച വഴിയിൽ കൂടിയല്ല, ലക്ഷ്യത്തിലേക്കെത്തിയത്. വിധിയാണ് എനിക്കീപാത തിരഞ്ഞെടുത്തുതന്നത്. എങ്കിലും എന്തുദ്ദേശിച്ചാണോ നാടുവിട്ടത്, അതിലേക്ക് ഞാൻ എത്തപ്പെട്ടിരിക്കുന്നു. വഴിയിലെ ദുർഘടങ്ങൾ എന്റെ മാത്രം പ്രശ്നങ്ങളാണല്ലോ? വീട്ടുകാർക്കും നാട്ടുകാർക്കും ഒരു താങ്ങും തണലുമാവണം. അവരുടെ ജീവിതം വെറും നിലനിൽപ്പിൽ നിന്ന് മെച്ചപ്പെടണം. ഇതു മാത്രമാണ് എന്നെ നാടുവിടാനും, നല്ല ജോലിയൊന്നുമില്ലാതെയും ബോംബെയിൽ പിടിച്ചു നിൽക്കാനും പ്രേരിപ്പിച്ചതും. 'വീട് ഒരു സത്രം പോലെ ആയല്ലൊ, ഏട്ടാ.' ഇടക്കിടെ സന്ദർശനത്തിനെത്തുന്ന കിട്ടുണ്ണി, വലിയ തൃപ്തിയില്ലെന്നറിയിക്കാറുണ്ട്. അവൻ താമസിക്കുന്നത് മുൻസിപ്പാലിറ്റി ഉദ്യോഗസ്ഥർക്ക് നൽകുന്ന ക്വാർട്ടേഴ്സിലാണ്? 'ഞാനും അവരെപ്പോലെയായിരുന്നില്ലേടാ, നല്ല വരുമാനമുണ്ടാകുന്നതുവരെ.' അവരുടെ

യൊക്കെ മുഖത്ത് മുദ്രവെച്ചിട്ടുള്ള നിസ്സഹായതാബോധത്തിൽ എന്നെ ത്തന്നെയാണ് ഞാൻ കാണുന്നത്. 'കണ്ടില്ലെന്നു നടിച്ച് വേണമെങ്കിലി രിക്കാം. പക്ഷേ, നമ്മുടെ അച്ഛനും, അമ്മയും അതല്ലല്ലോ നമ്മളെ പഠി പ്പിച്ചത്? പറ്റുന്നതുവരെ പോകട്ടെ.' 'ഏട്ടന്റെ ഇഷ്ടം.' കിട്ടുണ്ണി പറയും.

ഈ ബിസിനസ്സിൽ ഓരോരുത്തർക്കും പ്രത്യേകം പ്രത്യേകം സ്ഥലങ്ങൾ തിരിച്ചുതന്നിരുന്നു. ബോംബെയിലെ പരേൽ, നായ്ഗാം, ദാദർ, സയോൺ, മാട്ടുംഗ, വർലി എന്നിവയായിരുന്നു എന്റേതായി നീക്കി വെക്കപ്പെട്ടത്. ബിസിനസ്സിന്റെ കണക്കുകൾ സൂക്ഷിക്കുവാനും ഏജന്റു മാരായും ഒരുപാടുപേർ ജോലി ചെയ്തിരുന്നു. ജോലിയന്വേഷിച്ചെത്തുന്ന മലയാളികൾക്കും അല്ലാത്തവർക്കും ജോലി കൊടുത്തു. ഈ സ്ഥല ങ്ങളിലെല്ലാം ഞാനെന്ന നായർസാബ് ഒരറിയപ്പെടുന്ന വ്യക്തിയായി. റെയിൽവേ സ്റ്റേഷനിലിറങ്ങി, ടാക്സിക്കാരോട് അഡ്രസ്സ് കാണിച്ചു കൊടുക്കുമ്പോൾ തന്നെ, അവർ പറയും "നായർസാബ്കാ ഖർ ഹൈനാ?"

## വിവാഹം

ഒഴുകിയെത്തുന്ന പണം നല്ല രീതിയിൽ മുതൽ മുടക്കാനുള്ള ചർച്ചകൾക്കായി നാട്ടിൽനിന്നും മറ്റനുജന്മാരും, ഒന്നുരണ്ടു തവണ അമ്മയും വന്നു. കൂടുതൽ ബിസിനസ്സ് ഉദ്യമങ്ങളിലേക്ക് തിരിയാൻ എല്ലാ വരും കൂടി തീരുമാനമെടുത്തു. പക്ഷേ, അത്തരം യാതൊരു ബിസി നസ് സ്ഥാപനങ്ങളും നോക്കിനടത്താനുള്ള ചുമതല ഏറ്റെടുക്കാൻ സാധ്യമല്ലെന്ന് ഞാൻ വ്യക്തമാക്കി. കിട്ടുണ്ണിയ്ക്കാണ് അതിനൊക്കെ സാമർത്ഥ്യമുള്ളത്. പക്ഷേ, അവന്റെ ജോലി പെൻഷൻ ലഭിക്കുന്നതാ ണ്. അതുകൊണ്ട് ജോലി രാജിവെച്ച് ബിസിനസ് ഉദ്യമങ്ങളുടെ ചുമ തല വഹിക്കാൻ നിർബ്ബന്ധിക്കുവാൻ എനിക്ക് താല്പര്യമില്ലായി രുന്നു. ചുറ്റുപാടുകളും കാര്യങ്ങളുടെ കിടപ്പും പരിഗണിച്ച് കിട്ടുണ്ണി തന്നെ ആ തീരുമാനമെടുക്കുകയായിരുന്നു.

അപ്പോഴേക്കും കിട്ടുണ്ണിയുടെ വിവാഹം കഴിഞ്ഞിരുന്നു. നാട്ടിൽ മുറപ്പെണ്ണിന്റെ സ്ഥാനത്തുള്ള വാച്ചാക്കര തറവാട്ടിലെ ലക്ഷ്മിയെയാണ് വിവാഹം കഴിച്ചത്. ഞങ്ങൾ ഏഴാൺമക്കളിൽ അവന്റെ വിവാഹമായി രുന്നു ആദ്യം. ചിട്ടകൾക്കുള്ളിലൊതുങ്ങിനില്ക്കാത്ത ഞാൻ വിവാഹ ജീവിതത്തിലേക്ക് പ്രവേശിക്കുന്നത് ഉചിതമാവില്ലെന്നായിരുന്നു എന്റെ നിഗമനം. ഏതായാലും കിട്ടുണ്ണി ചുമതലയേറ്റെടുത്തതോടെ വി.കെ. മേനോൻ നടത്തിയിരുന്ന എക്സൽസിയർ ഫിനിഷിംഗ് പ്രൊഡക്ട്സ്, വാട്ടർമാൻപെൻസ് എന്നീ ബിസിനസ് സ്ഥാപനങ്ങളിൽ ഞങ്ങളും പങ്കാ

ളികളായി. വി.ആർ.ഇ. & ബ്രദേഴ്സ് എന്ന പേരിലാണ് കമ്പനി രജിസ്റ്റർ ചെയ്തത്. അച്ഛന്റെ മരണം മുതൽക്ക് ഏഴുമക്കളും എല്ലാ തീരുമാനങ്ങളിലും ഒറ്റക്കെട്ടായിരുന്നുവെന്നതായിരുന്നു ആശ്വാസകരമായിരുന്ന വസ്തുത. ആദ്യത്തെ ബിസിനസ്സ് സംരംഭം വിജയക്കൊടി പാറിച്ചതോടെ എല്ലാവരുടേയും ആത്മവിശ്വാസവും ഉത്സാഹവും വർദ്ധിച്ചു.

അടുത്തത് ബോംബെയിൽ വസ്ത്രവിപണന മേഖലയായിരുന്നു. പെരിങ്ങോടും ഒരു വലിയ നെയ്ത്തുശാല തുടങ്ങി, ഒരു വലിയ തുണിക്കടയും. ചുറ്റുപാടുമുള്ള സ്ഥലങ്ങളിലേയ്ക്കൊക്കെ ധാരാളം തുണിത്തരങ്ങൾ അവിടെനിന്ന് പോയിരുന്നു. അതിനുപുറമേ, ഒരു ബീഡിയുല്പാദനശാലയും അവിടെത്തന്നെ തുടങ്ങി. മനിശ്ശേരിയിലും ഒരു മരപ്പേട്ടയും, കത്തി നിർമ്മിക്കുന്ന യൂണിറ്റും തുടങ്ങി. നാട്ടിൽ കുറച്ചെങ്കിലും വിദ്യാഭ്യാസയോഗ്യതയുള്ളവരെയൊക്കെ വിളിച്ചുവരുത്തി. അധികപേരും പല വഴിക്കുള്ള ബന്ധുക്കളും മിത്രങ്ങളുമായിരുന്നു. ബോംബെയിലെത്തിയ മിക്കവരും എന്റെ വീട്ടിൽതന്നെ താമസവും തുടങ്ങി. നാട്ടുകാരും നന്നാവട്ടെ. കാഞ്ചീപുരത്തും മറ്റും ദൂരെയുള്ള സ്ഥലങ്ങളിലും യാത്രചെയ്ത് പട്ടുസാരികളും മറ്റും തിരഞ്ഞെടുത്തിരുന്നത് കിട്ടുണ്ണിതന്നെയായിരുന്നു.

അതിനിടയ്ക്ക് നാട്ടിലെ തറവാടൊക്കെ പൊളിച്ച് അവിടെത്തന്നെ ഒരു രണ്ടുനിലമാളികയും പത്തായപ്പുരയും പടിപ്പുരയും കൊട്ടിലുമെല്ലാം നിർമ്മിച്ചു. പത്തായപ്പുരയിലെ രണ്ടു മുറികൾക്കും കോണി മുറിയ്ക്കും മുന്നിലുള്ള കമ്പിയിട്ട വലിയ വരാന്തയാണ് എനിക്കിപ്പോഴും ഇഷ്ടം. നല്ല കാറ്റും വെളിച്ചവും കിട്ടും. ടോയ്‌ലറ്റ് സൗകര്യത്തിന് ഓവറകളാണ് അന്നത്തെ രീതി. വലിയൊരു ഓട്ടുകിണ്ടിയിൽ വെള്ളമാണ് പൈപ്പ്. അതിന്നിടക്ക് അമ്മയുടെ രണ്ടുമൂന്നു ബോംബെ സന്ദർശനങ്ങൾ കഴിഞ്ഞപ്പോൾ, വിവാഹത്തിന്റെ കുരുക്കിൽനിന്ന് രക്ഷപ്പെടാൻ എനിക്കും കഴിഞ്ഞില്ല. അങ്ങിനെയാണ് 1938ൽ ഒറ്റപ്പാലത്തിനടുത്ത് കിഴൂരെന്ന ഗ്രാമത്തിൽ നിന്ന് കുണ്ടുള്ളി വീട്ടിലെ കല്യാണി എന്റെ ജീവിതത്തിലേക്ക് കടന്നുവന്നത്. കാഴ്ചക്കു നല്ല അന്തസ്സായിരുന്നു. ശുദ്ധനാട്ടിൽപുറത്തുകാരി. ഗോവിന്ദന്റേയും എന്റെയും വിവാഹങ്ങൾ ഒരു ദിവസമായിരുന്നു. ഗോവിന്ദന്റെ ഭാര്യ നാരായണി ചേലക്കര തോന്നൂർക്കരയിലെ പേരാം പറ്റഞ്ഞാലിൽ കിഴക്കേതിൽ തറവാട്ടിലേയായിരുന്നു. ടീച്ചേഴ്സ് ട്രെയിനിംഗ് ഒക്കെ കഴിഞ്ഞവളായിരുന്നു. അവരുടേത് ഒരു സാത്വിക കുടുംബമായിരുന്നു. കർക്കിടകത്തിലും വൃശ്ചികത്തിലും പതിന്നാലു ദിവസങ്ങൾ ഗണപതിഹോമം നടത്തിവരുന്ന ഒരു കുടുംബം. തോന്നൂർക്കരയിൽ നിന്ന് വിവാഹം കഴിഞ്ഞ് എട്ടു നാഴിക വഴി നടന്ന് ഗോവിന്ദന്റെ കല്യാണ പാർട്ടി നേരത്തെ വീട്ടിനടുത്തെത്തിയിരുന്നെങ്കിലും, തന്റെ

വിവാഹ പാർട്ടി വരുന്നതുവരെ വീട്ടിൽക്കയറാതെ കാത്തിരുന്നു. ഞാനാണല്ലോ കാരണവർ?

അമ്മയുടെ മുഖത്ത് അക്കാലങ്ങളിൽ നല്ല സന്തോഷം കാണാമായിരുന്നു. സ്വത്തുണ്ടാവുന്നതിനെക്കാൾ, കുടുംബം വലുതായിക്കാണാനാണ് അമ്മ ആഗ്രഹിച്ചിരുന്നത്. അധികം താമസിയാതെത്തന്നെ ശങ്കുണ്ണിയുടെ വിവാഹവും നടത്തി. ഞങ്ങൾ ഏഴുപേരിൽ ശങ്കുണ്ണിയ്ക്കായിരുന്നു അധികം ഉയരം. ഒരു സ്ഥിരോത്സാഹിയാണ് അവൻ. നാട്ടിൽ വലിയതോതിലുള്ള ഏതു കാര്യങ്ങളും തന്റേടത്തോടുകൂടി നടത്താൻ അവൻ മുന്നിൽ നിൽക്കും. ധൈര്യം കൂടുതലായി, ചിലപ്പോൾ ആലോചിക്കാതെ എടുത്തുചാട്ടവുമുണ്ട്. സൂത്രപ്പണികളൊന്നുമില്ല. എല്ലാം വളരെ വിസ്തരിച്ച് ചെയ്തുതീർക്കും. നല്ലൊരു സംഗീതപ്രേമിയുമായിരുന്നു അവൻ. പാറക്കൽ വീട്ടിൽ ലക്ഷ്മിക്കുട്ടിയായിരുന്നു അവന്റെ വധു. നാട്ടിൽ കൃഷിയിൽ ഏറെ താല്പര്യം കാണിച്ചിരുന്നത് ഗോവിന്ദനും ശങ്കുണ്ണിയുമാണ്. മനിശ്ശേരിയിൽ സമ്പാദിച്ചുകൂട്ടിയതിനുപുറമേ, ഞങ്ങളുടെ ജന്മസ്ഥലമായ പെരിങ്ങോടും കുറച്ച് വസ്തുവകകൾ വാങ്ങിച്ചിരുന്നു. മനിശ്ശേരിയിലെ കൃഷിയും കാര്യങ്ങളും ഗോവിന്ദനും, പെരിങ്ങോട്ടെ കൃഷിയും മറ്റുകാര്യങ്ങളും ശങ്കുണ്ണിയും ശ്രദ്ധിച്ചു, ഒരു കാര്യത്തിൽ വളരെ സന്തോഷമുണ്ട്. അവർ രണ്ടാളും കൃഷി നടത്തിക്കുന്നതിൽ പ്രത്യേകം ആനന്ദം കണ്ടെത്തിയവരായിരുന്നു.

ഗോവിന്ദന് എല്ലാ കാര്യങ്ങളിലുമെന്നപോലെ കൃഷിയിലും ഒരു വിശാലമായ കാഴ്ചപ്പാടായിരുന്നു, ആ നാട്ടിലെ കൃഷിക്കാർ ചെയ്യുന്ന എല്ലാ കൃഷിയും സാമാന്യം വലിയ തോതിൽ ചെയ്യും. എങ്കിലും മാവിന്റെ കാര്യത്തിൽ അവനൊരു പ്രത്യേക താല്പര്യമായിരുന്നു. കുണ്ടുപറമ്പ് എന്ന വളപ്പിൽ സാധാരണ മാവുകൾക്ക് പുറമേ, നീലം, സേലൻ, മൂവാണ്ടൻ തുടങ്ങി മറുനാടൻ മാവുകളും വളരെ നിഷ്കർഷയോടെ വെച്ചുപിടിപ്പിച്ചിരുന്നു. ശങ്കുണ്ണിയ്ക്ക് കൃഷിയുടെ മർമ്മം അറിയാമെന്ന് തോന്നും, അവന്റെ കൃഷിസ്ഥലങ്ങൾ കണ്ടാൽ. വീട്ടിൽ നിന്ന് അധികം ദൂരെയല്ലാതെ അവൻ വളർത്തിയെടുത്ത ഒരു പറമ്പ് ഏതാണ്ട് ഒന്നര ഏക്കർ വരും. അതിൽകൂടി ഒന്നു നടന്നുപോന്നാൽ, അരിയും പല വ്യഞ്ജനങ്ങളുമൊഴികെ ഒരു നൂറുപേർക്കുള്ള സദ്യയ്ക്കുവേണ്ട ബാക്കി എല്ലാ സാധനങ്ങളും - ചെറുനാരങ്ങ, കറിവേപ്പില മുതൽ സദ്യ വിളമ്പാനുള്ള ഇലവരെ ലഭിക്കും. എല്ലാ ചെടികളുടേയും ചുവടൊക്കെ നല്ലപോലെ കിളച്ച്, കൊട്ടത്തേക്ക് വഴി വെള്ളം നനച്ച്, എപ്പോഴും പച്ചച്ചു നില്ക്കുന്ന ആ വളപ്പിലൂടെയുള്ള ഒരു നടത്തം, ദേഹത്തിനും മനസ്സിനും ഒരുപോലെ സന്തോഷകരം. അതിലൂടെയൊക്കെ നമ്മളെ കൊണ്ടുപോ

വാനും എല്ലാം കാണിച്ചുതരാനും ശങ്കുണ്ണിക്ക് എന്തൊരഭിമാനമായിരുന്നു. വൃത്തിയായില്ലെങ്കിൽ നല്ല ശാസനയാണ് പണിക്കാർക്ക്. നേരാംവണ്ണം ജോലിചെയ്യാത്തവരെ മാറ്റിനിർത്തി, നെൽകണ്ടത്തിലായാൽ പോലും സ്വയം ഇറങ്ങി പണിചെയ്തുകാണിക്കും. അതുകൊണ്ട് പണിക്കാർക്കൊക്കെ വലിയ ഭയമാണ്. വീട്ടിൽ എച്ചുട്ടി (ലക്ഷ്മിക്കുട്ടി) യോടും മക്കളോടും അങ്ങിനെത്തന്നെ. വീടുകണ്ടാലറിയാം, ഒരദ്ധ്വാനിയുടെ വീടാണെന്ന്.

കണക്ക് പഠിക്കുവാൻ നാണുവിനേ ഒഴിച്ചേ ആരുമുണ്ടായിരുന്നുള്ളു. നാണു പഠിത്തത്തിൽ, കണക്കിൽ പ്രത്യേകിച്ചും മിടുക്കനായിരുന്നു. മനിശ്ശേരിക്കടുത്തുതന്നെയുള്ള കവളപ്പാറ സ്കൂളിൽ അധ്യാപകന്റെ ജോലിയാണ് അവൻ ആദ്യം ഏറ്റെടുത്തത്. പക്ഷേ, അവൻ അധ്യാപക ജോലിയിൽ ഒട്ടും തൃപ്തനല്ലായിരുന്നു. അതിനിടക്ക് മദ്രാസിൽ ഒരു വലിയ കമ്പനിയിലും നാണുവിന് ജോലി കിട്ടിയിരുന്നതാണ്. ഞങ്ങളുടെ ആരുടേയും മനോധൈര്യമൊന്നും അവന് കിട്ടിയിട്ടില്ല. ഒരു തീരുമാനവും സ്വന്തം എടുക്കാറില്ല. എപ്പോഴും ഗോവിന്ദനാണ് ശരണം. ഏട്ടാ-ഏട്ടായെന്ന് വിളിച്ചുകൊണ്ടിരിക്കും, ഏതു നിസ്സാരകാര്യത്തിനും. അവന് ബിസിനസ്സിലാണ് താല്പര്യമെന്നറിഞ്ഞ്, ഒരു രണ്ടുനില കെട്ടിടം മനിശ്ശേരി റോഡ് വക്കത്തുതന്നെ ശരിയാക്കിക്കൊടുത്തു. ചുറ്റുമുള്ള നാലഞ്ചു ഗ്രാമങ്ങളിലേക്കുള്ള അരിയും പലവ്യഞ്ജനങ്ങളും മറ്റും മൊത്തവിലയ്ക്ക് നൽകുന്ന കടയായിരുന്നതുകൊണ്ട് സാമാന്യം നല്ല നിലയിൽ പോയ്ക്കൊണ്ടിരുന്നു. പിന്നീട് ഒറ്റപ്പാലത്തേക്കുള്ള പഞ്ചസാര റേഷനിംഗ് നാണുവിന്റെ കടവഴിയായപ്പോൾ കച്ചവടം ഒന്നുകൂടി മികച്ചതായി. പെരിന്തൽമണ്ണയിൽ എരവിമംഗലത്ത് കൊല്ലരുതൊടിയിൽ നിന്നായിരുന്നു നാണുവിന്റെ ഭാര്യ ജാനകി. അധികാരികളും സ്കൂൾ അധ്യാപകരുമൊക്കെയുള്ള വീടായിരുന്നു അവരുടേത്.

ഞാൻ നാട്ടിലേക്ക് പണം അയയ്ക്കാൻ തുടങ്ങിയതുമുതൽ ഗോപാലന്റെയും രാഘവന്റേയും പഠിത്തത്തിന് ബുദ്ധിമുട്ടുണ്ടായില്ല. അവരുടെ രണ്ടാളുടേയും പഠിത്തം ശരിക്കു പറഞ്ഞാൽ, കുറച്ചുകാലത്തേക്ക് നിർത്തിവെയ്ക്കേണ്ടി വന്നിരുന്നു. ഫീസുകൊടുക്കാനും മറ്റും പണം തന്നെ വേണമല്ലോ? വീട്ടിൽ കൃഷിയുണ്ടെന്ന് പറഞ്ഞിട്ടൊന്നും കാര്യമില്ല. ആദ്യമായി ഒരായിരം രൂപ ഒന്നിച്ചയയ്ക്കാൻ സാധിച്ചപ്പോൾ, മനസ്സിൽ തോന്നിയത് ഗോപാലന്റെയും രാഘവന്റെയും പഠിത്തം എന്തു വന്നാലും തുടരണമെന്നായിരുന്നു. അതുകൊണ്ടുതന്നെ മണിയോർഡർ ഫോമിൽ എഴുതി അയച്ചു. 'ഗോപാലനും രാഘവനും പഠിത്തം തുടരട്ടെ ഇതുപോലുള്ള തുക എല്ലാ മാസവും അയച്ചുതരാം" അതു

വായിച്ചു കൊടുത്തപ്പോൾ അമ്മ കരഞ്ഞുകൊണ്ട് ചിരിച്ചുവെന്നാണ് രാഘവൻ പറയാറ്. അല്ലെങ്കിലും അവൻ എല്ലാ കാര്യങ്ങളും ഒരു നർമ്മ ബോധത്തോടെയാണ് നോക്കിക്കാണാറ്. അവന്റെ ജീവിതം ആദ്യം മുതല്ക്കുതന്നെ ഒരു ചുവന്ന പരവതാനിയിലൂടെയാണ് പിച്ചവെച്ചുതുടങ്ങിയത്.

ബാന്ദ്രയിൽ ഗോപാലൻ കെട്ടിയ 'സ്മൃതി'യിലെ പോർച്ചിൽ കാർ നിന്നപ്പോൾ ഓർമകളിൽനിന്ന് രാവുണ്ണി പെട്ടെന്ന് ഉണർന്നു. "ഇറങ്ങുന്നില്ലേ, ഏട്ടാ? ഇവിടെ ഇറങ്ങണേ ഏട്ടാ." എന്ന യാചനയായിരുന്നു ചോദ്യത്തിൽ. "ഇല്ലെടാ. അവിടെ വിജയനും മോഹനും നല്ല ഫ്ളൂ. കല്യാണി തനിച്ചല്ലേയുള്ളൂ. ഞങ്ങൾ അടുത്തുതന്നെ വരാം" ഡ്രൈവറോട് ഏട്ടനെ മാട്ടുംഗയിലേക്ക് കൊണ്ടുപോയി വിടാൻ ഗോപാലൻ ശട്ടം കെട്ടി.

കാർ വീണ്ടും ബോംബെയിലെ തിരക്കുള്ള റോഡുകളിലൂടെ ബാന്ദ്രയിൽ നിന്ന് മാട്ടുംഗയിലേക്ക് ഓടിക്കൊണ്ടിരുന്നു. ഗോപാലൻ മകളുടെ ഈ വിവാഹത്തിനെ എങ്ങിനെ കാണുന്നു എന്നെനിക്കറിയില്ല. എന്നാൽ, ഇതിലെവിടേയോ വിധിയുടെ ഒരു കുസൃതി ഞാൻ കാണുന്നു.

## സംഭവബഹുലമായൊരു വിവാഹത്തിലേയ്ക്ക്

ശകുന്തളയുടെ വിവാഹമായിരുന്നു മഹാലക്ഷ്മി ക്ഷേത്രത്തിൽ വെച്ച് നടന്നത്. അച്ഛനായ ഗോപാലന്റേതും ഒരു പ്രേമവിവാഹമായിരുന്നു. അന്നത്തെ കാലഘട്ടം പരിഗണിയ്ക്കുമ്പോൾ, അതീവ വിപ്ലവകരം തന്നെ. കിട്ടുണ്ണിയും ഞാനും മഹാത്മഗാന്ധി നടത്തികൊണ്ടിരിയ്ക്കുന്ന സ്വാതന്ത്ര്യസമരാഹ്വാനത്തിൽപ്പെട്ട് സ്വയം മറന്നു കഴിയുന്ന കാലം. അമ്മയുടെ ബുദ്ധിമുട്ടുകളും കഷ്ടസ്ഥിതിയും മനസ്സിലാക്കിയ ഗോപാലൻ വിദ്യാർത്ഥിജീവിതം തല്കാലം മാറ്റിവെച്ച്, കുടുംബത്തെ സഹായിക്കാനിറങ്ങി. മിടുക്കനായ ഈ വിദ്യാർത്ഥിയിൽ സഹതാപം തോന്നിയ ഒരധ്യാപകൻ ഗോപാലന് ചോറോട്ടൂർ പ്രൈമറി സ്ക്കൂളിൽ ജോലി നൽകി. അങ്ങിനെ പതിന്നാലു വയസുകാരനായ ഗോപാലൻ നാട്ടിലെ കുട്ടിമാഷായി. മാസവേതനം മൂന്നുരൂപ! അവധിക്കാലത്ത് ശമ്പളമില്ല. സേവന വേതന സമരങ്ങളൊന്നുമില്ലാത്ത കാലമാണ്. ദയാലുവായ സ്കൂൾ മാനേജർക്ക് ഗോപാലനോട് സഹതാപം തോന്നി അടുത്തുള്ള ഒരു ധനിക കുടുംബത്തിൽ ട്യൂഷൻ ശരിയാക്കിക്കൊടുത്തു. ഫീസ് രണ്ട് രൂപ. രാവിലെ സ്വകാര്യ ട്യൂഷൻ, പകൽ സ്കൂളധ്യാപക ജോലി, മറ്റൊഴിവുസമയങ്ങളിൽ വീട്ടിലെ കൃഷിസ്ഥലത്ത് ശങ്കുണ്ണിയും നാണുവും കൂടി ചെയ്യുന്ന പച്ചക്കറിത്തോട്ടത്തിലുള്ള ജോലി വേറെയും. ഗോപാലൻ

സ്വയം മറന്ന് ജോലി ചെയ്തകാലം. സ്വകാര്യ ട്യൂഷൻ ഞങ്ങളുടെ വീടിന്റെ തൊട്ടടുത്തുള്ള ആച്ചത്ത് തറവാട്ടിലെ പെൺകുട്ടിയ്ക്കായിരുന്നു. തറവാട്ടുമഹിമകൊണ്ടും സമ്പത്തുകൊണ്ടും ആ തറവാട് പ്രൗഢിയോടെ കത്തിനിന്ന കാലം. അന്നത്തെ പ്രശസ്ത നമ്പൂതിരി മനയായ "വരിക്കാശ്ശേരി മന"യിലെ കാര്യസ്ഥനായിരുന്നു ആച്ചത്ത് തറവാട്ടിലെ കൃഷ്ണൻനായർ. അദ്ദേഹത്തിന്റെ സഹോദരി ഭാർഗവിയമ്മ (ചിന്നമ്മു)യുടേയും കേശവ മേനോന്റെയും മൂത്തമകളായിരുന്നു രത്നമാലിക. ഋതുക്കൾ മാറിമാറിവന്ന്, വർഷങ്ങൾ കടന്നുപോയപ്പോൾ ഗോപാലനും രത്നമാലികയും അനുരാഗബദ്ധരായി. ഇവരുടെ പ്രേമം പതുക്കെപതുക്കെ പരസ്യമായിത്തുടങ്ങിയപ്പോഴേക്കും മനിശ്ശേരി ഗ്രാമത്തിലെ പൊതുജനം ഇടപെട്ടു. ഒരിക്കലും സ്വീകാര്യമല്ലാത്തതിനാൽ ബന്ധം തുടരരുതെന്ന് രണ്ടുപേർക്കും കർശന നിർദ്ദേശം നൽകപ്പെട്ടു. ആച്ചത്ത് തറവാട്ടിലേക്ക് എഴുത്തച്ഛനായ ഗോപാലൻ മേലാൽ കാലുകുത്തരുതെന്നും താക്കീത് നൽകി. ഇങ്ങകലെ ബോംബെയിലാണെങ്കിലും കുറേവിവരങ്ങളൊക്കെ എന്റെ ചെവിയിലും എത്തിയിരുന്നു.

കുറച്ചുനാൾ അങ്ങിനെ നീങ്ങിയെങ്കിലും സ്കൂൾ, അമ്പലം ഇത്യാദി പൊതുസ്ഥലങ്ങളിൽ അവർ വീണ്ടും കണ്ടുമുട്ടി. ക്ഷുഭിതരായ ആച്ചത്ത് വീട്ടുകാർ രത്നമാലികയുടെ വിദ്യാർത്ഥി ജീവിതം അവസാനിപ്പിച്ച് വീട്ടുതടങ്കലിലാക്കി, രത്നത്തിനെ ശ്രദ്ധിക്കാനായി ഒരു സ്ത്രീയെയും ഏർപ്പാടു ചെയ്തു. വിരഹികളായ കാമുകനും, കാമുകിയും വളരെ സങ്കടപ്പെട്ട് കുറേനാൾ കഴിഞ്ഞു. പക്ഷേ, ആ ബന്ധം അങ്ങനെ അവസാനിക്കണമെന്നല്ലായിരുന്നു വിധി. പെൺകുട്ടിയുടെ കാവൽ മാലാഖയ്ക്ക് മനസ്സലിഞ്ഞു. ഇവർ തമ്മിലുള്ള കത്തുകൾ ആ സ്ത്രീ വഴിതന്നെ ഏതാണ്ട് നാലു കൊല്ലത്തോളം കൈമാറിക്കൊണ്ടിരുന്നു.

ഇതിനിടയ്ക്ക് ആച്ചത്തെ അയൽവീടായ ഞങ്ങളുടെ കുടുംബത്തിലെ സ്ഥിതിയും മെച്ചപ്പെട്ടു തുടങ്ങി. ഗോപാലന്റെ വിദ്യാർത്ഥി ജീവിതം വീണ്ടും തുടർന്നു, പൂർവ്വാധികം ഉത്സാഹത്തോടെ. എട്ടാം ക്ലാസ്സിലെ കുട്ടികളുടെയിടയ്ക്ക് ഗോപാലൻ ഒരു വല്ല്യേട്ടനായിരുന്നു. കളിയാക്കലുകളിലൊന്നും മനസ്സ് പതറിയില്ല. വൈകിയെങ്കിലും കയ്യിലെത്തിയ പുസ്തകങ്ങളിലും ക്ലാസ്സിലുമായിരുന്നു ഗോപാലന്റെ ശ്രദ്ധ. അതുകൊണ്ടുതന്നെ, സ്കൂളുകൾ തമ്മിലുള്ള സാഹിത്യമത്സരങ്ങളിലെല്ലാം അവൻ ജേതാവായി. നല്ലൊരു വാഗ്മിയുമായി അവൻ ഉയർന്നു. വോളിബോൾ കളിയിലും മിടുക്കൻ. എല്ലാ വിഷയങ്ങളിലും ഒന്നാമനായ ഗോപാലനെ അധ്യാപകർക്കും സഹപാഠികൾക്കും വളരെ സ്നേഹവും ബഹുമാനവും. ഉയർന്ന മാർക്കോടെ പത്താംക്ലാസ് ജയിച്ച് ഗോപാലൻ എന്നോട്

വന്നു പറഞ്ഞതോർക്കുന്നു. "ഒരു ഡോക്ടറാവണമെന്നതാണേട്ടാ ആഗ്രഹം. കുറേ പണം വേണ്ടിവരും. ഏട്ടന് ബുദ്ധിമുട്ടാകുമോ?" "പണത്തിനെപ്പറ്റി ഒന്നും ആലോചിക്കേണ്ടെന്നും, നല്ലപോലെ പഠിച്ചാൽമതിയെന്നു ഞാനും പറഞ്ഞു. ശാസ്ത്രം ഐച്ഛിക വിഷയമായെടുത്ത് കോഴിക്കോട് സാമൂതിരി കോളേജിൽ ഇന്റർമീഡിയേറ്റിന് ചേർന്നു. മണിയോർഡർ എല്ലാ മാസവും മുറയ്ക്ക് ഞങ്ങൾ അയച്ചുകൊണ്ടിരുന്നു. ഇവിടെയും ഗോപാലന്റെ സഹപാഠികൾ താരതമ്യേന പ്രായം കുറഞ്ഞവരായിരുന്നു. ഗോപാലന്റെ കഠിനാധ്വാനത്തിനും ഉറക്കമിളച്ചിരുന്ന പഠിത്തത്തിനുമൊക്ക, പൂച്ചകരച്ചിലും കളിയാക്കലുകളുമൊക്കെ ആദ്യം എടുത്തുനോക്കിയെങ്കിലും ഒന്നിനും ഫലം കണ്ടില്ല. ഗൗരവമായ പഠിത്തം തന്നെ. അക്കാലങ്ങളിലും ഗോപാലനും രത്നവും കത്തുകൾ പരസ്പരം കൈമാറി. എന്തുവന്നാലും കാത്തിരിയ്ക്കുമെന്ന രത്നത്തിന്റെ ഇടയ്ക്കിടെയുള്ള ഓർമ്മപ്പെടുത്തൽ അവന്റെ മനസ്സിന് ധൈര്യം കൊടുത്തു ഉയർന്ന റാങ്കോടെ ഇന്റർമീഡിയറ്റ് കഴിഞ്ഞ് ഗോപാലൻ മദ്രാസ് മെഡിക്കൽ കോളേജിൽ ചേർന്നു.

## സിനിമ സ്റ്റൈൽ കിഡ്നാപ്പിംഗ്

1940 കളിലെ സിനിമകളിൽ ഇത്തരം കിഡ്നാപ്പിംഗ് ഉണ്ടായിരുന്നുവോ എന്നറിയില്ല. ഏതായാലും ഇതൊരു സിനിമാക്കഥയല്ല, സംഭവകഥ തന്നെ. വാസ്തവത്തിൽ ഈ കല്യാണത്തിന്റെ വിശദവിവരങ്ങൾ, വർഷങ്ങൾക്കുശേഷം എനിക്ക് പറഞ്ഞുതന്നത് പ്രശസ്ത സർജനായ ഡോ. പി. കെ. ആർ. വാരിയർതന്നെയാണ്. കോഴിക്കോട് സാമൂതിരി കോളേജിൽ അവർ രണ്ടുപേരും സഹപാഠികളായിരുന്നു. അദ്ദേഹത്തിന് ഒരു വർഷം നഷ്ടപ്പെട്ടു, അങ്ങിനെ മദ്രാസ് മെഡിക്കൽ കോളേജിലെത്തിയപ്പോൾ ഗോപാലൻ ഒരു കൊല്ലം സീനിയറായി. ഗോപാലൻ അദ്ദേഹത്തിന്റെ പ്രിയപ്പെട്ട ഗോപാലേട്ടനായിരുന്നു. മദ്രാസിലെ കിൽപാക്കത്തുള്ള മില്ലേഴ്സ് റോഡിലെ ഹോസ്റ്റലിലെ 117-ാം മുറിയിലാണ് അന്ന് ഗോപാലനും വാരിയരും താമസിച്ചിരുന്നത്.

ജനുവരിയിലെന്നോ ഒരു ദിവസം കോളേജ് കഴിഞ്ഞ് വാരിയർ ഹോസ്റ്റൽ മുറിയിലെത്തിയപ്പോൾ ഗോപാലൻ അതീവദുഃഖിതനായിരിക്കുന്നു. കരഞ്ഞുവീർത്ത കണ്ണുകൾ. മുടിയാകെ പാറിപ്പറന്നിരിക്കുന്നു. ആകെ അസ്വസ്ഥനായ ഗോപാലൻ ഒരു കൂട്ടിലെ കിളിയെപ്പോലെ അങ്ങോട്ടുമിങ്ങോട്ടും നടന്നുകൊണ്ടിരിക്കുന്നു. 'എന്തുപറ്റി, ഗോപാലേട്ടാ' വാരിയരന്വേഷിച്ചു. ഒന്നും മിണ്ടുന്നില്ല. നോക്കുന്നതുപോലുമില്ല. ഉറക്കെ രണ്ടു മൂന്നു തവണ വിളിച്ചപ്പോഴാണ് തിരിഞ്ഞു നോക്കിയതു

തന്നെ. വാരിയരെ കണ്ടപ്പോൾ ഗോപാലൻ വിങ്ങിപ്പൊട്ടി, കയ്യിലുണ്ടായിരുന്ന ഒരു കത്ത് നേരെ നീട്ടി, വായിക്കാൻ. "ഛെ! ച്ഛെ! അതു ശരിയല്ല." വാരിയർ വിലക്കി. മറ്റൊരാളുടെ പ്രേമലേഖനം വായിക്കുന്നത് ശരിയല്ലല്ലോ. "അവരവളെ ബലികൊടുക്കാൻ തീരുമാനിച്ചിരിക്കുകയാണ്. സിങ്കപ്പൂരിലുള്ള ഒരു ധനികൻ കസിനുമായി അവളുടെ വിവാഹം നിശ്ചയിച്ചിരിക്കുന്നു. വിവാഹം ഈ മാസം 21-ാം തീയതി. അന്നത്തെ പ്രഭാതം കണികാണുന്നത് ഒരു മരിച്ച രത്നത്തെയായിരിക്കുമെന്നാണ് അവളെഴുതിയിരിക്കുന്നത്." വാരിയർ എത്ര ശ്രമിച്ചിട്ടും ഗോപാലനെ സമാധാനിപ്പിക്കാനായില്ല. മുറിയിൽ അങ്ങോട്ടുമിങ്ങോട്ടുമുള്ള നടത്തത്തിന് വേഗത വന്നതല്ലാതെ, ഇടയ്ക്ക് ചുമരിൽ തലയിടിക്കുന്നുമുണ്ട്. "21-ാം തീയതിയിലെ കല്യാണത്തിരക്കിലേക്ക് ഞാനും പോകും, എന്നെ അവർ കൊല്ലുമെന്നുറപ്പാണ്. അങ്ങിനെ മരണാനന്തര ജീവിതത്തിലെങ്കിലും ഞങ്ങൾക്കൊന്നാകാമല്ലോ?" ഗോപാലൻ എന്തൊക്കെയോ പറഞ്ഞുകൊണ്ടിരുന്നു. ഇതിങ്ങനെ വിട്ടാൽ പറ്റില്ലെന്ന് വാരിയർക്ക് തോന്നി. സുഹൃത്‌വലയത്തിലുള്ള ഇമ്മാട്ടി, കുഞ്ഞൻ, നമ്പൂതിരിപ്പാട് തുടങ്ങിയവരെയൊക്കെ വിളിച്ചുവരുത്തി. ഒന്നിച്ചിരുന്നാലോചിച്ച് ഒരു പോംവഴി കണ്ടേപറ്റൂ. പക്ഷേ, ഗോപാലനെ തനിച്ചിരുത്തി എങ്ങിനെ പോകും?. ഭാഗ്യവശാൽ ചീരൻ വർഗീസ് അവിടേക്കെത്തി. ചീരൻ വർഗീസ് ബാക്കിയുള്ളവരെയെല്ലാം സംഘടിപ്പിച്ചു. നമ്പൂതിരിപ്പാട്, കുഞ്ഞൻ, ഇമ്മാട്ടി, ജേക്കബ്, പുരുഷോത്തമൻ, കാസിം, മുസ്തഫ- ഒരോരുത്തരായി മുറിയിലെത്തി. പേരുകൾ പറഞ്ഞുവന്നപ്പോൾ ഇവരെയൊക്കെ ഗോപാലന്റെ ഹോസ്റ്റൽ സന്ദർശനത്തിനിടയ്ക്ക് പരിചയപ്പെട്ടിട്ടുണ്ട്, മലയാളികളെന്ന നിലയ്ക്ക്. രാത്രി മുഴുവനും ഏതാണ്ട് പുലരുവോളം ചൂടുപിടിച്ച ചർച്ച ചെയ്ത് രത്നത്തിനെ തട്ടിക്കൊണ്ടുവരുവാൻ-അതെ കിഡ്നാപ്പിംഗ് തന്നെ- ഒരു പ്ലാൻ തയ്യാറാക്കി. പല കോണുകളിലൂടെയും പ്ലാൻ വീക്ഷിച്ചു. പരുക്കൊന്നും പറ്റാതിരിക്കണമല്ലോ? നിമിഷനേരംകൊണ്ട് കാര്യം നടന്നിരിക്കണം. എന്തെങ്കിലും ഒരബദ്ധം പറ്റിയാൽ, പിന്നെ പ്രശ്നങ്ങളുടെ ആഴക്കടലിലേക്ക് വീണുപോകുകയേയുള്ളൂ.

പ്ലാൻ ഇങ്ങനെയായിരുന്നു - ചീരൻ വർഗീസ് അടുത്ത ദിവസം തന്നെ മനിശ്ശേരിയിലേക്ക് പോകണം. ഒരു ദിവസംപോലും കളയാനില്ല. ഗോപാലന്റെ ഇളയ സഹോദരൻ രാഘവനെകണ്ട് പ്ലാൻ വിശദീകരിക്കണം, അവിടെ ചെയ്യാനുള്ള കാര്യങ്ങളും കുറ്റമറ്റരീതിയിൽ ആവിഷ്ക്കരിക്കണം. അതിനടുത്ത ദിവസം രാവിലെ ഇമ്മാട്ടി മനിശ്ശേരിയിലെത്തും ഇമ്മാട്ടി സൂട്ടും കറുത്ത കണ്ണടയും ചുണ്ടത്ത് ഒരു പൈപ്പുമായുള്ള വേഷത്തിലെത്തണം. കാണുമ്പോൾതന്നെ പ്രതാപവാനായ ഒരുയർന്ന ഉദ്യോഗസ്ഥനാണെന്ന് തോന്നണം. നാട്ടുകാരുടെ ശ്രദ്ധ തിരി

യ്ക്കാനാണ്. വൈകുന്നേരം 5.45 ആവുമ്പോഴേക്കും ഇമ്മാട്ടിയും രാഘവനും ആച്ചത്ത് തറവാട്ടിന്റെ അടുത്തുള്ള റോഡിലുണ്ടാവണം. അവിടെ രത്നവും അവരുടെ കാവലാളും എത്തണം. രാഘവൻ രത്നത്തെക്കൂട്ടി ഓടിവന്ന് കാറിൽ കയറണം. കാർ നേരെ ലക്കിടിയിലേക്ക് പാഞ്ഞുപോകണം. ഗോപാലനും നമ്പൂതിരിപ്പാടും കുറേയകലെ കാത്തുനില്ക്കും.

പുതിയകാലത്തെ സ്റ്റണ്ട് സിനിമകളിലെപ്പോലെ കിഡ്നാപ്പിംഗ് വളരെ ഭംഗിയായിത്തന്നെ നടന്നു. 'കാവൽ മാലാഖ'യെ രത്നത്തിന്റെ അമ്മാവൻ അക്ഷരാർത്ഥത്തിൽ നിർത്തിപ്പൊരിച്ചുവെന്നാണറിഞ്ഞത്. സ്ഥലത്തെ പ്രമാണിയായിരുന്ന രാഘവനെ എന്തെങ്കിലും ചെയ്താൽ തിരിച്ചടികിട്ടുമെന്നുറപ്പായിരുന്നതിനാൽ വെറുതെ വിട്ടു.

കാവൽ മാലാഖയോടൊപ്പം ഓടിയെത്തിയ രത്നം കാറിൽ കയറിയതും ബോധരഹിതയായി. വീടുവിട്ടിറങ്ങുമ്പോൾ രത്നം ആകെ കൈവശം കരുതിയത് തന്റെ ജാതകം മാത്രം. ഒരു മറുതുണിപോലും കൈയ്യിൽ കരുതിയില്ല. കോയമ്പത്തൂരിലെത്തിയപ്പോൾ അത്യാവശ്യം വേഷവിധാനങ്ങളടങ്ങിയ ഒരു ചെറിയപെട്ടി ഇമ്മാട്ടി നവവധുവിന് ഒരുക്കിക്കൊടുത്തു. നേരെ ഊട്ടിയിലേക്കു പോയി, പത്തുദിവസം അവിടെ താമസിച്ച് അവിടെനിന്ന് വളഞ്ഞവഴികളിലൂടെ ചുറ്റി, അവസാനം ഒരു മാസമാകുമ്പോഴേക്കും മദ്രാസിലെത്താനായിരുന്നു പദ്ധതി. പ്രതാപത്തിൽ കഴിയുന്ന ആച്ചത്ത് തറവാട്ടുകാർ ഏതെങ്കിലും വഴിയിലൂടെ വരുമോ എന്ന ആശങ്കയിലായിരുന്നു ഈ ഊരുച്ചുറ്റൽ.

അവസാനം മദ്രാസിലെത്തി. രത്നത്തിനേയും കൂട്ടി ഹോസ്റ്റലിൽ താമസിക്കാൻ സാദ്ധ്യമല്ലാത്തതുകൊണ്ട് ഗോപാലനു വേണ്ടി സതീർത്ഥ്യർ വൈ. എം. സി എ ക്കടുത്തുള്ള എസ്പ്ലനേഡിൽ രാമകൃഷ്ണ ഹോട്ടലിൽ ഒരു ഡബിൾ റൂം ശരിയാക്കി. ഹോട്ടലിന്റെ മൂന്നാം നിലയിൽ ഈ കിഡ്നാപ്പിംഗ് കൂട്ടം (കിഡ്നാപ്പിംഗ് ആവിഷ്ക്കരിച്ചവരും നടപ്പിലാക്കിയവരും) നവവധൂവരന്മാർക്ക് അവരുടെ പുതിയ സ്ഥലത്ത് താമസം തുടങ്ങുന്നതിനു മുൻപായി ഒരു സൽക്കാരവും ഒരുക്കി. മദ്യപാനം വർജ്യം. അതിന്നിടയ്ക്ക് ഗോപാലന്റെ ഒരുറ്റചങ്ങാതിയായിരുന്ന അഡ്വക്കേറ്റ് പ്രസന്നൻ, രജിസ്ട്രാർ ഓഫീസിൽ കൊണ്ടുപോയി വിവാഹം രജിസ്റ്റർ ചെയ്തു. പ്രസന്നനും ഭാര്യയും സൽക്കാരത്തിലും പങ്കുചേർന്നു. അധികം താമസിയാതെ വധൂവരന്മാർക്ക് ശുഭാശംസകൾ നൽകി എല്ലാവരും പിരിഞ്ഞു.

കഥ തീർന്നിട്ടില്ല.

രണ്ടു കാറുകളിലായെത്തിയ ആറേഴു പേർ ഏതാണ്ട് അർദ്ധരാത്രിയായപ്പോൾ ഗോപാലനും രത്നവും താമസിച്ചിരുന്ന മുറി ബലമായി തുറപ്പിച്ച് അകത്ത് കയറി അവർ ഗോപാലനെ മർദ്ദിച്ചവശനാക്കി, മുറിയിലെ ഒരു കസേരയിൽ പിടിച്ചുകെട്ടി. രത്നത്തിനെ താഴേക്ക് വലിച്ചിഴച്ചു. ഭയചകിതയായ രത്നം ഉറക്കെ കരയുന്നത് കേട്ട് വൈ എം സി എ യിലെ ചില ചെറുപ്പക്കാർ ഓടിക്കൂടി. രത്നത്തിനെ കാറിൽ കയറ്റി കൊണ്ടുപോകുവാനുള്ള ശ്രമം വിഫലമായി. അതിന്നിടക്ക് ചില ചെറുപ്പക്കാർ മുകളിലെ നിലയിലേയ്ക്കോടി, ആകംക്ഷയും ദു:ഖവുംകൊണ്ട് ഭയചകിതനായ ഗോപാലനെ സ്വതന്ത്രനാക്കി. രത്നത്തിനെ അവർ കൊന്നുകളഞ്ഞിട്ടുണ്ടാകുമോ എന്നായിരുന്നു ഗോപാലന്റെ പേടി. രത്നത്തിന് ഒന്നും പറ്റിയിട്ടില്ലെന്ന് തങ്ങളുടെ സുഹൃത്തുക്കൾക്കു നടുവിൽ സുരക്ഷിതയായിരിക്കുകയാണെന്നുമുള്ള വിവരം വൈ. എം. സി. എ യുവാക്കൾ പറഞ്ഞപ്പോൾ, ഗോപാലൻ മൂന്നുനിലകളിലെ ഗോവണിപ്പടികൾ എടുത്തുചാടി ഒരോട്ടമായിരുന്നു. കൊല്ലാനായി ഓടിയെത്തിയവരുടേയും വൈ. എം. സി. എ. യുവാക്കളുടെയും മറ്റു കാഴ്ചക്കാരുടേയും സാന്നിധ്യമൊന്നും ഓർക്കാതെ ഗോപാലനെകണ്ടതും രത്നം ഓടിവന്ന് കെട്ടിപ്പിടിച്ചു. (അന്നത്തെകാലത്ത് ഈ കെട്ടിപ്പിടുത്തവും സ്നേഹപ്രകടനവുമൊക്കെ പാശ്ചാത്യ സംസ്കാരത്തിലുള്ള സിനിമകളിൽ മാത്രമേ കണ്ടിരുന്നുള്ളുവെന്നാണ് ഡോക്ടർ വാരിയർ തമാശരൂപത്തിൽ പറഞ്ഞത്.) അഡ്വ. പ്രസന്നനെ ആളയച്ചു വിളിപ്പിച്ചു. അദ്ദേഹം ഗോപാലന്റേയും രത്നത്തിന്റേയും വിവാഹം രജിസ്റ്റർ ചെയ്ത സാക്ഷ്യപത്രം കാണിച്ച്, രത്നത്തിനെ പിടിച്ചു വലിച്ചു കൊണ്ടുപോവാൻ നില്ക്കുന്നവരോട് വിശദീകരിച്ചു. ഗോപാലനും രത്നവും നിയമപ്രകാരം വിവാഹിതരായ ഭാര്യാഭർത്താക്കന്മാരാണ്. അതുകൊണ്ട് അവരുടെ മുറി അതിക്രമിച്ച് കയറിയതിനും ആക്രമിച്ചതിനും മുറിയിൽ കെട്ടിയിട്ടതിനും നിങ്ങളുടെ പേരിൽ ക്രിമിനൽ കുറ്റങ്ങൾക്ക് ചാർജുചെയ്യാവുന്നതാണ്. കുറ്റം തെളിയിക്കപ്പെട്ടാൽ ജയിൽശിക്ഷയായിരിക്കും ഫലം, തീരെ പ്രതീക്ഷിക്കാത്ത ഈ സംഭവവികാസങ്ങളിൽ പകച്ച് അവർ കുറച്ച് കറൻസി നോട്ടുകൾ നീട്ടി, പ്രസന്നൻ വക്കീൽ വീണ്ടും വിശദമാക്കി. എതിർ വക്കീലിന് കൈക്കൂലി കൊടുക്കുന്നതും ഒരു വലിയ കുറ്റമാണ്.

മദ്രാസിലെ ഹോട്ടൽ മുറിയിലെ താമസം ഒരു കാരണവശാലും സുരക്ഷിതമല്ലെന്നു എല്ലാവർക്കും ബോദ്ധ്യപ്പെട്ടു. രത്നത്തിനെ വൈ. ഡബ്ലിയു.സി.എ.യിലാക്കി. ഗോപാലൻ വീണ്ടും ഹോസ്റ്റലിലെ 117-ാം മുറിയിൽ വാരിയരുടെ കൂട്ടാളിയായി. ട്രങ്ക്കാൾ ബുക്കിങ്ങും തുടർന്നുള്ള സംഭാഷണങ്ങളുമെല്ലാമായി ഏതാണ്ട് ഒരാഴ്ചകഴിഞ്ഞു ഒരു സുരക്ഷിതമായ പദ്ധതി തയ്യാറായി വരാൻ. ഇതിനെല്ലാമവസാന

മാണ് രത്നത്തിനെ ബോംബെയിലേക്ക് അയക്കാൻ തീരുമാനിച്ചത്. കഥ മുഴുവൻ പറഞ്ഞ ഡോക്ടർ വാരിയരോട് ഞാൻ അന്ന് ചോദിച്ചു. "ഇതൊരു സങ്കല്പ കഥയൊന്നുമല്ലല്ലോ?," "യഥാർത്ഥകഥ തന്നെ, നൂറുശതമാനവും യാഥാർത്ഥ്യം" എന്നായിരുന്നു ഡോക്ടർ വാരിയരുടെ മറുപടി. ബോംബെയിലേയ്ക്കുള്ള ഒരു തീവണ്ടിയിൽ മത്തിപോലെ ആൾക്കാർ തിങ്ങിക്കേറിയ ഒരു കംപാർട്ടുമെന്റിൽ, സതീർത്ഥ്യർ ആ ദമ്പതികളെ കയറ്റിവിട്ടു. സദാ ആലോചനാമഗ്നനും വിരഹിയുമായ ഗോപാലനെയാണ് അടുത്ത മൂന്നര വർഷങ്ങൾ വാരിയർക്ക് കാണേണ്ടിവന്നത്.

എന്റെ കഥയിൽ നിന്ന് അനുജന്റെ കഥയിലേയ്ക്ക് ഞാൻ എടുത്തുചാടി എന്ന് ഒരുപക്ഷേ, നിങ്ങൾക്ക് തോന്നുന്നുണ്ടാവാം. പക്ഷേ, ഞങ്ങളുടെ സഹോദരരുടെയെല്ലാം ജീവിതത്തിൽ അതൊരു പ്രധാന സംഭവമായിരുന്നു.

## ദമ്പതികൾ ബോംബെയിൽ

വീരകൃത്യങ്ങൾ ചെയ്തുവരുന്ന ദമ്പതികളെ സ്വീകരിയ്ക്കാൻ ഞാൻ നേരിട്ടുതന്നെ ബോംബെ ദാദർസ്റ്റേഷനിലെത്തി. സന്ദർഭത്തിന്റെ ഗൗരവം എനിക്ക് വളരെയധികം ബോധ്യമായിരുന്നു. എന്റെ അനുജനെപ്പറ്റിയായിരുന്നില്ല, അധികം ആകാംക്ഷ. പ്രശസ്തമായൊരു മേനോൻ തറവാട്ടിൽ നിന്ന് കുടുംബക്കാരെയൊക്കെ വിട്ടുപിരിഞ്ഞ്, നാട്ടിൽ ഒരു വലിയ ഭൂകമ്പമുണ്ടാക്കി ഓടിപ്പോന്നിരിക്കുന്ന രത്നമാലിക എന്ന പെൺകുട്ടിയായിരുന്നു മനസ്സിൽ. ഇവിടെ അവൾക്ക് ഒരു അന്യത്വവും തോന്നരുത്. കല്യാണിയോടും പ്രത്യേകം നിഷ്കർഷിച്ചിരുന്നു. സുരക്ഷിതമായ ഒരു താമസസൗകര്യം എന്നതിലുപരി, എപ്പോഴും വരുന്നവരും പോകുന്നവരുടേതുമായ ഒരു സത്രംപോലുള്ള എന്റെ വീട്ടിൽ നവദമ്പതികൾക്കുള്ള യാതൊരു സൗകര്യമില്ലെന്നതായിരുന്നു വാസ്തവം. എങ്കിലും രത്നവും ഞങ്ങളുടെ കുടുംബത്തിന്റെ ഒരു ഭാഗമായി. ഗോപാലന്റെ പഠിത്തം കഴിഞ്ഞ് ഒരു ജോലിയായി, സ്ഥിരവരുമാനത്തിലെത്തുന്നതുവരെയും അവൾ ഞങ്ങളോടൊന്നിച്ചുതന്നെയായിരുന്നു. വാസ്തവത്തിൽ രത്നത്തിന്റെ സ്വഭാവം എനിക്ക് മനസ്സിലായത് അക്കാലത്താണ്. വലിയ വീട്ടിലെ അംഗമായിരുന്നു എന്ന ഭാവമൊന്നുമില്ല. വളരെ ലളിതവും സത്യസന്ധവുമായ പ്രകൃതം. അമിതമായ സംസാരത്തിനില്ലെങ്കിലും, എല്ലാറ്റിനോടും ഇഴുകിച്ചേരും. ആഗ്രഹങ്ങൾ തീരെ പരിമിതം. ഒരു സംതൃപ്തമായ മുഖഭാവം. സാധാരണ സ്ത്രീകളിൽ നിന്നും ഒരു വ്യത്യസ്തത പെട്ടെന്ന് നമ്മുടെ മനസ്സിൽപ്പതിയും. ഗോപാലനോടുള്ള സ്നേഹത്തിന്റെ മുൻപിൽ മറ്റെന്തും ത്യജിക്കാൻ ആ കുട്ടി തയ്യാറായിരുന്നു.

ഈ ശകുന്തള ഞങ്ങളുടെ വീട്ടിൽത്തന്നെയാണ് ജനിച്ചതും വളർന്നതും. അവൾ അന്നേ ഒരു പൂമ്പാറ്റകുട്ടിയായിരുന്നു. തന്റെ മക്കൾ ദിവാകരനും രവീന്ദ്രനും, അവൾ പ്രിയപ്പെട്ട കൊച്ചനുജത്തിയായിരുന്നു. എന്റെ മടിയിൽക്കയറിയിരുന്ന് മീശപിടിച്ചുവലിച്ചുകൊണ്ടിരിക്കും. ഉത്തരം പറയാൻ പറ്റാത്ത ചോദ്യങ്ങളായിരുന്നു അവളുടേത്. ഈശ്വരൻ എവിടെയാണിരിക്കുന്നത്? എങ്ങിനെയാണ് കാണുക? ഏതുസമയത്താണ് ഈശ്വരൻ നമ്മളെ കാണുന്നത്? ഞാൻ വിളിച്ചാൽ വരുമോ? ഇത്ര പരന്നു കിടക്കുന്ന ഭൂമി എങ്ങിനെയാണ് വലിയച്ഛാ ഉരുണ്ടതാകുന്നത്? എന്തിനാ ഞാൻ പെൺകുട്ടിയായത്? അതിനിടയ്ക്ക് മടിയിൽ നിന്നൂർന്നിറങ്ങി, ഒരു ചീർപ്പെടുത്തുകൊണ്ടുവന്ന് മുടി ചീകിത്തരും. ഇടയ്ക്ക്, കല്യാണിയുടെ അടുക്കളയിലേക്കും ഓടിച്ചെല്ലും. 'ചപ്പാത്തിമാവ് കുഴക്കാം വലിയമ്മേ' - പാചകക്കാരൻ അച്യുതൻ നായർ ഓടിച്ചുവിടും. അപ്പോഴേക്കും പട്ടാമ്പിക്കാരൻ ശങ്കരൻ നായർക്ക് പുറമേ, വേറെ രണ്ടു പേരേക്കൂടി പാചകത്തിന് നിയോഗിച്ചിരുന്നു. എന്റെ മക്കളെല്ലാം ആൺകുട്ടികൾ. ഞങ്ങൾക്കുണ്ടായിരുന്ന ഒരു സഹോദരി മരിച്ചുപോയി. അതിനാലാവണം പെൺകുട്ടികളുടെ കൊഞ്ചിവർത്തമാനത്തിൽ ഞാനിത്ര ആകൃഷ്ടനായതും ഈ കിലുക്കാംപെട്ടി എന്റെ ജീവനായതും.

രത്നം എത്രത്തോളം ഒതുങ്ങിയ പ്രകൃതമാണോ, അതിന് നേരെ എതിരാണ് ശകുന്തളയുടെ പ്രകൃതം. അത്രത്തോളം പ്രസരിപ്പുള്ള വേറൊരു കുട്ടിയെ ഞാൻ കണ്ടിട്ടില്ല. വൈകുന്നേരങ്ങളിൽ എന്റെ മൂന്നാമത്തെ മകൻ ശ്രീധരനുമൊന്നിച്ച് സൈക്കിൾ വാടകയ്ക്കെടുത്ത് കറങ്ങണം. എപ്പോഴുമെപ്പോഴും എന്തെങ്കിലും ചെയ്തുകൊണ്ടിരിക്കുന്ന പ്രകൃതം. ശകുന്തളയുടെ താഴെ സുധാകറും, ബാലചന്ദ്രനും, നിർമ്മലയും ഞങ്ങളുടെ വീട്ടിൽത്തന്നെയാണ് ജനിച്ചത്.

ശ്രീധരനു താഴെയും മൂന്നാൺകുട്ടികളെ കൂടി കല്യാണി പ്രസവിച്ചു. അന്നൊന്നും കുടുംബാസൂത്രണത്തിനെപ്പറ്റി ഇന്ത്യാരാജ്യം ചിന്തിച്ചു തുടങ്ങിയിരുന്നില്ലല്ലോ? ഇതെല്ലാം മാട്ടുംഗയിലെ കുഞ്ച് വിഹാർ (No.10) വീട്ടിലായിരുന്നു. വേറൊരു ലോകം തന്നെയായിരുന്നു ആ വീട് അവിടത്തെ നായിക കല്യാണി തന്നെയായിരുന്നു. ഹിന്ദിയൊക്കെ എത്ര നന്നായാണ് അവൾ സംസാരിക്കുക. അദ്ഭുതം തോന്നിയിട്ടുണ്ട്. കുട്ടികളുടെ കാര്യം, മൂന്നു കുടുംബങ്ങളെ (ഞങ്ങളുടേതും, കിട്ടുണ്ണിയുടേതും, ഗോപാലന്റെയും) ഒന്നിച്ചുക്കൊണ്ടുപോകൽ, മൂന്നു പാചകവേലക്കാർ, അല്ലാതെയുള്ള സഹായികൾ, സഹായം ചോദിച്ചെത്താറുള്ള നാട്ടുകാരും ബന്ധുക്കളും എല്ലാം അവളുടെതായ രീതിയിൽ നടത്തിക്കൊണ്ടിരുന്നു. എന്റെ ശ്രദ്ധ ഇതിലേയ്ക്കൊന്നും ഒരു നിമിഷം പോലും തിരിഞ്ഞില്ല. ആ ലോകം അവളുടേതുമാത്രമായിരുന്നു.

ഇതിനിടയ്ക്കും വഴികൾ ഏതാണെന്നൊന്നും നോക്കാതെ എല്ലാ വശത്തുകൂടിയും ഭാഗ്യദേവത എന്നെ അനുഗ്രഹിച്ചുകൊണ്ടിരുന്നു. ഞാൻ ജാതകം നോക്കാറില്ല. പക്ഷേ, ഗോവിന്ദന് അക്കാര്യങ്ങളൊക്കെ നല്ലപോലെ അറിയാം. ഏതായാലും ജാതകവശാൽ ശുക്രദശയായിരുന്നിരിക്കാം. ഞങ്ങൾ ബാങ്കിംഗ് മേഖലയിലേക്ക് ശ്രദ്ധ തിരിക്കാൻ തുടങ്ങി. ബാങ്കിന് പേർ മോഡൽ ബാങ്ക് ഓഫ് ബാർസി(ബാർസി ബോംബെയിലെ ഒരു സ്ഥലപ്പേരാണ്). മാട്ടുംഗയിലും ദാദറിലും പോർട്ടിലും ഡൂലിയയിലും ബാർസിയിലുമായി അഞ്ച് ശാഖകൾ തുടങ്ങി. നാട്ടിൽ കണക്കും കുറച്ച് വിദ്യാഭ്യാസവും ഉള്ളവരെയൊക്കെ ബോംബെയിലേയ്ക്ക് വരുത്തി. അതോടുകൂടി മനിശ്ശേരിയിലും അമ്മയുടെ പേരിൽ പാർവ്വതി വിലാസം ബാങ്ക് തുടങ്ങി. ആഗ്രഹിച്ചതൊക്കെ നടത്തിയിരുന്ന കാലം. മനിശ്ശേരിയിൽ ഗോവിന്ദനും പെരിങ്ങോട് ശങ്കുണ്ണിയും കുറച്ചധികം സ്ഥലങ്ങൾ വാങ്ങിക്കൂട്ടി. അവരുടേതായ രീതിയിൽ അതിനെ പരിപോഷിപ്പിക്കുന്നുമുണ്ട്.

കുഞ്ച് വിഹാറിന്റെ പോർട്ടിക്കോയിൽ കാറുവന്നുനിന്ന് ഞാനിറങ്ങുമ്പോഴേക്കും, ആകാംക്ഷ നിറഞ്ഞ മുഖത്തോടെ ദിവാകരനും രവീന്ദ്രനും അടുത്തെത്തി. വിവാഹ വർത്തമാനങ്ങളറിയാനാണ്. ശകുന്തള, ഞങ്ങൾക്ക് പിറന്നില്ലെങ്കിലും അവരുടെ പ്രിയ അനുജത്തി തന്നെയല്ലേ?.

## അമ്മയുടെ അവസാന ബോംബെ സന്ദർശനം

ഊണുവിളമ്പാൻ പറഞ്ഞപ്പോൾ ശങ്കരൻനായർ അദ്ഭുതപ്പെട്ടു. കല്യാണത്തിന് സദ്യയൊന്നുമുണ്ടായിരുന്നില്ലേ? 'ഇല്ല, ചടങ്ങു മാത്രം.' ഞാനെന്നോടായിത്തന്നെ മുരണ്ടു. സന്തോഷമായി സദ്യയൊക്കെയായി നടത്തേണ്ട കല്യാണമായിരുന്നോ അത്? ഗോപാലന്റേയും രത്നത്തിന്റേയും മുഖം കാണാൻ വയ്യായിരുന്നു, ദുഃഖം തളം കെട്ടിയപോലെ ശകുന്തളയുടെ മുഖത്തെ നിഷ്കളങ്കതയും, സന്തോഷവും കണ്ടപ്പോൾ, എന്റെ കണ്ണുപോലും നിറഞ്ഞുപോയി. ദൈവം സഹായിച്ച് അവളുടെ ഭാവിജീവിതം സുരക്ഷിതമായാൽ മതിയായിരുന്നു. ഗോപാലന്റെ വിവാഹം നടന്ന ആയിരത്തിത്തൊള്ളായിരത്തി നാല്പതുകളിൽ നിന്ന്, മനസ്സ് എത്രവേഗമാണ് ആയിരത്തിത്തൊള്ളായിരത്തി അറുപത്തിയൊന്നിലെത്തിയത്!

ഈ ഇരുപതുകൊല്ലങ്ങൾ എന്റെ ജീവിതത്തിലും ഒരുപാടു മാറ്റങ്ങൾ വരുത്തിയില്ലേ? പെട്ടെന്ന് മനസ്സിലേക്കോടിയെത്തിയത്, അമ്മ അവസാനമായി ബോംബെയിലുണ്ടായിരുന്ന രംഗങ്ങളായിരുന്നു. പ്രതീക്ഷയിൽക്കവിഞ്ഞും പണം വന്നപ്പോൾ വാരിക്കോരി കൂട്ടിയ സമ്പാദ്യങ്ങളും

വ്യവസായ സംരംഭങ്ങളും മറ്റും പലസമയത്തും പലരുടേയും പേരിലാണ് തുടങ്ങിവെച്ചിരുന്നത്. വക്കീൽ പറഞ്ഞതനുസരിച്ച് ഒരാളുടേയും പേരിൽ അധികം വരാതെ, ഏതാണ്ട് തുല്യമായി പങ്കുവെക്കേണ്ട കാര്യം ചർച്ച ചെയ്ത് തീരുമാനിയ്ക്കാനാണ് അമ്മ വന്നത്. നാട്ടിൽനിന്നു ഗോവിന്ദനും, ശങ്കുണ്ണിയുമെത്തിയിരുന്നു. കടയുടെ കാര്യങ്ങളും ബാക്കി നാട്ടിലെ കാര്യങ്ങളൊക്കെ ശ്രദ്ധിക്കാനുമായി നാണു നാട്ടിൽനിന്നു. ആർക്കും ഒരു പ്രത്യേക താല്പര്യവും ഉണ്ടായിരുന്നില്ല. അതുകൊണ്ട് സ്വത്ത് ഭാഗം വെയ്ക്കലൊക്കെ ഒരു ദിവസത്തെ ചർച്ചയിൽതന്നെ തീർന്നു.

വക്കീൽ പറഞ്ഞതനുസരിച്ച് സ്വത്തെല്ലാം അമ്മയുടെ പേരിൽ തന്നെ നിർത്തി, പേരക്കുട്ടികളുടെ പേരിലാക്കാനുള്ള ഒസ്യത്തായിട്ടാണെഴുതിച്ചത്. അതുകഴിഞ്ഞ്, അമ്മയും ഗോവിന്ദനും ശങ്കുണ്ണിയുമൊക്കെ സന്തോഷമായാണ് പോയത്.

## വിക്ടോറിയ ഡോക്കിലെ കപ്പൽപൊട്ടിത്തെറിയും തീപ്പിടുത്തവും*

ഇതിന്നിടയ്ക്ക് ബോംബെയിൽ എനിയ്ക്കായി ഒരു വീടുവാങ്ങുന്ന കാര്യവും അന്ന് ദീർഘമായി ചർച്ചചെയ്യപ്പെട്ടു. ഇപ്പോഴുള്ള സാഹചര്യങ്ങളിൽ ബോംബെ വിട്ടൊരു ജീവിതം എനിയ്ക്കുണ്ടാകുമെന്ന്, എനിക്ക് തോന്നുന്നില്ല. അതിനാൽ വീടുവാങ്ങാമെന്നുതന്നെ തീരുമാനിച്ചതായിരുന്നു പക്ഷേ, 1944 ഏപ്രിൽ 14 ലോകാവസാനമെന്ന് തോന്നിയ ദിവസമാണത്. അന്നാണ് ബോംബെയിൽ വിക്ടോറിയാഡോക്കിൽ നങ്കൂരമിട്ടിരുന്ന കപ്പലുകളിൽ പൊട്ടിത്തെറിയും തീപ്പിടുത്തവും സംഭവിച്ചത്. തീരെ അപ്രതീക്ഷിതമായാണ് എസ്.എസ്.ഫോർട്ട് സ്റ്റിക്കെൻ എന്ന കപ്പലിന് തീപിടിച്ചതും പൊട്ടിത്തെറിച്ചതും. ആദ്യമാദ്യം ആർക്കും വിവരങ്ങളൊന്നും അറിയില്ലായിരുന്നു. പെട്ടെന്ന് വെടിയൊച്ചകളും, തീപ്പിടുത്തവുമായപ്പോൾ ജനങ്ങൾ വല്ലാതെ പരിഭ്രാന്തരായി. ജോലിക്ക് പോയവർക്ക് മടങ്ങാൻ പറ്റുന്നില്ല. ആ സ്ഥലത്ത് താമസിക്കുന്നവർക്ക് തന്നെ രക്ഷപ്പെടാൻ സാധിക്കുന്നില്ല. വെടിയൊച്ചയ്ക്കുള്ള കാരണമൊന്നും മനസ്സിലാകുന്നില്ല. പരിഭ്രാന്തരായ ജനങ്ങൾ ടാക്സിക്കാരോട് യാചിക്കുമ്പോൾ, അവർ താങ്ങാൻ പറ്റാത്ത നിരക്കുകളാണ് പറഞ്ഞിരുന്നത്. ഞാൻ അന്ന് ഫോർട്ട് ഏരിയയിലായിരുന്നു. എന്താണ് സംഭവിച്ചതെന്നറിയാതെ, എങ്ങിനെയാണ് രക്ഷപ്പെടേണ്ടതെന്നറിയാതെ, പരിഭ്രാന്തരായി ഓടുന്ന ജനങ്ങളുടെ ഇടയിലൂടെ, കാറോടിച്ചുകൊണ്ടുവരാൻ ഡ്രൈവർ

* വിവരങ്ങൾക്ക് വിക്കിപീഡിയയോട് കടപ്പാട്

വല്ലാതെ ബുദ്ധിമുട്ടി. വളരെ വൈകിയാണ് ഞാൻ വീട്ടിലെത്തിയത്. എല്ലാവരും ഭയന്ന് വിറച്ചുനിൽക്കുന്നു. മുറിവേറ്റോ, മരിച്ചുപോയോ എന്നൊക്കെ പേടിച്ച് നിൽക്കുകയാണവർ. അവരെ പറഞ്ഞിട്ട് കാര്യമില്ല. കാര്യങ്ങളെല്ലാം തകിടം മറിഞ്ഞ അവസ്ഥയിലാണ്. സ്ഥിതിഗതികളുടെ ഗൗരവം കൂടുതൽ മനസ്സിലായത് പിന്നീടുള്ള ദിവസങ്ങളിലെ വാർത്തകൾ കണ്ടപ്പോഴാണ്. ഏപ്രിൽ 15-ന് റേഡിയോ വാർത്ത പുറത്തുവിട്ടുവെങ്കിലും, മെയ് 22നാണ് ഈ വാർത്ത ടൈം മാഗസിനിൽ വന്നത്. ഏതാണ്ട് 7142 ടൺ ഭാരമുള്ള എസ്.എസ്.ഫോർട്ട് സ്റ്റിക്കൈൻ കപ്പൽ ഫെബ്രുവരി 24-ന് ബിൽകെൻ ഹെഡിൽനിന്ന് പുറപ്പെട്ട് ജിബ്രാൾട്ടർ, പോർട്ട്സെഡ്, കറാച്ചിവഴി 1944 ഏപ്രിൽ 12-ന് ബോംബെയിലെത്തി. 238 ടൺ അത്യന്ത സെൻസിറ്റീവ് ആയ വെടിക്കോപ്പുകളും, ടോർപിഡോകളും, മൈനുകളും ഷെല്ലുകളും, ആയുധങ്ങളുമായി 1395 ടൺ ഭാരത്തിനു പുറമെ, സുപർമറൈൻ തീതുപ്പുന്ന ഫൈറ്റർ വിമാനങ്ങളും പരുത്തിക്കെട്ടുകളും എണ്ണയും മരവും, ഇരുമ്പു സാമഗ്രികളുമെല്ലാം ഈ കപ്പലിൽ ഉണ്ടായിരുന്നു. ഇതിനുപുറമെ 3 പെട്ടികളിലായി 8,90,000 പൗണ്ട് വിലയ്ക്കുള്ള സ്വർണ്ണ ബാറുകളും ഉണ്ടായിരുന്നു.

വളരെയധികം പരുത്തിയും എണ്ണ ബാരലുകളും കറാച്ചിയിൽ വെച്ച് കപ്പലിലേക്ക് കയറ്റുമ്പോൾതന്നെ, ക്യാപ്റ്റനായ അലക്സാണ്ടർ ജെയിംസ് നയ്സ്മിത് അപകടസാദ്ധ്യതമുന്നിൽകണ്ടുകൊണ്ട് എതിർത്തിരുന്നതാണ്, പക്ഷേ, പഞ്ചാബിൽനിന്നും സിന്ധിൽ നിന്നും റെയിൽ വഴി പരുത്തി അയക്കുന്നത് അന്ന് നിരോധിക്കപ്പെട്ട കാലമായിരുന്നതിനാൽ, പരുത്തി ബോംബെയിലേയ്ക്കെത്തിക്കാൻ കപ്പലിനെ ആശ്രയിക്കയേ നിർവ്വാഹമുണ്ടായിരുന്നുള്ളു. ഏപ്രിൽ 12-ന് കപ്പൽ വിക്ടോറിയ ഡോക്കിൽ നങ്കൂരമിട്ടെങ്കിലും, നാല്പത്തിയെട്ടു മണിക്കൂറുകൾ കഴിഞ്ഞിട്ടും സാധനങ്ങൾ ഇറക്കാൻ കഴിഞ്ഞിരുന്നില്ല.

ഏപ്രിൽ 14-ന് ഉച്ചക്ക് രണ്ടു മണിയോടുകൂടി കപ്പലിൽ തീപിടുത്തമുണ്ടെന്ന വിവരം ലഭിച്ചെങ്കിലും, എത്ര ശ്രമിച്ചിട്ടും തീയണയ്ക്കാൻ സാധിച്ചില്ല. ഏതാണ്ട് 900 ടൺ വെള്ളം അടിച്ചു കയറ്റിയെങ്കിലും, കട്ടപിടിച്ച പുക കാരണം, ഏതു ഭാഗത്തുനിന്നാണ് തീപടരുന്നതെന്നുപോലും മനസ്സിലാക്കാൻ സാധിച്ചില്ല. കപ്പലിലൊഴിച്ച വെള്ളമെല്ലാം താഴെ നിന്നുള്ള തീയിൽ തിളയ്ക്കുകയാണുണ്ടായത്. 3.50 മണിയായപ്പോഴേക്കും, കപ്പൽ ഉപേക്ഷിക്കാനുള്ള ഉത്തരവ് നൽകി വൈകുന്നേരത്തോടുകൂടി രണ്ടു ഭാഗമായി പൊളിഞ്ഞു. കപ്പലിന്റെ ജനാലകളെല്ലാം വളരെ ദൂരേക്ക് തെറിച്ചുപോയി. പിന്നീട് രണ്ടാമതും ഒരു പൊട്ടിത്തെറിയുണ്ടായി. കൊളാബ ഒബ്സർവേറ്ററിയുടെ കണക്കു പ്രകാരം, 1700 കി.മീറ്റർ ദൂരെയുള്ള സിംല

യിൽ ഭൂമി പ്രകമ്പനം കൊണ്ടു. ശബ്ദം 50 മൈൽ ദൂരെ കേട്ടു. ചുറ്റുപാടും തെറിച്ച് വീഴുന്ന തീപിടിച്ച സാമഗ്രികൾ വന്നുവീണ് ചുറ്റുമുള്ള കുടിലുകൾക്കും തീപിടിച്ചു. ഏതാണ്ട് മുക്കാൽ മൈൽ ചുറ്റളവിൽ തീയാളിക്കത്തി. ചുറ്റുമുള്ള കപ്പലുകളും തീപിടിച്ച്, കടലിൽ താഴ്ന്നു. 4.35നുണ്ടായ രണ്ടാമത്തെ പൊട്ടിത്തെറിയിൽ കത്തിപ്പടരുന്ന പരുത്തി ബെയിലുകൾ, നങ്കൂരമിട്ടിരിക്കുന്ന മറ്റു കപ്പലുകൾക്കു മേലും വന്നു പതിച്ചത്, രക്ഷാപ്രവർത്തനങ്ങളെ വല്ലാതെ മോശമായി ബാധിച്ചു. വാസ്തവത്തിൽ അന്നത്തെ പൊട്ടിത്തെറിയിലും തീപ്പിടുത്തത്തിലും, ബോംബെയുടെ വികസനത്തിൽ മുന്നിട്ടുനിന്നിരുന്നതും സാമ്പത്തികശേഷിയുണ്ടായിരുന്ന പ്രധാനപ്പെട്ട ഭാഗങ്ങളെല്ലാം ഇല്ലാതായിപ്പോയി.

അറിയപ്പെട്ട കണക്കു പ്രകാരം എണ്ണൂറിലധികം പേർ (ചിലർ ആയിരത്തി മൂന്നൂറെന്നും പറയുന്നു) അഞ്ഞൂറിലധികം ഉദ്യോഗസ്ഥർ (സിവിലിയൻ) മരിച്ചു. 2500 പേർക്ക് മുറിവേറ്റു. കപ്പൽജോലിക്കാരായ 231 പേർ മൃതിയടഞ്ഞു. 13 കപ്പലുകൾക്ക് പൂർണ്ണനാശം. വേറെ ചില കപ്പലുകൾ ഭാഗികമായും നഷ്ടപ്പെട്ടു. ഓരോന്നും ഏതാണ്ട് 25 കിലോ ഭാരം വരുന്ന നാലു സ്വർണ്ണബാറുകളടങ്ങിയ 31 മരപ്പെട്ടികളും നഷ്ടപ്പെട്ടെങ്കിലും, പിന്നീട് തിരിച്ചുകിട്ടി. അമ്പതിനായിരത്തോളം അരി ഉൾപ്പടെയുള്ള ഭക്ഷ്യസാധനങ്ങൾ നഷ്ടമായി. കപ്പലിലുണ്ടായിരുന്ന 50000 ടൺ മറ്റു സാധനങ്ങൾ നശിക്കുകയും, മറ്റൊരു 50000 ടൺ കേടുപാടാവുകയും ചെയ്തു.

തീയണക്കാൻ ഏതാണ്ട് മൂന്ന് ദിവസങ്ങളെടുത്തു. എണ്ണായിരം ആൾക്കാർ ഏഴുമാസത്തോളം നിരന്തരമായി ജോലി ചെയ്തിട്ടാണ് 5 ലക്ഷം ടണ്ണോളം വരുന്ന അപകടാവശിഷ്ടങ്ങൾ മാറ്റിയതും വീണ്ടും പ്രവർത്തനക്ഷമമാക്കിയതും.

ജനജീവിതത്തെ നടുക്കി, അക്ഷരാർത്ഥത്തിൽ താറുമാറാക്കിയ ഈ സംഭവം എന്റെ ബോംബെ ജീവിതത്തിലെ ഒരിക്കലും മറക്കാനാകാത്ത നാഴികക്കല്ലാണ്. വർഷങ്ങളോളം എന്നെ ഇരുത്തി ചിന്തിപ്പിച്ചിട്ടുണ്ട് ഈ സംഭവം. ഇക്കാര്യംകൊണ്ടുതന്നെ, ബോംബെയിൽ ഒരു നല്ലവീടെന്ന എന്റെ സ്വപ്നത്തിന് ചിറകറ്റു. ഒരല്ലലുമില്ലാതെ എന്തു തൊഴിലും ചെയ്ത് സുഖമായി കഴിയാവുന്ന ഒരു സ്ഥലമാണ് ബോംബെ എന്ന എന്റെ വിശ്വാസം നഷ്ടപ്പെട്ടു. ഒഴുകിക്കൊണ്ടിരിക്കുന്നതിന്നിടയിൽ, എപ്പോൾ ഏതു സമയത്താണ് ഇതുപോലുള്ള അത്യാഹിതങ്ങൾ സംഭവിക്കുക എന്ന് ആർക്കും പറയാനാവില്ലല്ലോ?

ഇതിനിടയ്ക്ക് വ്യക്തിപരമായി ഞങ്ങളേഴു സഹോദരരേയും വല്ലാതെ ദുഃഖിതരാക്കുന്ന ഒരു സംഭവമുണ്ടായി. ഞങ്ങളുടെ സ്നേഹ

മയിയായ അമ്മയ്ക്ക് പക്ഷപാതം പിടിപ്പെട്ട് കിടപ്പിലായി. അതിനിടയ്ക്ക് വസ്തു ഭാഗം വയ്ക്കലും മറ്റും നടന്നിരുന്നതുകൊണ്ട് തറവാട്ടിൽ ഗോവിന്ദനും കുടുംബവുമാണ് താമസിച്ചിരുന്നത്. അമ്മ അവരോടൊപ്പ മായിരുന്നു. പക്ഷപാതം പിടിപെട്ട് തളർന്ന് കുഴഞ്ഞുവീണപ്പോൾ, അമ്മ യുടെ കയ്യിൽ ഗോവിന്ദന്റെ ചെറിയമകൾ ഭവാനിയുണ്ടായിരുന്നു. അടുത്ത് നിൽക്കുന്നവരോട് കുട്ടിയെ എടുക്കാൻ പറയുന്നതിനിട യ്ക്കാണ് കുഴഞ്ഞുവീണത്. അതുകൊണ്ട് അമ്മ വേറൊരാളുടെ പേരും ഓർക്കുന്നില്ല. അമ്മയുടെ മക്കളുടെ പേരുപോലും. എല്ലാവരേയും ഭവാനി എന്നാണ് വിളിക്കുക. ഏഴ് വർഷങ്ങൾ അമ്മ തളർന്നു കിടന്നു. വളരെ ക്ഷമാശീലമുള്ള നാരായണിയുടെ അടുത്ത് അമ്മ ഏറ്റവും സുരക്ഷിത യാണെന്നറിയാമെങ്കിലും, അമ്മയെ ഓർക്കുമ്പോഴൊക്കെ വിഷമമാണ്. അത്രമാത്രം സ്നേഹവതിയായിരുന്നു ഞങ്ങളുടെ അമ്മ.

## കുതിരപ്പന്തയത്തിന്റെ മായാലോകം

എന്റെ ലോകം ആ കുതിരപ്പന്തയത്തിന്റെ ഓഫീസും പന്തയവുമാ യിരുന്നു. അവിടെ വരുന്നവർക്കെല്ലാംതന്നെ പ്രതീക്ഷയുടെ തിളങ്ങുന്ന മുഖങ്ങൾ. പന്തയക്കുതിരകളുടെ ത്രസിപ്പിക്കുന്ന വേഗതയുടേയും ചടു ലതയുടേയും താളത്തിൽ മുഴുകാൻ വെമ്പൽ കൊള്ളുന്നവർ. പണം നഷ്ട പ്പെടുന്നവർ ധാരാളം. പക്ഷേ, അതും ഉൾക്കൊള്ളാൻ തയ്യാറായിട്ടാണ് അവർ വരുന്നതുതന്നെ. ഞാനും ജീവിതത്തെ ഒരു പുതിയ കാഴ്ചപ്പാ ടിൽ കാണാൻ തുടങ്ങിയിരിക്കുന്നു.

ബോംബെയിൽ ബിസിനസിന്റെ കാര്യങ്ങളൊക്കെ നന്നായി നടന്നു പോകുന്നുണ്ട്. മേൽനോട്ടം നടത്താൻതന്നെ എനിക്ക് സമയമുണ്ടായി രുന്നില്ലെന്നു വേണം പറയാൻ. അതിന്റെ സാങ്കേതിക വശങ്ങളൊന്നും എനിയ്ക്കറിയില്ല. എന്റെ ലോകം സട്ടയിൽ നിന്ന് മാറി, വഴിതിരിഞ്ഞു കുതിരപ്പന്തയത്തിലെത്തി. ഏതാണ്ട് 225 ഏക്കറിൽ ബോംബെ നഗര ത്തിന്റെ ഹൃദയഭാഗത്ത് കടലിനഭിമുഖമായി പരന്നുകിടക്കുന്ന മഹാ ലക്ഷ്മി റെയ്സ്കോഴ്സ് ട്രാക്കിന് തന്നെ ഒരു വല്ലാത്ത വശ്യതയുണ്ടെന്ന് തോന്നിയിട്ടുണ്ട്. കുതിച്ചുചാടി ഓടിത്തിമർക്കാൻ തയ്യാറായി വരുന്ന കുതിരകൾ ട്രാക്കിൽ നിരന്നാൽതന്നെ, എന്റെ ദേഹത്തുകൂടിയൊഴുകുന്ന രക്തത്തിന്റെ ചൂട് അറിയാതെ ഉയരുന്നത് അനുഭവപ്പെടാൻ തുടങ്ങും. ഞാൻ വാതുവെച്ച കുതിരയിലേക്കും അതിന്റെ ചലനങ്ങളിലേക്കും ലോകം ചുരുങ്ങി ഒതുങ്ങും. 1883 ലോ മറ്റോ തുടങ്ങിയതാണത്രെ ഈ റെയ്സ് കോഴ്സ് ട്രാക്റ്റ്. എന്തായാലും ആ അജ്ഞാതശില്പിക്ക് മനസ്സുകൊണ്ടൊരു സല്യൂട്ട്. ലോകത്തിലെ എല്ലാ രാജ്യങ്ങളിലേയും,

ജാതിമതദേശഭേദമെന്യേ, ജനങ്ങളുടെ പ്രതിനിധികൾ ഈ റേസിൽ പങ്കെടുക്കുന്നുണ്ടാവും. ഒരുത്സവപ്പറമ്പിന്റെ പ്രതീതി. പലർക്കും ഇടയ്ക്ക് വലിയ തുകകൾ നഷ്ടപ്പെടുന്നുണ്ട്, എന്നാലും ഈ ഹരത്തിനു മുന്നിൽ അതൊന്നും ഒന്നുമല്ല.

നാട്ടിൽ രാഘവന്റെ വിവാഹം നടന്നു. കിട്ടുണ്ണിയുടെ ഭാര്യ ലക്ഷ്മിയുടെ അനുജത്തി നാരായണി (അമ്മു) വിനെത്തന്നെയാണ് അവൻ വിവാഹം ചെയ്തത്. അവർ രണ്ടാളും തമ്മിൽ അടുപ്പത്തിലുമായിരുന്നു. വിവാഹം ഞങ്ങളുടെ നാട്ടിലെ കിള്ളിക്കാവിനുമുൻപിൽ വെച്ച് വളരെ ലളിതമായാണ് നടത്തിയത്. ഒരാഴ്ചകഴിഞ്ഞപ്പോൾ അവർ രണ്ടാളും കൂടി മദ്രാസിലേക്ക് പോയി. രാഘവന് ബി.എ. (ഹോണേഴ്സ്) കഴിഞ്ഞ് മദ്രാസ് ബിന്നി മിൽസിൽ നല്ല ജോലി ലഭിച്ചിരുന്നു.

അതിന്നിടയ്ക്ക് ഞങ്ങളുടെ വീട്ടിലെ ആദ്യവധുവായിരുന്ന ലക്ഷ്മി മരണപ്പെട്ടു.

## ഉയരങ്ങളിൽ നിന്ന് താഴോട്ട്

വർഷങ്ങളേറെ പോയില്ല, ബോംബെയിലെ ബാങ്കിംഗ് ബിസിനസ്സിന്റെ തകർച്ചയാണ് ആദ്യമായി ശ്രദ്ധയിൽപെട്ടത്. ഞാൻ കെട്ടിപ്പൊക്കിയ ബിസിനസ്സ് സംരംഭങ്ങളായ ചീട്ടുകൊട്ടാരങ്ങൾ ഓരോന്നായി വീണുതുടങ്ങിയെന്ന് പലരും ആധിയോടെ വന്നു പറയാൻ തുടങ്ങി. അമ്മയുടെ വീഴ്ചയോടുകൂടി ഞങ്ങളുടെ ഐശ്വര്യവും ഇറങ്ങിപ്പോകുകയാണോ എന്നറിയാതെ തോന്നിപ്പോയി, വെറും അന്ധവിശ്വാസമാണെന്നറിയാമെങ്കിലും. വീണ്ടും സഹോദരങ്ങളെല്ലാം ബോംബെയിലെത്തി. തകർച്ചയ്ക്ക് കാരണങ്ങളായി പലതും പുറത്തുവന്നു. 1947 ലെ സ്വാതന്ത്ര്യസമരത്തിനുശേഷമുള്ള ഇന്ത്യാവിഭജനം, അതിലേറെ കെടുകാര്യസ്ഥത, പരിശീലനക്കുറവ്, മുൻപരിചയമില്ലായ്മ-അങ്ങിനെ പലതും. അതൊന്നും എന്നെ ബാധിച്ചില്ല. ഞാൻ ഒട്ടും പതറിയതുമില്ല. ബാങ്കുകളുടെ പ്രധാന ഷെയർ ഹോൾഡറും എം.ഡി.യുമായിരുന്ന ഞാൻ തന്നെയായിരുന്നു കോടതിയിൽ ഫയൽ ചെയ്യപ്പെട്ട കേസിലെ മുഖ്യപ്രതി. വക്കീലന്മാരെ വെയ്ക്കലും വാദിപ്പിക്കലുമൊക്കെ കിട്ടുണ്ണിയും ഗോപാലനും കൂടി ചെയ്തു. പക്ഷേ, ന്യായമായ വിധി തന്നെയായിരുന്നു കോടതി പുറപ്പെടുവിച്ചത്. ബാങ്ക് നടത്തി പരിചയമില്ലാത്തതുകൊണ്ടുവന്ന അബദ്ധമാണെന്നും പ്രതി തുകയൊന്നും തിരിമറിചെയ്യുകയോ, നഷ്ടപ്പെടുത്തുകയോ ചെയ്തിട്ടില്ലെന്നും കോടതി കണ്ടെത്തി. അതുകൊണ്ടുതന്നെ നഷ്ടപ്പെട്ടവർക്കുള്ള തുക തിരിച്ചു കൊടുക്കണമെന്നതായിരുന്നു വിധി.

വാങ്ങിക്കൂട്ടിയ വസ്തുവകകൾ ഓരോന്നായി വില്ക്കപ്പെട്ടു. അല്ലെങ്കിലും ഭൂമിക്ക് വലിയ വിലയില്ലാതിരുന്നകാലം. പോരാത്തതിന് കടം വന്നു മുട്ടി, അത്യാവശ്യമായിട്ടാണ് വില്ക്കുന്നതെന്നറിഞ്ഞാൽ ഭൂമി വില വളരെ താഴും. കുറെയൊക്കെ കടം വാങ്ങി കൊടുക്കാനുള്ളവർക്കൊക്കെ കൊടുത്തു. കയ്യിലുള്ള വസ്തുക്കൾ പണയപ്പെടുത്തിയും കുറേ തുക ശേഖരിച്ചു. പൂമുള്ളിമനയിൽ നിന്നും നല്ലൊരു തുക വാങ്ങി. അങ്ങിനെ നാട്ടിലെ ബാങ്കിംഗ്, ടെക്സ്റ്റൈൽ, വണ്ടിപ്പേട്ട തുടങ്ങിയ ബിസിനസ്സുകളൊക്കെ ഓരോന്നായി അടച്ചുപൂട്ടി. ഇത്തവണ പണം ബോംബെയിൽ നിന്നൊഴുകുന്നതിനു പകരം, നാട്ടിൽനിന്ന് ബോംബെയ്ക്കാണ് ഒഴുകിയത്. വർഷങ്ങൾ കടന്നുപോയി. ഞങ്ങളുടെ ബാങ്കിൽ ജോലി ചെയ്തിരുന്നവർതന്നെ നാട്ടിൽ ബാങ്ക് തുടങ്ങി, ഗൾഫിൽ നല്ല ജോലിയായി പണം സമ്പാദിക്കുന്നതു കാണുമ്പോൾ സന്തോഷം തോന്നി. എന്തൊക്കെയോ കരിഞ്ഞുണങ്ങിയാലും അവിടേയുമിവിടേയുമായി ചില പച്ചപ്പുകൾ കാണുന്നുണ്ടല്ലോ?

പണത്തിന്റെ വരവിലും പോക്കിലും എനിക്ക് കാര്യമായി ഒരു പങ്കുമില്ലെന്ന് എനിക്ക് നല്ല ബോദ്ധ്യമായിരുന്നു ഈ അവസ്ഥ എന്നെ വിഷമിപ്പിച്ചില്ല. ഒരുപാടൊരുപാട് ജീവിതാനുഭവങ്ങളും ഒന്നുകൊണ്ടും തളരാത്ത ഒരു മനസ്സും ഇന്നും എനിക്ക് കൈമുതലായുണ്ട്. പാവപ്പെട്ടവനും പണക്കാരനും അനുഭവിച്ചു തീർക്കാവുന്ന എല്ലാവിധ സുഖദുഃഖങ്ങൾക്കും എന്റെ ജീവിതം സാക്ഷിയാണ്. ഏത് കടുത്ത അനുഭവങ്ങളേയും നേരിടാൻ എനിക്ക് വിഷമമില്ല. പക്ഷേ, കല്യാണിയുടേയും കുട്ടികളുടെയും സ്ഥിതി അതല്ലല്ലോ? സമ്പത്തിന്റെ പടവുകൾ പലതും കയറിക്കഴിഞ്ഞിരിക്കുമ്പോഴാണ് കല്യാണി ഭാര്യയായി എന്റെ ജീവിതത്തിലേക്ക് കടന്നുവന്നത്. ദിവാകരൻ മാത്രം ബ്രൈറ്റ് ബ്രദേഴ്സ് എന്ന കമ്പനിയിൽ ജോലിയായി. രവീന്ദ്രൻ കോളേജിൽ പഠിക്കുന്നു. മറ്റു നാലു കുട്ടികളും സ്കൂളിലാണ്. ബോംബെയിൽ എല്ലാവരുമൊന്നിച്ചു കഴിയുവാനുള്ള സാമ്പത്തികസ്ഥിതിയില്ലാതായിരിക്കുന്നു എന്നതാണ് വാസ്തവം. എന്താണിതിനൊരു പോംവഴിയെന്നാലോചിച്ചിരിക്കുമ്പോൾ കല്ല്യാണി തന്നെയാണ് പറഞ്ഞത്. “നമുക്ക് കുട്ടികളെ നാട്ടിലെ സ്കൂളിൽ ചേർത്ത് പഠിപ്പിക്കാം, നമുക്കായുള്ള വസ്തുവിൽ കൃഷിയും ചെയ്യിപ്പിക്കാം.” മാറുന്ന പരിതസ്ഥിതികളുമായി കല്യാണി എത്രവേഗം ഇണങ്ങുന്നു. പലരും എന്നോട് പറഞ്ഞിട്ടുണ്ട് എല്ലാ ദിവസവും താങ്കളുടെ കോട്ടഴിച്ചെടുക്കുമ്പോൾ ഒരഞ്ചാറുനോട്ടുകളെങ്കിലും ഭാര്യ മാറ്റിവെച്ചിരുന്നുവെങ്കിൽതന്നെ ഇന്ന് സുഖമായി കഴിയാമായിരുന്നു. അവളത് ചെയ്യാത്തതിൽ എനിക്ക് സന്തോഷമേയുള്ളു. ആകാശത്തിൽകൂടി പറന്നു പോകുന്ന ഇണപ്പക്ഷിയുടെ ചിറകൊടിഞ്ഞ് താഴേക്ക് വീഴുമെന്ന് ചിന്തി

ക്കാനുള്ള, സുഖക്കേടുപിടിച്ച മനസ്സൊന്നുമല്ല അവളുടേത്. നാലു മക്കൾക്കും ബോംബെവിട്ട് പോകുന്നതിനോട് ഒട്ടും താല്പര്യമുണ്ടായിരുന്നില്ല. ശ്രീധരനും സുകുമാരനുമുള്ള വിഷമം നാട്ടിൽ ബോംബെയിലെ സൗകര്യങ്ങളൊന്നുമില്ലെന്നാണ്. വിജയന് ഒരുപാട് കൂട്ടുകാരുണ്ട്. അവരെ വിട്ടുപോകേണ്ട വിഷമം. മോഹനന്റെ സങ്കടം അച്ഛൻ വരാതെ, അമ്മയും മക്കളും മാത്രം പോകേണ്ടിവരുന്നതാണ്. അവരുടെ മിക്ക ചോദ്യങ്ങൾക്കും ഉത്തരം നൽകാൻ എനിക്ക് സാധിച്ചില്ലെന്നതാണ് സത്യം. നാട്ടിൽ അവരുടെ സുരക്ഷിതത്വത്തെപ്പറ്റി ഒരു വേവലാതിയും എനിക്കില്ല. തൊട്ടടുത്ത് ഞങ്ങളുടെ തറവാട്ടിൽ ഗോവിന്ദനും കുടുംബവുമുണ്ട്. ഗോവിന്ദൻ നാട്ടിലെ ഒരു വലിയ പ്രമാണിയാണ്. പാവപ്പെട്ടവർ ആദ്യം ഓടിയെത്തുക അവന്റെ അടുത്താണ്. നാട്ടുകാരുടെ സ്വത്തുതർക്കങ്ങളും മറ്റും അവന്റെ മദ്ധ്യസ്ഥതയിലാണ് തീർക്കപ്പെടുന്നത്.

കല്യാണിയും കുട്ടികളും നാട്ടിലേക്ക് പോയതോടെ, എന്റെ ബോംബെ ജീവിതത്തിലും ഇരുട്ടു പരന്നു തുടങ്ങി. ഒരു വല്ലാത്ത പ്രഹരമേറ്റതുപോലെ. അതും ഞാനേറ്റുവാങ്ങി. അതിന്നിടക്ക് നാട്ടിൽ, പാറേക്കളം തറവാടും കൃഷിയും വിൽക്കുന്നുവെന്നറിഞ്ഞ്, ഗോപാലൻ അത് ഞങ്ങൾക്കുവേണ്ടി വാങ്ങി. പാറേക്കുളം വീടെന്നു പറയുമ്പോൾ രത്നത്തിന്റെ അമ്മാവന്റെ വീടായിരുന്നു. ഞങ്ങളുടെ തറവാട് വീടിനും ആച്ചത്തെ വീടിനും ഇടയ്ക്കുള്ള വീട്. വാസ്തവം പറയണമല്ലോ, നല്ലൊരൈശ്വര്യമുള്ള വീടാണത്. കിഴക്കോട്ട് മുഖമുള്ള, വളരെ വിസ്താരമായ തളവും ചുറ്റും വരാന്തകളും, മുകളിലെയും താഴേയും നിലകളിലായി നാലു നല്ല കിടപ്പുമുറികളുമൊക്കെയുള്ളൊരു വീട്. പണ്ട് പാടത്തേയ്ക്കിറങ്ങാനുള്ള പടികൾ മാത്രമായിരുന്നു, വീട്ടിലേക്കുള്ള വഴി. പിന്നീട് വടക്ക് പടിഞ്ഞാറുഭാഗത്തുകൂടി റോഡുവെട്ടി. കിഴക്കുതെക്കു ഭാഗത്തായുള്ള നെൽപ്പാടങ്ങളും, വീട്ടിൽ നിന്നു നോക്കിയാൽ കാണുന്ന അമ്പലക്കുളവും എല്ലാം കൂടി പ്രകൃതിയോടിണങ്ങി നിൽക്കുന്നൊരു വീട്. പക്ഷേ, വീടിനെ സുന്ദരമാക്കുന്നതിതൊന്നുമല്ല, പാടത്തേയ്ക്കുള്ള കല്പടവുകൾ കയറിവരുമ്പോൾ രണ്ടു വശത്തുമുള്ള മതിലുകൾക്കപ്പുറത്ത്, പൂത്തുല്ലസിച്ചു നിൽക്കുന്ന അശോകമരങ്ങളിൽ നിന്നും കൊഴിഞ്ഞുവീഴുന്ന, ഓറഞ്ചിന്റെ പലനിറഭേദങ്ങളിൽ നടപ്പാതയിൽതീർത്തിടുന്ന പൂക്കളുടെ പരവതാനിയാണ്. പൂക്കൾ കൊഴിയുന്ന കാലങ്ങളിൽ ചില ദിവസങ്ങളിൽ നിങ്ങൾക്ക് ഭാഗ്യമുണ്ടെങ്കിൽ, നടന്നുകയറിവരുന്ന വഴി നിങ്ങൾക്കൊരു പുഷ്പ വൃഷ്ടിയും ലഭിച്ചേക്കാം.

നാട്ടിൽ കല്യാണിയുടെ കാര്യസ്ഥതയിൽ കൃഷികാര്യങ്ങളും കുട്ടികളുടെ സ്കൂളും തരക്കേടില്ലാതെ പോകുന്നതുതന്നെ സമാധാനം. പക്ഷേ, പതുക്കെപതുക്കെ ഞാനെന്റെ പഴയ ഹോബിയിൽ മുഴുകാൻ

തുടങ്ങി. ദിവാകരനോട് പറഞ്ഞാൽ, ലൈബ്രറിയിൽ നിന്ന് പുസ്തകങ്ങളെടുത്തുതരും. എനിക്ക് പ്രത്യേകിച്ചൊന്നും ചെയ്യാനില്ല. സന്ദർശകരുണ്ടെങ്കിൽ സന്തോഷം. ഇല്ലെങ്കിൽ പുസ്തകങ്ങളുടെ ലോകം. ഞാൻ പക്ഷേ, അക്ഷമനല്ല. കാത്തിരിക്കുകയാണ്. ആ അദൃശ്യശക്തി എന്നെ എവിടേയ്ക്കാണ് കൊണ്ടുപോകുന്നതെന്നറിയാൻ, കാത്തിരിക്കുകയാണ്.

നാട്ടിൽനിന്ന് കല്യാണിയും കുട്ടികളും വിളിച്ചുകൊണ്ടിരിക്കുന്നു. ചെയിൻ സ്മോക്കറേയും തോല്പിക്കുന്ന സിഗരറ്റുവലിക്കാരനാണ് ഞാൻ, എത്രയോ വർഷങ്ങളായി. എന്റെ വിരലുകളും, ചുണ്ടും, വിടാതെയുള്ള ചുമയും കണ്ടാൽ ആർക്കും ഒറ്റനോട്ടത്തിൽ അത് മനസ്സിലാകും. ഓടിത്തളർന്ന ഈ കുതിരക്ക് എന്റെ പഴയ മനിശ്ശേരിയിലെത്തണം. കല്യാണിയുടേയും മക്കളുടേയും നടുവിലേക്ക്, നാട്ടിലെ കൃഷിപ്പണിയിലേക്ക്. കിട്ടുണ്ണിയും ഗോവിന്ദനും, നാണുവും, ശങ്കുണ്ണിയും അവരുടെ മക്കളുമെല്ലാമുള്ള നാട്ടിലേക്ക്. കട്ടപിടിച്ച് ഉണങ്ങിവരണ്ട ഭൂമിയിൽ, പുതുമഴ ഉതിർക്കുന്ന ഗന്ധം, പച്ചനിറത്തിന്റെ സൗമ്യതയും സൗന്ദര്യവുമായി, എല്ലാ വശ്യതയും പുണർന്നു നിൽക്കുന്ന ഞാറ്റുപാടങ്ങൾ, വിളഞ്ഞു നിൽക്കുന്ന നെൽക്കതിരുകൾ ഗൃഹാതുരതയുണർത്തുന്ന ദൃശ്യങ്ങൾ ഇവയൊക്കെയാണെന്റെ മനസ്സിലിപ്പോൾ.

ആവിപറക്കുന്ന ഒരു കപ്പ് ചായ മേശപ്പുറത്തുവെച്ച് ശങ്കരൻ നായർ, ഒന്നു ചുമച്ചു. അതെയതേ, ഞാനിപ്പോഴും ബോംബെയിലെ കുഞ്ഞ് വിഹാറിലാണ്. നാട്ടിലേക്ക് എത്തേണ്ടിയിരിക്കുന്നു. ആദ്യകാലങ്ങളിൽ കിട്ടുണ്ണി എന്നോടെപ്പോഴും പറയാറുണ്ടായിരുന്നു, "എന്നാലും ആരുമാരും തുണയില്ലാതെ, ഒരു പരിചയക്കാരനേയുമറിയാതെ, കയ്യിൽ പണമില്ലാതെ, ഭാഷപോലുമറിയാതെ ബോംബെയിലേക്കെത്തിയ ഏട്ടന്റെ ചങ്കൂറ്റം ഭയങ്കരം തന്നെ." അവനോട് തമാശയായി പറയും. "ഒന്നുമില്ലാതെയല്ലെടാ ഞാൻ പോന്നത്. എന്റെ കാതിലൊരു സ്വർണ്ണക്കടുക്കനുണ്ടായിരുന്നു". പണ്ട് ആൺകുട്ടികളേയും കാതുകുത്തിപ്പിക്കും. എനിയ്ക്കാണോ ചങ്കൂറ്റം? ഞാനാണോ നാടുവിട്ട് പുറപ്പെട്ടുപോന്നത്? ഞാനല്ലെങ്കിൽ പിന്നാരാണ്? എനിയ്ക്കറിയില്ല. ഞാനറിയാത്ത ഏതോ ഒരു ശക്തി എന്നിലെവിടേയോ ഉണ്ട്. ചിലപ്പോൾ തോന്നും അതെന്റെതന്നെ ശക്തിയാണെന്ന്, ഒന്നുമറിയില്ല എന്നതാണ് സത്യം.

കോളിംഗ് ബെല്ലിന്റെ ശബ്ദം എന്നെ ചിന്തകളിൽ നിന്നുണർത്തി. ശങ്കരൻനായർ വാതിൽ തുറന്നപ്പോൾ ഗോപാലനും രത്നവും കുട്ടികളും. 'വല്യച്ഛാ' കുട്ടികൾ ഓടിവന്ന് കെട്ടിപ്പിടിച്ചു. രണ്ടാഴ്ച കൂടുമ്പോഴുള്ള സന്ദർശനത്തിന് എത്തിയതാണവർ.

■

പാർവ്വതി അമ്മ

**ഏഴുസഹോദരർ**

ഇരിക്കുന്നവർ ഇടത്തുനിന്ന് ഗോവിന്ദൻ, രാവുണ്ണി, കിട്ടുണ്ണി, നാണു
നിൽക്കുന്നവർ ശങ്കുണ്ണി, രാഘവൻ, ഗോപാലൻ

നിൽക്കുന്നവർ ശങ്കുണ്ണി, രാഘവൻ, ഗോവിന്ദൻ
(ഇടത്തുനിന്ന് ഇരിക്കുന്നവർ) ലക്ഷ്മി, രാവുണ്ണി, കല്യാണി, രത്നം,
കുട്ടികൾ നളിനി, ബാബു, ഉണ്ണി

രാഘവൻ ഇന്ദിരാഗാന്ധിയ്ക്കൊപ്പം

വടക്കൂട്ട് കുടുംബം

രാവുണ്ണിയുടെ കാറും ഡ്രൈവറും

ലേഖികയും ശകുന്തളയും
ബോംബെയിലെ ഒഴിവുകാലത്ത് കുട്ടികളായിരുന്നപ്പോൾ

രത്നവും ഗോപാലനും

സ്മൃതി

# ഗോപാലൻ

ഞാൻ ഗോപാലൻ. ഞങ്ങൾ ഏഴു സഹോദരരിൽ ആറാമത്തവൻ. തിരിഞ്ഞുനോക്കുമ്പോൾ, ചിത്രം കൂടുതൽ വ്യക്തമാവുന്നു. എന്നെ ഞാനാക്കി മാറ്റിയത് എന്റെ സഹോദരർ തന്നെ. രാവുണ്ണിയേട്ടനും കിട്ടുണ്ണിയേട്ടനും ഗോവിന്ദേട്ടനും നാണു ഏട്ടനും ശങ്കുണ്ണിയേട്ടനുമെല്ലാംകൂടി. രാഘവൻ എന്റെ ഇളയ അനുജൻ, അച്ഛനും അമ്മയുമാണ് ഭൂമിയിലേക്ക് കൊണ്ടുവന്നതെന്ന സത്യം മറന്നിട്ടല്ല. ജീവിതത്തിൽ ഓരോ പരീക്ഷണഘട്ടങ്ങൾ വന്നപ്പോഴും ഇവരൊക്കെതന്നെയായിരുന്നു എനിയ്ക്കൊപ്പം. ഇക്കാലത്തിനിടക്ക് എത്രയോ ആൾക്കാരെ ഞാൻ പരിചയപ്പെട്ടിരിക്കുന്നു. സഹോദരങ്ങൾ തമ്മിലുള്ള ഈ സ്നേഹം ഇത്രയധികം കണ്ടിട്ടില്ല. ഒരുപക്ഷേ, എല്ലാം എന്റെ തോന്നലാവാം. അച്ഛൻ ഇല്ലാതെയായപ്പോഴേയ്ക്കും രാവുണ്ണിയേട്ടനും ഗോവിന്ദേട്ടനും അവരുടെ പഠിത്തം ഉപേക്ഷിച്ച് കുടുംബം പുലർത്താനിറങ്ങി. പൂമുള്ളി മനയിലെ വാരം, ഉത്സവങ്ങൾ തുടങ്ങിയ ദിവസങ്ങളിൽ, എവിടെനിന്നൊക്കെയാണ് പച്ചക്കറി സ്വരൂപിച്ച് എത്തിച്ചുകൊടുക്കാറുള്ളത്? പല സ്ഥലങ്ങളിൽ നിന്നും ശേഖരിച്ച് ഒരിടത്തുകൂട്ടി, ഒന്നിച്ചാണ് മനയിലേയ്ക്കെത്തിക്കുക. ചില ദിവസങ്ങളിൽ എന്നെ കാവലിരുത്തിയാണ് രാവുണ്ണിയേട്ടനും ഗോവിന്ദേട്ടനും വീണ്ടും ശേഖരിക്കാൻ പോകുക. പൂമുള്ളിമനയുടെ പച്ചക്കറിയാവശ്യങ്ങൾ ഒരു ചില്ലറതോതിലൊന്നുമായിരുന്നില്ലല്ലോ? രാത്രി ഒരുപാടുനേരം വൈകിയാൽ രണ്ടാളും പറയും. 'ഇനി ഇവിടെ കൂടാം.' ഇന്നും ഞാനോർക്കുന്നു, വാങ്ങിക്കൂട്ടിയ മത്തങ്ങകളുടെ മുകളിൽ ചാക്കു വിരിച്ച് മാനത്തെ നക്ഷത്രങ്ങൾ നോക്കി, പൂനിലാവിലൊരു കിടത്തമുണ്ട്. ആ നിമിഷങ്ങളൊന്നും ജീവിതത്തിൽ പിന്നീടൊരിക്കലും തിരിച്ചുകിട്ടിയിട്ടില്ല. അദ്ധ്വാനിച്ചെത്തിയ ഏട്ടന്മാർ രണ്ടാളും വേഗം ഉറക്കത്തിലേക്ക് ഊളിയിട്ടുപോകും. അവസാനം ഉറങ്ങുന്നതും ആദ്യം ഉണരുന്നതും ഞാൻതന്നെ. പറയാതിരിക്കാൻ വയ്യാത്തൊരു കാര്യമുണ്ട്, എത്ര ദാരിദ്ര്യമുണ്ടായിരുന്നാലും ആരും ഒന്നും കട്ടുകൊണ്ടു പോകാറില്ല. ഇന്നാണെങ്കിലോ? ബോംബെയിലാണെങ്കിലും നാട്ടിലാണെങ്കിലും എന്തെല്ലാം പേടിക്കണം. സ്വന്തമായി എന്തെങ്കിലും ഉണ്ടായിത്തുടങ്ങിയാൽപിന്നെ പേടിയാണ്. ആരെങ്കിലും കട്ടുകൊണ്ടു

പോകുമോ, നഷ്ടപ്പെടുമോ ഞാൻ സൂക്ഷിക്കുന്നത് ശരിയാവുന്നില്ലേ? ആശങ്കകൾ തീരുകയില്ല. ഉള്ളി പോലെയാണ്. തൊലിനീക്കിയാൽ മനസ്സിലാകും ഉള്ളിലൊന്നുമില്ല, ഈ തൊലി മാത്രമേയുള്ളു. പേടിയ്ക്കൊരു കാര്യവുമില്ല. പക്ഷേ, എല്ലാതരം പേടികളും കൂടി ഒന്നിനു മുകളിൽ ഒന്നായി കൂടിയാലോ? അവിശ്വാസം, അരക്ഷിതബോധം, എവിടെനിന്നോ മുഖത്തെത്തുന്ന അനാവശ്യ ഗൗരവം. ഓ ആ പണ്ടത്തെ കാലത്ത് ജനങ്ങൾ നാട്ടിൻ പുറത്ത് എത്ര സ്വതന്ത്രരായിരുന്നു.

## ഹൈസ്കൂൾ - കോളേജ് വിദ്യാഭ്യാസം, കൂട്ടത്തിൽ സ്വല്പം രാഷ്ട്രീയവും

എന്റെ പഠിത്തം നിർത്തിവെയ്ക്കേണ്ടിവന്നത് അന്ന് ഹൈസ്ക്കൂൾ ക്ലാസ്സിലായിരുന്നപ്പോഴാണ്. രാവുണ്ണിയേട്ടൻ ബോംബെയിൽ നിന്നയച്ച ആയിരം രൂപ, അമ്മയെ ചിരിപ്പിച്ച് കരയിച്ച- ആദ്യത്തെ മണിയോർഡർ, പഠിത്തത്തിന് വീണ്ടും പച്ചക്കൊടിതന്നു.

ഒറ്റപ്പാലം ഹൈസ്കൂൾ ജീവിതം ഒരിക്കലും മറക്കാനാവില്ല. പ്രഗത്ഭരായ അധ്യാപകരും പഠനോത്സുകരായ വിദ്യാർത്ഥികളും കൂടി ഹൈസ്കൂൾ അന്തരീക്ഷത്തിന് ഒരു പ്രത്യേക ഗൗരവമേകി. ഉയർന്ന മാർക്കു നേടിയിട്ടാണ് ഞാൻ എസ്.എസ്.എൽ.സി. പാസ്സായത്.

കോഴിക്കോട് സാമോറിൻസ് കോളേജ് ഹൈസ്കൂളിലായിരുന്നു എന്റെ ഇന്റർമീഡിയറ്റ് വിദ്യാഭ്യാസം. വളരെ സന്തോഷകരമായ കാലം. അന്നന്നു പഠിക്കുവാനുള്ളതൊക്കെ തീർന്നാൽ, പിന്നെ കൂട്ടുകാരോടൊപ്പം സംസാരിച്ചുകൊണ്ടിരിക്കും. വിദ്യാർത്ഥികളാണെങ്കിലും ചുറ്റുപാടും നടക്കുന്ന സംഭവവികാസങ്ങൾ ശ്രദ്ധിക്കുന്നത് ഞങ്ങളുടെ ഒരു ശീലമായിരുന്നു. ഇന്ത്യയിൽ ബ്രിട്ടീഷ് രാജ്ഞിയുടെ നേരിട്ടുള്ള ഭരണം കൂടുതൽ പ്രശ്നങ്ങളിലേക്ക് പോകുന്ന കാലം. മിസ്സിസ് ആനി ബസന്റ്, ദ ഹോം റൂൾ ലീഗ് സ്ഥാപിച്ചു. പിന്നീട് ഇന്ത്യൻ നാഷണൽ കോൺഗ്രസ്സിന്റെ തിരഞ്ഞെടുക്കപ്പെട്ട പ്രസിഡന്റായി. ലണ്ടനിലെ ഇന്ത്യൻ ഓഫീസ് 1935 ൽ പാസ്സാക്കിയ ഗവൺമെന്റ് ഓഫ് ഇന്ത്യ ആക്ട് പ്രകാരം പരിമിതമായി വോട്ടുചെയ്യാനുള്ള അധികാരം ലഭിച്ചു. എ.വി. കുട്ടിമാളു അമ്മയായിരുന്നു കോൺഗ്രസിന്റെ കോഴിക്കോട് സ്ഥാനാർത്ഥി. ശാരദാ കൃഷ്ണനും മഞ്ചേരി രാമയ്യരുമായിരുന്നു എതിരാളികൾ. ഞങ്ങളൊക്കെ പ്രതീക്ഷിച്ചിരുന്നതുപോലെ നല്ലൊരു ഭൂരിപക്ഷത്തോടെ, എ.വി.കുട്ടിമാളു അമ്മ ജയിച്ചു. അങ്ങിനെ 1936-ൽ മദ്രാസിലാണ് ആദ്യത്തെ തിരഞ്ഞെടുത്ത ഗവ. വന്നത്. ഇന്ത്യൻ നാഷണൽ കോൺഗ്രസ്സിന്റെ കീഴിൽ

മദ്രാസിന്റെ ആദ്യത്തെ മുഖ്യമന്ത്രി രാജഗോപാലാചാരി ആയിരുന്നു. ഈ വോട്ടുചെയ്യലും തിരഞ്ഞെടുപ്പും മുഖ്യമന്ത്രി സ്ഥാനമേല്ക്കൽ തുടങ്ങിയ സംഭവങ്ങളുമൊക്കെ ആദ്യമായിട്ടായിരുന്നതുകൊണ്ട് വളരെയധികം കൗതുകത്തോടെയാണ് ഞങ്ങളൊക്കെ ശ്രദ്ധിച്ചിരുന്നത്. വിദ്യാഭ്യാസ സ്ഥാപനങ്ങളുടെ മേലുണ്ടായിരുന്ന കൊളോണിയൽ ഭരണത്തിന് തെല്ലൊരയവുവന്നതായാണ്, പെട്ടെന്ന് ഞങ്ങൾ വിദ്യാർത്ഥികൾക്കനുഭവപ്പെട്ട മാറ്റം. കോളേജിലെ ചൂടുള്ള ചർച്ചാവേദികളിലക്ക് ഇടയ്ക്കിടെ കോൺഗ്രസ്സുകാരും ക്ഷണിക്കപ്പെട്ടുതുടങ്ങി. ഞാൻ വാര്യരുട്ടി എന്ന് സ്നേഹത്തോടെ വിളിച്ചിരുന്ന, എന്നെ ഏട്ടാ എന്നു വിളിച്ചിരുന്ന പി.കെ രാഘവ വാരിയരുടെ (അപ്പു എന്ന വിളിപ്പേര്) ട്യൂഷൻ മാസ്റ്ററായിരുന്നു കോഴിക്കോട്ട് 'മാതൃഭൂമി'യിൽ ജോലി ചെയ്തിരുന്ന പി. നാരായണൻ നായർ. വാര്യരുട്ടി എന്നേയും കൊളാടി ഉണ്ണിയേയും കൂട്ടി അവിടേക്കുപോയി. അദ്ദേഹം ഞങ്ങളെ ഇ.എം.എസ്., എ. കെ. ജി തുടങ്ങിയ പ്രമുഖ നായകരുടെ അടുത്തേയ്ക്ക് കൊണ്ടുപോയി. കൂറേ തവണ പോയി കണ്ടതിനുശേഷമാണ് അണ്ണാമലൈ സർവ്വകലാശാലയിൽ നിന്ന് ആയിടെ ബിരുദമെടുത്തിറങ്ങിയ സുമുഖനായ സുബ്രഹ്മണ്യശർമ്മയെ പ്രാസംഗികനായി കിട്ടിയത്. അടുത്ത് നടക്കാൻ പോകുന്ന യുദ്ധത്തിന്റെ മഴക്കാറിൽ മൂടിക്കിടന്ന യൂറോപ്പിന്റെ സ്ഥിതിയും അതിനോടനുബന്ധിച്ചുള്ള സങ്കീർണ്ണമായ അന്തർദ്ദേശീയാന്തരീക്ഷത്തിനെക്കുറിച്ചൊക്കെ ഏതാണ്ട് ഒന്നരമണിക്കൂർ അദ്ദേഹം സംസാരിച്ചു. അപ്പോഴാണ് ഞങ്ങൾക്ക് കാര്യങ്ങളൊക്കെ കൂടുതൽ വ്യക്തമായത്.

## മദ്രാസ് മെഡിക്കൽ കോളേജ്

കഷ്ടമെന്ന് പറയട്ടെ, പാഠ്യേതരകാര്യങ്ങളിലേക്ക് ശ്രദ്ധ കൂടുതലായിട്ടാണോയെന്നറിയില്ല, വാര്യരുട്ടി അക്കൊല്ലം തോറ്റു. അതും സംസ്കൃതത്തിന് മാർക്ക് തികയാതെ. എനിക്കും അവനും വലിയ സങ്കടമായി. അടുത്തകൊല്ലം എം. ബി. ബി. എസിന് ചേരാൻ പറ്റിയില്ലെങ്കിൽ, ബി.എസ്സി പഠിച്ച് മൂന്നു കൊല്ലങ്ങൾ കഴിഞ്ഞാലും ഏട്ടന്റെ മൂന്നുകൊല്ലം താഴെയാണെങ്കിലും താനും എം.ബി.ബി.എസിനു തന്നെ ചേരുമെന്നാണ് അവൻ പറഞ്ഞിരുന്നത്. എനിയ്ക്കവനെ ഇഷ്ടമായിരുന്നു. അവന് എന്നോടുള്ള ആരാധന നിറഞ്ഞ ഇഷ്ടമാണോ അതിന് കാരണമെന്ന് ഞാൻ പലപ്പോഴും ആലോചിച്ചിട്ടുണ്ട്. ഏതായാലും അടുത്തകൊല്ലംതന്നെ അവനും മദ്രാസ് മെഡിക്കൽ കോളേജിൽ പ്രവേശനം ലഭിച്ചു. ഒരു ദിവസം ഞാൻ അവനെ അന്വേഷിച്ചു ചെല്ലുമ്പോൾ ഖദർധാരിയായിയെത്തിയ നമ്മുടെ വാര്യരുട്ടിയെ കുറച്ച് സീനിയേഴ്സ് ചേർന്നു

വാരുന്നു. എന്നെക്കണ്ടപ്പോൾ അവൻ ഓടിവന്ന് കൈപിടിച്ചു. മറ്റുള്ളവർ പിരിഞ്ഞുപോകുകയും ചെയ്തു. റാഗിങ്ങിൽനിന്ന് അങ്ങനെ അവൻ തടിയൂരി. കിൽപ്പാക്കിലെ മില്ലേഴ്സ് റോഡിലെ ഹോസ്റ്റലിലെ ഒരേ മുറിയിലാണ് ഞങ്ങൾ താമസിച്ചിരുന്നത്. ഫിസിയോളജി ലക്ചറർ ഡോ.റോബർട്ടിന്റെ നാവിൽ 'എഴുത്തച്ഛൻ' വഴങ്ങാത്തതുകൊണ്ട് എന്നെ 'യേശുദാസൻ' എന്നായിരുന്നു വിളിച്ചിരുന്നത്. ഏതെങ്കിലും അവസരത്തിൽ ഞാൻ ഗൗരവക്കാരനായാൽ അന്തരീക്ഷം തണുപ്പിക്കാൻ അവൻ വിളിക്കും, 'യേശുദാസേട്ടാ'... ഞാനോർക്കുന്നു. മദ്രാസ് മെഡിക്കൽ കോളേജ് പ്രിൻസിപ്പലിന്റെ കസേരയിൽ ആദ്യമായിരുന്ന ഇന്ത്യാക്കാരൻ ശ്രീ. എ. ലക്ഷ്മണസ്വാമിമുതലിയാരായിരുന്നു.

'രാവിലെത്തന്നെ ആലോചനയിൽപ്പെട്ടിരിക്കുകയാണോ? ക്ലീനിക്കിൽ പോകാറായില്ലേ? കമ്പൗണ്ടർ ഭാസ്ക്കരൻ രണ്ടുതവണ ഫോൺ ചെയ്തു.' രത്നത്തിന്റെ ഓർമ്മപ്പെടുത്തൽ, ശരിയാണ് ഇന്ന് കുറച്ച് വൈകിപ്പോയല്ലോ? ക്ലീനിക്കിൽ രോഗികളുടെ തിരക്കായിട്ടുണ്ടാവും.

## പ്രശ്നഭരിത വിവാഹം

വിവാഹം കഴിഞ്ഞ് വർഷങ്ങളേറെ കഴിഞ്ഞിട്ടും ആ കാലത്തേയും വിവാഹത്തേയും പറ്റി ഓർക്കുമ്പോൾ എനിക്കിന്നും അദ്ഭുതമാണ്. ഒരു പക്ഷേ, ഈ വാര്യരുട്ടി മദ്രാസ് മെഡിക്കൽ കോളേജിൽ എന്റെ സഹമുറിയനായിരുന്നില്ലെങ്കിൽ, എന്നോട് അവനിത്രയേറെ മാനസികൈക്യമില്ലായിരുന്നെങ്കിൽ, എന്റെ വിവാഹം നടക്കുമായിരുന്നോ? അത്രയ്ക്ക് വിപ്ലവാത്മകമായിട്ടാണല്ലോ ഒരു വിദ്യാർത്ഥിയായിരുന്ന എന്റെ വിവാഹം!.

പ്രാരാബ്ധങ്ങൾക്കിടയിൽ വിദ്യാർത്ഥി ജീവിതം തല്ക്കാലം നിർത്തിവെച്ച് യു.പി. സ്കൂളിലെ അദ്ധ്യാപകനായിരിയ്ക്കെ, എന്നോടുള്ള സ്നേഹാതിരേകം കൊണ്ടാണ് വാസ്തവത്തിൽ ഹെഡ്മാസ്റ്റർ ആച്ചത്ത് തറവാട്ടിലെ രത്നമാലികക്കുള്ള ട്യൂഷന് ഏർപ്പാടുചെയ്തുതന്നത്. പക്ഷേ, പിന്നീടത് വേണ്ടായിരുന്നു എന്നു മാസ്റ്റർക്ക് തോന്നിയിട്ടുണ്ടാവാം. അത്രയ്ക്കു വലിയ പ്രശ്നങ്ങളാണല്ലോ എന്റെ വിവാഹം സൃഷ്ടിച്ചെടുത്തത്! ജാതി, സമ്പത്ത്, വിദ്യാഭ്യാസം എല്ലാറ്റിലും അന്നത്തെ സാഹചര്യത്തിൽ എന്റെ കുടുംബക്കാരെക്കാൾ എത്രയോ ഉയരത്തിലായിരുന്നു രത്നത്തിന്റെ വീട്ടുകാർ. പക്ഷേ, രത്നത്തിന് എന്തുകൊണ്ടോ, എന്നെ ജീവനായിരുന്നു, തനിയ്ക്കങ്ങോട്ടും. പ്രതിബന്ധങ്ങളൊന്നും രണ്ടാളേയും തളർത്തിയതേയില്ല. വാസ്തവത്തിൽ രത്നത്തിന്റെ ആ ഉറച്ചതീരുമാനം എന്റെ ജീവിതത്തിൽ എന്തെല്ലാം മാറ്റങ്ങൾ വരുത്തി.?

രത്നത്തിനെപ്പോലെ സ്വന്തം മനസ്സാക്ഷിയോട് സത്യസന്ധരായ വേറൊരാളെയും ഞാൻ കണ്ടുമുട്ടിയിട്ടില്ല. രത്നത്തിനെ കൂടാതെ ഒരു ജീവിതം ആലോചിക്കാൻ പോലും പ്രയാസം. അങ്ങിനെ പതിനഞ്ചു -പതിനാറു വയസ്സിൽ തുടങ്ങിയ സ്നേഹം, തികച്ചും അപ്രതീക്ഷിത നിമിഷത്തിൽ ഒരു വിവാഹത്തിൽ കലാശിച്ചു. മെഡിക്കൽ കോളേജിലെ ആ കൂട്ടുകാർ ഇല്ലായിരുന്നെങ്കിൽ ഒരുപക്ഷേ, ഞാനിങ്ങനെ ജീവിച്ചിരിയ്ക്കില്ലായിരുന്നു. പ്രേമിച്ച പെൺകുട്ടിയോടുള്ള ഉത്തരവാദിത്തം നിറവേറ്റാതിരിക്കുക എന്നത് സങ്കല്പിക്കാൻപോലും പറ്റാത്ത കാര്യം പക്ഷേ, അതിനുള്ള സാഹചര്യങ്ങളും പോംവഴിയും നിർദ്ദേശിച്ചുതന്നതും കൂടെവന്ന് എല്ലാം നടത്തിത്തന്നതും തന്റെ പ്രിയപ്പെട്ട സതീർത്ഥ്യർ തന്നെ. ജീവിതത്തിൽ ആരോടൊക്കെയാണ് കടപ്പെട്ടിട്ടുള്ളത്!.

വാസ്തവത്തിൽ രത്നത്തിനെ വിവാഹം ചെയ്യുന്നതിനായി കാറിൽ കൊണ്ടുവരുമ്പോൾ പോലീസുകാർ പാലക്കാട് വെച്ച് കാർ തടഞ്ഞിരുന്നു. ആച്ചത്തെ തറവാട്ടിലെ ബന്ധുവീട്ടിൽ പോലീസിലെ ഒരുന്നത ഉദ്യോഗസ്ഥനുണ്ടായിരുന്നതുകൊണ്ട് രത്നത്തിനെ കാണാതായ ഉടൻതന്നെ അവരുടെ വീട്ടുകാർ ഉന്നതബന്ധുബലം ഉപയോഗിച്ച് പോലീസന്വേഷണം തുടങ്ങിക്കഴിഞ്ഞിരുന്നു. അങ്ങിനെ രാഘവനും രത്നവും സഞ്ചരിച്ചിരുന്ന കാർ തടഞ്ഞതാണ്, പോലീസ്. പക്ഷേ, പരാതി ഗോപാലനെതിരെയായതുകൊണ്ട്, പേരുചോദിച്ചപ്പോൾ രാഘവൻ സ്വന്തം പേരുപറഞ്ഞു. കൂടെയുള്ള സ്ത്രീ ആരാണെന്ന് ചോദിച്ചപ്പോൾ, സഹോദരിയാണെന്നും അമ്മയ്ക്ക് സുഖമില്ലാത്തതുകൊണ്ട് പോവുകയാണെന്നും പറഞ്ഞപ്പോൾ പോലീസ് പോകാനനുവദിയ്ക്കുകയാണുണ്ടായത്. അതിനുശേഷം കോയമ്പത്തൂരിൽ വെച്ചാണ് ഞാൻ കാറിൽ കയറിയത്. വഴികൾ മാറിമാറി സഞ്ചരിക്കാനും ഊട്ടിയിലേക്ക് കാർ തിരിച്ചുവിടാനും തോന്നിയതുകൊണ്ട് പിടികൊടുക്കാതെ രക്ഷപ്പെടാൻ കഴിഞ്ഞു. ഒന്നിച്ച് ജീവിക്കാൻ പറ്റിയില്ലെങ്കിൽ മരണം എന്നു നിശ്ചയിച്ചതിൽ നിന്നും, ജീവിതത്തിലേക്ക് തന്നെ തിരിച്ചെത്തിയതിലുള്ള സന്തോഷം, വല്ലാത്തൊരു കുറ്റബോധം-സമ്മിശ്രവികാരങ്ങളായിരുന്നു രത്നത്തിനും തനിക്കും ആ നാളുകളിൽ. എന്റെ വീട്ടിലും വിവാഹക്കാര്യം രാഘവൻ മാത്രമേ അറിഞ്ഞിരുന്നുള്ളൂ. ഏട്ടന്മാർ പ്രത്യേകിച്ച് ഗോവിന്ദേട്ടനും നാണുഏട്ടനും മനിശ്ശേരിയിൽത്തന്നെ താമസക്കാരായതുകൊണ്ട് ഈ വിപ്ലവക്കല്ല്യാണം അവരെങ്ങിനെ ഉൾക്കൊള്ളും? അവരുൾക്കൊള്ളുന്ന സമൂഹത്തിന്റെ പ്രതികരണങ്ങൾ എങ്ങിനെയായിരിക്കും? രാവുണ്ണിയേട്ടനും കിട്ടുണ്ണിയേട്ടനും ബോംബെയിലാണ്. ശങ്കുണ്ണിയേട്ടൻ പെരിങ്ങോടും-രത്നത്തിന്റെ വീട്ടുകാരുടെ കാര്യം പറയുകയേ വേണ്ട. വരിക്കാശ്ശേരിമനയിലെ കാര്യസ്ഥനും പ്രതാപിയുമായ അമ്മാവൻ കൃഷ്ണൻ

നായർ, അച്ഛൻ, അമ്മ, അനുജന്മാർ അപ്പുണ്ണിയും, കേശുവും, അനിയത്തി തങ്കം, കുഞ്ഞനിയൻ ഉണ്ണി- അവരൊക്കെ അവൾക്ക് അങ്ങേയറ്റം പ്രിയപ്പെട്ടവരായിരുന്നു. അതുപോലെത്തന്നെ, വിവാഹിതയെങ്കിലും കുഞ്ഞുങ്ങളില്ലാത്ത വലിയമ്മയുടെ ഓമനപ്പുത്രിയായിരുന്നു അവൾ. രത്നം ഓടിപ്പോയതിനുശേഷം അവരുടെ സമനില വിട്ടിരുന്നു. ഓർമ്മ വരുമ്പോഴൊക്കെ, ഞാൻ മനസ്സിൽ നൂറായിരം വട്ടം ക്ഷമപറഞ്ഞുകൊണ്ടിരുന്നു. 'ക്ഷമിക്കണം ചതിക്കാനല്ല. നിങ്ങളുടെ ഇഷ്ടപുത്രി എന്റേയും പ്രിയപ്പെട്ടവളായിപ്പോയി. പൊന്നുപോലെ ഞാൻ അവളെ സംരക്ഷിക്കും. ഞങ്ങൾക്കു മാപ്പു തരണം.' പക്ഷേ, നാട്ടിലെ പൊതുജനത്തിന് ഇതൊന്നും മനസ്സിലാവില്ലല്ലോ? രത്നം ഒരു എഴുത്തച്ഛൻ ചെറുപ്പക്കാരനെ കല്യാണം കഴിച്ച് ജീവിക്കുന്നതുതന്നെ അക്കാലത്തെ സമൂഹത്തിന് ഉൾക്കൊള്ളാൻ പറ്റാത്തകാര്യം. അതിനുപുറമെ ആ ചെറുപ്പക്കാരന്റെ കൂടെ, വീട്ടുകാരേയൊക്കെവിട്ട്, ഓടിപ്പോയി കല്യാണം കഴിച്ചു ജീവിക്കുന്നതൊന്നും അവർക്ക് സങ്കല്പിക്കാൻ കൂടി കഴിയാത്ത കാര്യം. രണ്ടു വീട്ടുകാരേക്കാളും ക്ഷുഭിതരായത് പൊതുജനമായിരുന്നു. നൂറായിരം കഥകളും അതോടൊപ്പം സൃഷ്ടിക്കപ്പെട്ടു. രണ്ടു വീട്ടുകാരും ഒടിയന്മാരെ ഉപയോഗിച്ച് പരസ്പരം ഉപദ്രവിയ്ക്കുവാൻ തുടങ്ങിയെന്നും മറ്റും അങ്ങിനെയുണ്ടായ ചില കഥകളാണ്. സന്ധ്യയായാൽ മനിശ്ശേരിയിലും അതിനു ചുറ്റുപാടുമുള്ള കുഗ്രാമങ്ങളിൽ ഒടിയൻ സാന്നിധ്യം, ഒളിഞ്ഞും തെളിഞ്ഞും പറഞ്ഞു കേൾക്കാറുണ്ടെങ്കിലും, ഞാനിതിലൊന്നും വിശ്വസിച്ചിരുന്നില്ല. മനസ്സിനുള്ളിലുള്ള ഭയത്താൽ, വെളിച്ചമില്ലായ്മ സൃഷ്ടിക്കുന്ന ഇരുട്ടിന്റെ പുകമറയിൽ മനുഷ്യമനസ്സിൽ കടന്നുകൂടുന്ന സങ്കല്പ സൃഷ്ടികളാണ് ഒടിയന്മാർ എന്നാണ് ഞാൻ പറയാറുള്ളത്. പക്ഷേ, പിന്നീട് ഗോവിന്ദേട്ടൻ പറഞ്ഞ കഥയിൽ നിന്നും ഈ ദുരാചാരങ്ങൾ മനിശ്ശേരിയിലും നടന്നിരുന്നുവെന്നത് ശരിയാണെന്ന് തോന്നി. നാട്ടുകാര്യസ്ഥനെന്നനിലയ്ക്ക്, ഒരു ഹരിജനപെൺകുട്ടിയുടെ ഗർഭച്ഛിദ്രത്തിന്റെ കേസും കൊണ്ട് കുട്ടിയുടെ ഭർത്താവും അച്ഛനും, പരാതി പറഞ്ഞ്, പ്രതിസ്ഥാനത്ത് നിർത്തിയത് നാട്ടിലെ ഒരു വ്യക്തിയെത്തന്നെയായിരുന്നു. ആദ്യം അയാൾ കുറ്റം സമ്മതിച്ചില്ലെങ്കിലും, കുറ്റക്കാരൻ ആരാണെങ്കിലും വന്നില്ലെങ്കിൽ കുടിൽ കത്തിക്കുമെന്നൊക്കെ പറഞ്ഞ് ഗോവിന്ദേട്ടൻ കുറച്ച് വിരട്ടിയപ്പോൾ, മകൻ കുറ്റം സമ്മതിച്ചു. അങ്ങനെ പോലീസ് കേസായി. ഈ വ്യക്തിയുടെ കുടുംബത്തിലെ ആണുങ്ങളെല്ലാം, ഒരു മാസത്തോളം എല്ലാ ദിവസവും വൈകുന്നേരം 5 മണിക്ക് ഒറ്റപ്പാലം പോലീസ് സ്റ്റേഷനിൽ റിപ്പോർട്ട് ചെയ്യണമെന്ന് സബ് ഇൻസ്പെക്ടർ വ്യവസ്ഥ ചെയ്തു. അധികം താമസിയാതെ, വിദ്യുച്ഛക്തിയും വന്നു. അതോടെ മനിശ്ശേരി

യിലെ ഒടിയൻ സാന്നിധ്യം അപ്രത്യക്ഷമായത്രെ. പൊതുജനസമ്മർദ്ദം അധികമായപ്പോൾ രത്നത്തിനെതിരെ വീട്ടുകാർ വാതിൽ കൊട്ടിയടച്ചു.

വഴികൾ മാറിമാറി അവസാനം പ്രതീക്ഷിക്കാത്തൊരു ദിവസം ഞങ്ങൾ മദ്രാസിലെത്തി. അന്നുതന്നെ വക്കീൽ പ്രസന്നന്റെ ബുദ്ധി കൊണ്ട് വിവാഹം രജിസ്റ്റർ ചെയ്യുകയും ചെയ്തതാണ് തങ്ങൾക്ക് രക്ഷ യായത്. വിവാഹിതരാണെങ്കിലും സുരക്ഷിതരല്ലെന്ന ബോധം എപ്പോ ഴുമുണ്ടായിരുന്നു. പോരാത്തതിന് ഞാനിപ്പോഴും മെഡിക്കൽ വിദ്യാർത്ഥി മാത്രം. അങ്ങിനെയാണ് രത്നത്തിനെ ബോംബെയിൽ രാവുണ്ണിയേ ട്ടന്റെയും കിട്ടുണ്ണിയേട്ടന്റേയും കുടുംബത്തോടൊപ്പമാക്കിയത്. രാവുണ്ണി യേട്ടന്റെ ആ മഹാമനസ്സിനു മുന്നിൽ എത്രയോ തവണ മനസാ നമസ്കരിച്ചിട്ടുണ്ട്. 'ഒരു വാക്ക് ആദ്യമേ പറയായിരുന്നില്ലെടാ' എന്നു പോലും ചോദിച്ചിട്ടില്ല. എപ്പോഴും തോന്നിയിട്ടുണ്ട്.രാവുണ്ണിയേട്ടന് കടലുപോലെ വിശാലമായ മനസ്സാണ്. ഉൾക്കടലുപോലെ എപ്പോഴും ശാന്തം. എന്തും ഉൾക്കൊള്ളാനുള്ള പരപ്പും ആഴവും. അതുപോലെ എന്തും നേരിടാനുള്ള മനോധൈര്യവും ഒരുപക്ഷേ, ഈ ബോംബെ നഗ രത്തിന്റെ സംസ്കാരം ഏട്ടനെ ബാധിച്ചിരിക്കുന്നുവോ? ഏട്ടന്റെ വീടാ ണെങ്കിൽ ഒരു സത്രം, അതിലും കഷ്ടമാണെന്നും പലപ്പോഴും തോന്നി യിട്ടുണ്ട്. ഗോവണി കയറിവരുന്നിടത്തും ചിലപ്പോൾ സ്റ്റെപ്സിലും (നട ക്കാനുള്ള വഴി ഒഴിച്ച് ചുമർ ചാരി ഇരുന്നുറങ്ങുന്നവർ) ടെറസ്സിലും എല്ലാം ഒന്നുകിൽ ജോലി തേടി വന്നവർ, അല്ലെങ്കിൽ തുച്ഛമായ വേതനത്തിൽ ജോലിചെയ്യുന്നവർ, നിറഞ്ഞിരിക്കും

ഈ തിരക്കിന്നിടയിലും, രത്നത്തിനെ അവിടത്തെ വിശിഷ്ട വ്യക്തി യായാണ് വാഴിച്ചിരുന്നത്. തരക്കേടില്ലാത്ത വലിയ ഹാളും ഒരു കിടപ്പു മുറിയും ബാൽക്കണികളും ഒരടുക്കളയും ഒരു കുളിമുറിയും ഒരു ടോയ്ല റ്റുമാണ് വീടിന്റെ സൗകര്യങ്ങൾ. കുടുംബക്കാർക്കും ജോലിതേടിവന്ന വർക്കും എല്ലാം കൂടിയുള്ളതാണിത്. ഏതായാലും ഇത്രയും സുരക്ഷി തമായ ഒരു സ്ഥലം വേറെ ആലോചിക്കാൻ സാധിച്ചിരുന്നില്ല. അല്ലെങ്കിൽ എന്റെ പഠിത്തം എന്നേ മുടങ്ങിയേനേ.

രത്നം മദ്രാസ് വിട്ട്, ബോംബെയിലെത്തിയപ്പോഴും പോലീസ് പല വഴിയിൽ മുട്ടിക്കൊണ്ടിരുന്നു. ആച്ചത്ത് തറവാട്ടിലെ ബന്ധുവായ പോലീസ് ഉദ്യോഗസ്ഥന് നല്ല സ്വാധീനമുണ്ടായിരുന്നു. പക്ഷേ, ബോംബെ യിൽ രാവുണ്ണിയേട്ടൻ അവരുടെ സങ്കൽപങ്ങൾക്കും അതീതമായി വിലസിനിന്നിരുന്നകാലം. പോലീസ് കമ്മീഷണർ ഏട്ടനുമായി സൗഹൃ ദത്തിലാണെന്നും വല്ലപ്പോഴും ഏട്ടന്റെ വീട്ടിൽ സന്ദർശിക്കാറുണ്ടെ ന്നൊന്നും അവർക്കറിയില്ലല്ലോ?. രത്നം ബോംബെയിലെത്തി ഏതാണ്ട്

രണ്ട് മാസങ്ങളായപ്പോഴേയ്ക്കും, വിവരം എങ്ങിനെയോ മദ്രാസ് പോലീസിന് ലഭിച്ചു. നമ്മുടെ മനിശ്ശേരിക്കാർ തന്നെ, ഏട്ടന്റെ വീട്ടിൽ ധാരാളം ഉണ്ടായിരുന്നു. അറിഞ്ഞോ അറിയാതെയോ നാട്ടിലേക്ക് അറിയിച്ചതുമാകാം. കേസ് ഗൗരവമുള്ളതാകയാൽ, നേരിട്ടന്വേഷിക്കാതിരിയ്ക്കാൻ സാദ്ധ്യമല്ലെന്നും പെൺകുട്ടിയോട് തനിക്ക് നേരിട്ട് സംസാരിക്കണമെന്നും പറഞ്ഞ് പോലീസ് കമ്മീഷണർ തന്നെ ഏട്ടന്റെ വീട്ടിലെത്തി രത്നത്തിനെ ചോദ്യം ചെയ്തു. വിവാഹരജിസ്ട്രേഷൻ സർട്ടിഫിക്കറ്റ് കാണിച്ചു കൊടുത്തു. വീട്ടുകാരുടെ സമ്മതമില്ലാതെയാണ് വിവാഹം നടന്നതെന്നും, പക്ഷേ, പതിനെട്ടുവയസ്സുകഴിഞ്ഞ താൻ സ്വന്തം ഇഷ്ടപ്രകാരമാണ് വിവാഹം ചെയ്തതെന്നും രത്നം പറഞ്ഞപ്പോൾ കമ്മീഷണർക്ക് കാര്യങ്ങൾ ബോദ്ധ്യമായി. നിയമപ്രകാരം വിവാഹം ചെയ്തു ജീവിക്കുന്നവരെ, അനാവശ്യമായി ശല്യം ചെയ്തത് തെറ്റായെന്ന് ചൂണ്ടിക്കാട്ടി ബോംബെ പോലീസ് മദ്രാസ് പോലീസിന് കടുത്ത ഭാഷയിൽ കത്തെഴുതിയെന്നാണറിഞ്ഞത്. ആത്മാർത്ഥമായും ന്യായപ്രകാരവും ചെയ്യുന്ന കാര്യങ്ങൾ എന്തു പ്രതിബന്ധങ്ങളുണ്ടെങ്കിലും അവയെയൊക്കെ തട്ടിത്തെറിപ്പിച്ച് ജയത്തിൽ കലാശിക്കുമെന്ന് ഓരോ അനുഭവങ്ങളും എനിക്ക് ചൂണ്ടികാണിച്ചുതന്നു. വിധിയെപഴിച്ചു വിധി തരുന്നതുമാത്രം സ്വീകരിക്കുവാൻ തയ്യാറായി, ജീവിതനദിയിൽ ഒരു പൊങ്ങുതടിയായി ഒഴുകി ജീവിക്കാൻ എനിയ്ക്ക് ഒരിക്കലും സാധ്യമല്ലെന്ന് വ്യക്തമായി. പക്ഷേ, ഇവിടെ ഇങ്ങനെയൊക്കെയാണ് സംഗതികൾ നടന്നുപോയിരുന്നതെങ്കിലും, രത്നത്തിന്റെ വീട്ടിലെ സ്ഥിതി വളരെ പരിതാപകരമായിരുന്നുവെന്ന് പിന്നീട് പലപ്പോഴായി അറിഞ്ഞു. രത്നത്തിന്റെ അനിയത്തി തങ്കം എട്ടാം ക്ലാസ്സിൽ പഠിക്കുന്ന മിടുക്കികുട്ടിയായിരുന്നു. അമ്മയേയും അവളേയും അച്ഛൻ ബർമ്മയിലേക്ക് കൊണ്ടുപോയി. അതോടെ അവളുടെ പഠിപ്പും നിന്നു. പ്രതാപാശ്വൈര്യങ്ങളോടെ സമൂഹത്തിൽ തിളങ്ങിനിന്നിരുന്ന ആച്ചത്ത് തറവാടിന് മങ്ങലേറ്റു. ഈ പേരുദോഷത്തിന്റെ പേരിൽ, തങ്കത്തിന്റെ വിവാഹം നടന്നില്ല. ഇതിനെല്ലാം മൂകസാക്ഷിയാകേണ്ടി വന്ന തങ്കം ഒരു കാര്യത്തിലും പ്രത്യേകതാല്പര്യമില്ലാതെ യാതൊരുവിധ പരാതികളും പരിഭവങ്ങളും പ്രകടിപ്പിക്കാതെ ജീവിതത്തോട് സമരസപ്പെട്ട് ആ വീട്ടിൽ കഴിഞ്ഞു. അമ്മാവനാണെങ്കിൽ മക്കളായ ആറാൺകുട്ടികളേക്കാൾ സ്നേഹം ആദ്യ മരുമകൾ കുട്ടിയായ രത്നത്തിനോടായിരുന്നു. താൻ പറഞ്ഞാൽ രത്നം അനുസരിക്കാതിരിക്കില്ല എന്ന ഉറച്ച വിശ്വാസത്തിലാണ് അദ്ദേഹവും, രത്നത്തിനെ തിരിച്ചുകൊണ്ടുവരാനുള്ളവരുടെ കൂടെ, മദ്രാസിലെത്തിയത്. പക്ഷേ, സ്ഥിതിഗതികൾ മാറിമറിഞ്ഞതോടെ അദ്ദേഹത്തിന് വലിയ മനസ്ഥാപമായി. പിന്നീട് ഒരു വർഷത്തിനുള്ളിൽ അദ്ദേഹം മരണമടഞ്ഞു.

ഗോപാലൻ ഓർത്തു. ഇപ്പോഴും മനസ്സിനെ നോവിക്കുന്ന പഴയ കഥകളാണിതെല്ലാം. വിവാഹം കഴിഞ്ഞ് കുറേ വർഷങ്ങൾക്ക് ശേഷമാണ് ഞങ്ങൾ നാട്ടിലേക്കു പോയത്. രത്നത്തിന് അവളുടെ വീട്ടുകാരെയെല്ലാവരേയും കാണണമെന്ന് അതിയായ മോഹമുണ്ടെന്നെനിക്കറിയാം. പോരാത്തതിന് അവൾക്കൊരു കുഞ്ഞനുജത്തികൂടിയുണ്ടായിട്ടുണ്ടെന്ന് കേട്ടിരുന്നു. അവളേയും കാണണം. പക്ഷേ, അവൾ ഒന്നും പറയാറില്ല. രത്നവും കുട്ടികളും ഞാനും എല്ലാവരും കൂടി അവിടെപോയി അമ്മയെക്കണ്ട് മാപ്പ് പറയേണ്ടതാണെന്ന് എന്റെ മനസ്സുരുവിട്ടുകൊണ്ടിരുന്നു. ഗോവിന്ദേട്ടനോട് പറഞ്ഞപ്പോൾ, ആദ്യം ഒന്നും പറഞ്ഞില്ല, അടുത്ത ദിവസം ആരോടോ സംസാരിച്ചതിനുശേഷമാണെന്ന് തോന്നുന്നു, ശരിയെന്ന് പറഞ്ഞു, അപ്പോഴേയ്ക്കും, നാട്ടുകാർ മണത്തറിഞ്ഞു. ചിലർ ഞങ്ങളെ അനുഗമിക്കാൻ തയ്യാറായി. അങ്ങിനെ കുറേയാളുകളുമായി വരുന്നു എന്ന വിവരം കിട്ടിയ ഉടനെ ആച്ചത്തുവീട്ടിൽ അമ്മയും മക്കളും അകത്തുകയറി, വാതിലടച്ചു. വിളിച്ചിട്ടൊന്നും ഒരു മറുപടിയില്ല. അങ്ങിനെ തിരിച്ചുപോന്നു. വർഷങ്ങൾക്കുശേഷം നേരിട്ട് കണ്ട് മാപ്പ് ചോദിക്കുമ്പോൾ എല്ലാം ശരിയാകുമെന്ന ശുഭപ്രതീക്ഷയെ താലോലിച്ചുട്ടി വന്ന രത്നത്തിന് ഇതൊരു വല്ലാത്ത പ്രഹരമായിത്തോന്നി. അപ്പോഴുണ്ടായ ദേഷ്യത്തിലും സങ്കടത്തിലും അവളെന്തൊക്കയോ പറഞ്ഞുകൊണ്ടിരുന്നു. കൂട്ടത്തിലുണ്ടായിരുന്നവരിലൊരാൾ അതൊക്കെ പൊടിപ്പും തൊങ്ങലും വെച്ച് പിന്നീട് അമ്മയ്ക്കെത്തിച്ചുകൊടുത്തു. അങ്ങിനെ ബന്ധം കൂടുതൽ വഷളാവുകയാണുണ്ടായത്. ഏറെ വർഷങ്ങൾക്കു ശേഷം ഞാനറിഞ്ഞത് രത്നം ഒറ്റപ്പാലം സ്റ്റേഷനിൽ വണ്ടിയിറങ്ങി, മനിശ്ശേരിയിലെത്തിയതും ഓടിപ്പോയി അമ്മയെകാണുമെന്നും കെട്ടിപ്പിടിച്ചു കരയുന്നതോടുകൂടി പഴയ മുറിപ്പാടുകളൊക്കെ മാറിക്കിട്ടുമെന്നുമായിരുന്നു അമ്മയുടെ മനോവിചാരം, കൂടുതൽ ആൾക്കാരൊക്കെ ഞങ്ങളുടെ കൂടെ വന്നപ്പോൾ, പുതിയ രംഗങ്ങൾ സൃഷ്ടിക്കുവാനാണോയെന്ന് ആശങ്കയായിരുന്നു അവരുടെ മനസ്സിൽ.

വെളുക്കാൻ തേച്ചത് പാണ്ടായി എന്ന് പറഞ്ഞുകേട്ടിട്ടുണ്ട്. അതുപോലെയാണ് ഇക്കാര്യത്തിലും സംഭവിച്ചത്. കൊട്ടിയടയ്ക്കപ്പെട്ട വാതിലുകൾ രത്നത്തിനെ വല്ലാതെ തളർത്തിയെന്നു വേണം പറയാൻ. അപ്പൊഴത്തെ വിഷമത്തിൽ എന്തൊക്കെയോ പുലമ്പിക്കൊണ്ടിരുന്നു.

രത്നത്തിനെ ഏട്ടന്റെയടുത്തുകൊണ്ടു പോയാക്കി തിരിച്ച് ഹോസ്റ്റലിൽ വന്ന് പഠിച്ചുകൊണ്ടിരിക്കുന്നകാലം. കൂട്ടുകാരനായ നമ്പൂതിരിപ്പാട് പ്രത്യേകം പറഞ്ഞത് മനസ്സിലോർമ്മയുണ്ട്. ‘ഗോപാലൻ, നിനക്കിന്ന് ചുമതലകൾ കൂടി. ഭാര്യ കാത്തിരിക്കുകയാണ്. വിരഹവും വിഷാദവു

മൊക്കെയായിരുന്നാൽ ഭാവി കൈവിട്ടു പോയത് തന്നെ. കുറച്ചു വർഷങ്ങൾ കൂടി സ്വയം മറന്ന് പഠിക്ക്. എന്നിട്ട് പോയി നീണ്ടവർഷങ്ങൾ കുടുംബവുമൊത്ത് സുഖമായി ജീവിക്ക്.' പിന്നീടുള്ള മൂന്നുവർഷങ്ങൾ സ്വയം മറന്ന് പഠിത്തം തന്നെയായിരുന്നു. വാര്യരുട്ടി പറയും. 'ഈ വെളിച്ചം കണ്ട് രാത്രിമുഴുവനുറങ്ങാൻ എനിക്കു പറ്റുന്നില്ല. ഗോപാലേട്ടാ' പക്ഷേ, എനിക്ക് ഗത്യന്തരമില്ല, അതിന്നിടയ്ക്കൊരുദിവസം ഒന്നുരണ്ട് വിമാനങ്ങൾ പറന്നുവന്ന് ഐലന്റ് ഗ്രൗണ്ടിൽ കുറച്ച് ബോംബ് വർഷിച്ചിട്ടു പോയി. അതിനു കുറച്ച് ദൂരത്തായിത്തന്നെ ഉണ്ടായിരുന്നു, ആയുധശേഖരണത്തിന്റെ ഒരു കൂന. പക്ഷേ, എങ്ങിനെയോ അതിനുതൊട്ടടുത്തൊന്നും ഈ ബോംബുകൾ പൊട്ടിയില്ല. മറിച്ച് സംഭവിച്ചിരുന്നെങ്കിൽ ആ സ്ഥലം മുഴുവൻ ഇല്ലാതാകുമായിരുന്നു. പത്രവാർത്തകളിൽ നിന്ന് ഈ വിവരം അറിഞ്ഞപ്പോൾ ഞങ്ങൾക്കൊക്കെ ഒരു പരിഭ്രമമുണ്ടായെന്നത് സത്യം തന്നെ. പിന്നീട് കുറച്ച് ദിവസങ്ങളോളം 'ബ്ലാക് ഔട്ട്' ആയിരുന്നു. അത്യാവശ്യ സർവ്വീസുകളായ പട്ടാളം ടെലഗ്രാഫ്, ടെലഫോൺ, ആസ്പത്രികൾ ഒഴികെ ബാക്കി എല്ലാറ്റിനും വൈദ്യുതി വിച്ഛേദിക്കപ്പെട്ടു. വൈദ്യുതിയുള്ള സ്ഥലങ്ങളിൽപ്പോലും ഒരു തരിവെളിച്ചവും പുറത്തേയ്ക്ക് വരാതിരിയ്ക്കാൻ വാതിലുകളും ജനലുകളും വെന്റിലേറ്ററുകൾ വരെ എയർറെയ്ഡ് പ്രൊട്ടക്ഷൻ ചട്ടപ്രകാരമുള്ള കർട്ടനുകളിടാൻ തുടങ്ങി. വേനൽ മാസങ്ങളിൽ സ്വതവേ മദ്രാസിലെ കാലാവസ്ഥ ചുട്ടു പൊള്ളുന്നതാണ്. ഹോസ്റ്റലിലെ 117-ാം മുറിയുടെ ജനലുകളടച്ച് മെഴുകുതിരിവെട്ടത്തിലും പഠിക്കുന്നത് വളരെ വളരെ ബുദ്ധിമുട്ടായിരുന്നു. മൺകൂജകളിൽ വെള്ളം നിറച്ചു വെയ്ക്കും. എത്രവെള്ളം കുടിച്ചാലും മതിയാവില്ല. വിയർത്തൊഴുകും. നനഞ്ഞ ടർക്കിഷ് ടവൽ അടുത്തുതന്നെ വെയ്ക്കും. ഉറക്കം വരാതിരിയ്ക്കാൻ ഇടക്ക് ആംഫിറൊമൈൽ ഗുളികകൾ വിഴുങ്ങും. തോല്ക്കാതെ ആദ്യവസരത്തിൽത്തന്നെ ഡിഗ്രി കിട്ടണമല്ലോ?

## ക്വിറ്റ് ഇന്ത്യാ മൂവ്മെന്റും മദ്രാസ് മെഡിക്കൽ കോളേജും

1942 ആഗസ്റ്റ് 8-ാം തിയ്യതിയിലെ കോൺഗ്രസ് വർക്കിംഗ് കമ്മിറ്റി യോഗത്തിലാണ് 'ക്വിറ്റ് ഇന്ത്യ' തീരുമാനമെടുക്കപ്പെട്ടത്. ജവഹർലാൽ നെഹ്റുവിന്റെ തീപ്പൊരിപ്രസംഗം (ഡൂ ഓർ ഡൈ) ഇന്ത്യാക്കാരുടെ ആവേശത്തെ ആളിപ്പടർത്തി. വിദ്യാർത്ഥികളോട് ക്ലാസ്സ്റൂം വിട്ടും, ഉദ്യോഗസ്ഥരോട് ഓഫീസുപേക്ഷിച്ചും മറ്റു ജോലിക്കാരോട് തെരുവുകളിലിറങ്ങിയും പ്രവർത്തിക്കാൻ മഹാത്മാഗാന്ധിതന്നെ ആഹ്വാനം ചെയ്തു. പക്ഷേ, ആഗസ്റ്റ് 9-ാം തീയതിയായപ്പോഴേക്കും മഹാത്മാഗാന്ധിയുൾ

പ്പെടെ എല്ലാ മുതിർന്ന നേതാക്കളേയും ജയിലിലടച്ചു. എല്ലാം നടന്നത് വളരെ രഹസ്യമായിരുന്നു. അതുകൊണ്ടുതന്നെ ഇവരെല്ലാം എവിടെയാണെന്ന് അഭ്യൂഹങ്ങൾ പലതായി. പ്രശ്നം ഗുരുതരമായി. പ്രക്ഷുബ്ധരായ ജനങ്ങൾ ജാഥകളും സമരങ്ങളുമായി തെരുവിലിറങ്ങി. ഞങ്ങളുടെ കോളേജിലും ആർക്കും അടങ്ങിയിരിയ്ക്കാൻ കഴിഞ്ഞില്ല. ഞങ്ങൾ വിദ്യാർത്ഥികളുടെയിടയിൽ സയ്ദ് അഹമ്മദ് കബീറായിരുന്നു ഞങ്ങളുടെ നായകൻ. ഇദ്ദേഹം മധുര മെഡിക്കൽ കോളേജ് ഡീൻ ആയിട്ടാണ് വിരമിച്ചത്. പിന്നീട് പ്രശസ്ത ന്യൂറോ സർജനായ പ്രൊഫ. ബി. രാമമൂർത്തി, പ്രസിദ്ധമായ അഡയാർ കാൻസർ ഇൻസ്റ്റിറ്റ്യൂട്ടിന്റെ സ്ഥാപകനായ പ്രൊഫ.കൃഷ്ണമൂർത്തി, തൃശ്ശിനാപ്പള്ളിയിലെ ഗോൾഡൻ റോക്കിൽ ജോലിക്കാർക്ക് വേണ്ടി ഫ്രീ ക്ലീനിക്കിട്ട് സേവനം നടത്തിയിരുന്ന ഡോ.ആർ. ഗണേശൻ, തിരുവനന്തപുരത്തുകാർ എല്ലാ കാലത്തും ബഹുമാനത്തോടും സ്നേഹത്തോടും പൈസാർ എന്നു വിളിച്ചിരുന്ന പ്രൊഫ. കെ. നാരായണ പൈ തുടങ്ങിയവരൊക്കെ അക്കൂട്ടത്തിലുണ്ടായിരുന്നു. അവരോടൊപ്പം അർപ്പണബോധത്തോടെ പ്രവർത്തിച്ചിരുന്ന കുറച്ച് സ്വതന്ത്ര്യസമര സേനാനികളായ ഡോക്ടർമാരും ഉണ്ടായിരുന്നു. ഇവരൊക്കെയും പിന്നീടുള്ള ജീവിതത്തിൽ അവരുടേതായ രംഗത്ത് പ്രശസ്തരായി തീർന്നവർ തന്നെയാണ്. സമരം ഒരു പൂർണ്ണവിജയമായിരുന്നു. അതിന്റെ ആവേശത്തിൽ ഹോസ്റ്റലിൽ മൂവർണ്ണക്കൊടി ഉയർത്തി. തൊട്ടടുത്തുതന്നെ ബ്രിട്ടീഷ് പട്ടാളത്തിലെ താഴെതട്ടിലുള്ള ഉദ്യോഗസ്ഥരുടേതായിരുന്നു എന്നു തോന്നുന്ന ഒരു ക്യാമ്പ് ഉണ്ടായിരുന്നു. അവർ പ്രശ്നമുണ്ടാക്കുമോ എന്നൊരു ഭീതി ഞങ്ങൾക്കുള്ളിലുണ്ടായിരുന്നു. പക്ഷേ, പ്രതീക്ഷകൾക്ക് വിപരീതമായി ഏതാണ്ട് പത്തുപന്ത്രണ്ട് പേർ യൂനിഫോം ധരിച്ച് ഒറ്റവരിയായി വന്ന് മൂവർണ്ണക്കൊടിയെ വന്ദിച്ചതു കണ്ടപ്പോൾ എല്ലാവരുടേയും മനസ്സിന്നൊരു കുളിർമ. പതാകയെപ്പറ്റി കൂടുതൽ വിവരങ്ങളൊക്കെ ചോദിച്ചു മനസ്സിലാക്കുകയും ചെയ്തു. പക്ഷേ, സർജൻ ജനറലായിരുന്ന മേജർ ജനറൽ ആർകിബാൾഡ് സ്റ്റോട്ട് പതാക ഉടനെ താഴ്ത്തികെട്ടാൻ കബീറിനും കൂട്ടുകാർക്കും ഉത്തരവു നല്കി. പ്രിൻസിപ്പാൾ പ്രൊഫ. ബി.ടി. കൃഷ്ണനും രണ്ടു മുതിർന്ന പ്രൊഫസർമാരും കൂടി വന്ന് കേണപേക്ഷിച്ചു. അനുസരിക്കാതിരുന്നാൽ തങ്ങളുടെ ജോലി പോകുമെന്നും കുടുംബം തെരുവിലേക്കിറങ്ങേണ്ടി വരുമെന്നുമൊക്കെ പറഞ്ഞു. സർജൻ ജനറലിന്റെ ഉത്തരവ് കാണിച്ചു തന്നു. 'cause that rag to be pulled down and burnt. If there is resistance, evict the whole lot and inform the guardians' വാസ്തവത്തിൽ ആ ഉത്തരവ് കൂടി കണ്ടപ്പോൾ ഞങ്ങളുടെ രോഷം ഇരട്ടിച്ചു. പറ്റില്ലെന്ന് ഞങ്ങളെല്ലാവരും കൂടി അട്ടഹസിക്കുക തന്നെ ചെയ്തു. പിന്നീടവർ ജോലി

ക്കാരെയെല്ലാം വിളിച്ച് വരിയായിനിർത്തി ഓരോരുത്തരോടായി പതാക താഴ്ത്താൻ കർശന നിർദ്ദേശം കൊടുത്തു. എല്ലാവരും നിരസിച്ചു. അവരും ഒരേ സ്വരത്തിൽ വിളിച്ചു പറഞ്ഞു, 'ഞങ്ങളെ ഇവിടെനിന്ന് പുറത്താക്കിയാലും ചെയ്യില്ല.' അവസാനം സ്ഥിതിഗതികൾ വിലയിരുത്തി ഞങ്ങളെല്ലാവരും കൂടി ഒരു തീരുമാനമെടുത്തു. അടുത്ത ദിവസം അതിരാവിലെത്തന്നെ ഹോസ്റ്റൽ വിടാം.

ബ്രിട്ടീഷ് പട്ടാളത്തിന് ഉപകാരമായേക്കാവുന്നതെല്ലാം നശിപ്പിയ്ക്കണമെന്ന് നിശ്ചയിച്ച് കുറേപേർ ഹോസ്റ്റലിലെ വൈദ്യുതികമ്പികളും ബൾബുകളും, കുളിമുറിയിലുള്ള സംവിധാനങ്ങളുമെല്ലാം താറുമാറാക്കി. എല്ലാവരുടേയും കുളി കഴിഞ്ഞശേഷം പ്രധാനപ്പെട്ട പൈപ്പ് ലൈൻ ചുറ്റികയെടുത്ത് തല്ലിപ്പൊട്ടിച്ചു. ഹോസ്റ്റലിലെ താമസക്കാർ പോയോ എന്നന്വേഷിക്കാൻ മേജർ ജനറൽ സ്റ്റോട്ട് വരുമ്പോൾ, മുട്ടുവരെയുള്ള വെള്ളത്തിൽ നീന്തി നടന്നുവരട്ടെ! തകർക്കാൻ പറ്റുന്നവയെല്ലാം തകർത്തു. ടെലഫോൺ മാത്രം അവസാന നിമിഷത്തിലേ നശിപ്പിച്ചുള്ളൂ. ആരെയെങ്കിലും നാട്ടിൽ നിന്ന്, വല്ല അത്യാവശ്യക്കാർ വിളിക്കുകയാണെങ്കിലോ? അങ്ങിനെ എല്ലാവരും കൂടി അതിരാവിലെതന്നെ അവനവന്റെ പെട്ടിയും സാമാനങ്ങളുമായി ഒരു വരി ജാഥയായി പുറത്തേയ്ക്കിറങ്ങി. മൂവർണ്ണ പതാകയേന്തി സയ്ദ് അഹമ്മദ് കബീർ മുന്നിൽ-പിന്നിൽ ഞങ്ങളെല്ലാവരും. ഹോസ്റ്റൽ ജോലിക്കാർ തന്നെ ഏതാണ്ട് അറുപതോളം പേരുണ്ടായിരുന്നു. ഓരോരുത്തരും അവരവരുടെ ബന്ധുക്കളുടെ /സുഹൃത്തുക്കളുടെ വീടുകളന്വേഷിച്ചിറങ്ങി. വാര്യരുട്ടി കൂടുതൽ കൂടുതൽ രാഷ്ട്രീയ പ്രവർത്തനങ്ങളിലേക്കിറങ്ങിക്കൊണ്ടിരിക്കുകയായിരുന്നു. കൂടാതെ അവനും ഒരു പ്രണയം ഹൃദയത്തിൽ കാത്തുസൂക്ഷിച്ചിരുന്നു. പട്ടാമ്പിയിലെ പള്ളം ദമ്പതികളുടെ മകൾ ദേവകി പള്ളമായിരുന്നു അവന്റെ പെൺകുട്ടി. പത്തു വയസ്സുമുതൽ ഗാന്ധിജിയുടെ 'സേവഗ്രാം ആശ്രമത്തിൽ വളർന്ന നമ്പൂതിരികുട്ടി. ആ കുട്ടിയും കിൽപ്പാക്കിലുള്ള സ്കൂൾ ഓഫ് ഇന്റഗ്രേറ്റഡ് മെഡിസിന് ലൈസൻസിയായി ചേർന്നിരുന്നു. വാര്യരുട്ടിയുടെ വിദ്യാർത്ഥേതര പ്രവർത്തനങ്ങളിലെല്ലാം ദേവകി പള്ളവും പങ്കാളിയായിരുന്നു.

കുത്തിയിരുന്നു പഠിച്ചതുകൊണ്ട് നല്ല മാർക്കോടെതന്നെ ഞാൻ പാസായി മദ്രാസ് മെഡിക്കൽ കോളേജിനോടും കൂട്ടുകാരോടും യാത്ര പറഞ്ഞു. വിശാലമായ മനസ്സും ഉയർന്ന ചിന്തകളും അങ്ങേയറ്റം മനുഷ്യത്വവുമുള്ള ഒരു കൂട്ടം സഹപാഠികളുടെ കൂടെ അഞ്ചു വർഷങ്ങൾ ജീവിക്കാൻ സാധിച്ചത് ജീവിതത്തിലെ വലിയൊരു സൗഭാഗ്യം തന്നെയാണ്. ഏതാണ്ടധികം പേരും ആദർശവാദികളായിരുന്നു. ഡോക്ടർ

പദവികൊണ്ട് ഏറ്റവും അധികം മനുഷ്യരെ ആത്മാർത്ഥമായി സഹായിക്കാനും പണം മനുഷ്യത്വത്തിനെ വിഴുങ്ങാതിരിക്കാനും പ്രതിജ്ഞാബദ്ധരായിട്ടാണ് ഞങ്ങൾ കോളേജ് വിട്ടത്. എനിക്കാണെങ്കിൽ ഒരാത്മബന്ധം കൂടി. എന്റെ രത്നത്തിനെ വിവാഹം കഴിച്ചുതന്നത്, എന്റെ ഈ സതീർത്ഥ്യരാണല്ലോ. ഒരുനിമിഷത്തെ അശ്രദ്ധ ജീവൻ പൊലിയുന്നതിന് കാരണമാകുന്നതും തക്കതായ സമയത്ത് വേണ്ട ശുശ്രൂഷ നൽകി ജീവനെ സംരക്ഷിക്കുന്നതും വൈദ്യശാസ്ത്രത്തിൽ നിത്യസംഭവമാണല്ലോ? ഒരു കാര്യം കൂടി ഞാൻ പ്രത്യേകം ശ്രദ്ധിച്ചുമനസ്സിലാക്കി. മനുഷ്യർക്ക് നന്മവരുന്നകാര്യങ്ങളാണെന്നു തോന്നിയാൽ പിന്നീട് കൂടുതൽ ആലോചിച്ച് തല പുണ്ണാക്കാതെ ശരിയായ നിമിഷത്തിൽത്തന്നെ ആത്മാർത്ഥമായി ചെയ്യുക. കർമ്മം തന്നെയാണ് ജീവിതം എന്ന് ഒരിക്കൽകൂടി ഞാനടിവരയിട്ട് മനസ്സിൽ കുറിച്ചു.

## ഡോക്ടർജോലി - ബോംബെയിൽ ആദ്യകാലം:

എന്റെ നാട്ടിലെ മഴക്കാലത്തെ നിളയെപ്പോലെയാണ് ഓർമ്മകൾ. വളഞ്ഞും പുളഞ്ഞും നിറഞ്ഞും കവിഞ്ഞും, അഗാധതകളിൽ തൊട്ടും തഴുകിയും ഒഴുകിക്കൊണ്ടേയിരിക്കും. ആരുവിചാരിച്ചാലും, പുഴതന്നെ വിചാരിച്ചാലും അതിന് ഒഴുകാതിരിക്കാൻ കഴിയില്ല. ക്ലിനിക്കിലെ ഇപ്പോഴത്തെ തിരക്കിന്റെ കാര്യം ആലോചിച്ചപ്പോൾ, എന്റെ ആദ്യദിവസങ്ങളിലെ പരിഭ്രമമൊക്കെ, ഇന്നും ഒരു തമാശയായി തോന്നുന്നു.

ബോംബെ ബ്രിട്ടീഷുകാരുടെ ഭരണത്തിലിരിയ്ക്കുമ്പോൾതന്നെയാണ് ഞാൻ സ്വന്തമായി മെഡിക്കൽ പ്രാക്ടീസ് തുടങ്ങുന്നത്. 16-ാം ദശകത്തിൽ പോർച്ചുഗീസുകാരുടെ ഇന്ത്യൻ ഭരണം തുടങ്ങിയ കാലത്തുതന്നെ, ബാന്ദ്രയും മാഹിമും സിയോണിലുമൊക്കെ വലിയ കെട്ടിടങ്ങളും പള്ളികളും ഫോർട്ടുകളുമൊക്കെ വന്നുതുടങ്ങിയിരുന്നു. പടിഞ്ഞാറെ ബാന്ദ്രയിലാണ് ഞാൻ പ്രാക്ടീസ് തുടങ്ങിയത്. അധ്യാപകവൃത്തിയോട് കൂടുതൽ താല്പര്യം തോന്നിയ ഡോ. ബൽവാനി തന്റെ ഡിസ്പെൻസറിയൊക്കെ വിറ്റ് പൂനയിലേക്ക് പോകുന്നു എന്നറിഞ്ഞയുടനെ ഞാൻ അതു വാങ്ങുകയാണ് ചെയ്തത്. ബാന്ദ്ര റെയിൽവെസ്റ്റേഷൻ ക്രോസ് ചെയ്താലുടനെ എത്തുന്ന റോഡിൽ അഞ്ഞൂറ് ചതുരശ്ര അടിയിലുള്ള ഒരു സംവിധാനം. അന്നത്തെ വില 8000 രൂപയായിരുന്നു. കമ്പൗണ്ടറൊന്നും ഉണ്ടായിരുന്നില്ല. കിട്ടുണ്ണി ഏട്ടന്റെ രണ്ടാമത്തെ മകൻ ബാബുവിന് സ്കൂൾ ഒഴിവുകാലമായിരുന്നു. ആദ്യദിവസങ്ങളിൽ അവനാണ് കമ്പൗണ്ടർ പയ്യനായത്. ആദ്യ കുറച്ചുനാളുകളിൽ പ്രാക്ടീസ് തീരെ കുറവ്. അബദ്ധമായോ എന്ന് ചെറിയൊരു ഭീതി മനസ്സിലുരുണ്ടുകൂടാൻ

തുടങ്ങി. എന്നാലും കമ്പൗണ്ടറെയൊക്കെ നിയമിച്ചു. ഒരു മിസ്റ്റർ പോൾ. മിടുക്കനായിരുന്നു. ഒരു മാസം കൊണ്ട് പ്രാക്ടീസ് റോക്കറ്റുപോലെ പൊന്തി എന്നു പറയാം. ആദ്യമാദ്യം വന്ന രോഗികൾ പറഞ്ഞറിഞ്ഞാണ് തിരക്ക് കൂടുവാൻ തുടങ്ങിയത്. പഞ്ചാബി, സിന്ധി, കാത്തലിക്ക് ക്രിസ്ത്യൻ, മുസ്ലീം ജനവിഭാഗങ്ങളായിരുന്നു ബാന്ദ്ര ഭാഗത്ത് താമസി ച്ചിരുന്നത്. ഏറ്റവും ദരിദ്രർ, അറവുജോലിക്കാരായിരുന്നു. ബാന്ദ്രയിൽ ഒരു വലിയ അറവുശാലയും ഉണ്ടായിരുന്നു. ക്രിസ്ത്യാനികളുടെയും സിന്ധികളുടെയും പഞ്ചാബികളുടെയും സ്ഥിതി പൊതുവെ മോശമയി രുന്നില്ല. അവശരായ രോഗികളെ വീട്ടിൽച്ചെന്ന് കാണുന്നത് അന്നൊക്കെ ഡോക്ടർമാരുടെ കടമയായാണ് കരുതിയിരുന്നത്. സന്ദർശത്തിനു ചെന്നാൽ വീട്ടിലെ പ്രധാന വിശേഷങ്ങളറിയിക്കും. സംശയങ്ങൾ ചോദിക്കും, നിർദ്ദേശങ്ങൾ ആവശ്യപ്പെടും ധനികരും ഇടത്തരക്കാരുമായി ധാരാളം പേർ ഡോക്ടറെ കാണാനായി എത്തിയിരുന്നെങ്കിലും, പാവ പ്പെട്ട മുസ്ലിമുകളെയായിരുന്നു എന്റെ ശ്രദ്ധ ഏറ്റവും ആവശ്യമുള്ള രോഗി കളായി കണ്ടത്. പിന്നീട് കമ്പൗണ്ടറായി വന്നത് ഭാസ്ക്കരനാണ്. ആരോടും പൈസ ചോദിച്ചുവാങ്ങരുതെന്ന് പ്രത്യേകം നിർദ്ദേശം ഭാസ്ക്ക രനു കൊടുത്തിരുന്നു. എന്നിട്ടും ഏതാണ്ട് 3500-4000 രൂപ ആദ്യമാസ ങ്ങളിൽ കിട്ടിയിരുന്നു. ഡോക്ടർ സാബിന് നല്ല കൈപ്പുണ്യമുണ്ടെന്നും പണത്തിന് നോട്ടമേയില്ലെന്നും ജാതിമതഭേദമന്യേ എല്ലാവരോടും ഒരു പോലെ പെരുമാറുന്നുവെന്നുള്ള ഖ്യാതി പെട്ടെന്ന് പരന്നതുകൊണ്ടാണ്, പ്രാക്ടീസ് കുതിച്ചുയർന്നത്

വിവാഹം കഴിഞ്ഞയുടനെ രത്നത്തിനെ ഏട്ടന്റെ കുടുംബത്തി നൊപ്പം നിർത്തിയതാണ്. ഒഴിവു കിട്ടുമ്പോഴെല്ലാം മദ്രാസിൽ നിന്നും ബോംബെയ്ക്ക് ഓടിപ്പോന്നിരുന്നു. അല്ലാത്തപ്പോഴെല്ലാം ഒരു നിമിഷം കളയാതെ കുത്തിയിരുന്നു പഠിത്തം. ഡിഗ്രി കയ്യിൽ കിട്ടിയിട്ടുവേണം രത്നത്തോടൊപ്പമുള്ള ജീവിതം തുടങ്ങാൻ. ബോംബെയിലെത്തിയാലും, ഏട്ടന്റെ ആ സത്രം പോലുള്ള വീട്ടിൽ ഒരു സ്വകാര്യതയുമുണ്ടായിരു ന്നില്ല. രത്നവും ഞാനും ബസ്സിൽ അടുത്തടുത്തിരുന്ന് സിറ്റിയിൽ കൂടി വെറുതെ കറങ്ങും, ബസ്സിൽ തിരക്കിനിടയിൽ ആൾക്കൂട്ടത്തിന്നിടയിൽ ഞങ്ങൾ തനിച്ചാവും. ഏട്ടന്റെ വീട്ടിലെ കാര്യങ്ങൾ രത്നം പറയുന്നതു കേട്ടാൽ ചിലപ്പോൾ ചിരിയും വരും വീട്ടിലെ അംഗങ്ങൾക്കുപുറമെ നാട്ടിൽ നിന്നെത്തിയ ബന്ധുക്കളായുള്ളവരും വീട്ടിൽ നിന്നുതന്നെയാ ണത്രെ ഭക്ഷണം കഴിക്കാറുള്ളത്. മൂന്നു പാചകക്കാരുണ്ടെങ്കിലും രത്നവും ഏട്ടത്തിയമ്മയും അടുക്കളയിലും മറ്റുമായി തിരക്കിൽതന്നെ. ചപ്പാത്തി ചുട്ടുവെയ്ക്കുന്നതുതന്നെ, അട്ടിയട്ടിയായി ഒരടി ഉയരത്തിലി

രിക്കും. ഒരു ദാലും നിർബന്ധം. ഏട്ടത്തിയമ്മയ്ക്ക് എല്ലാ കാര്യത്തിലും നല്ല ശ്രദ്ധയാണ്. രാത്രിയിലെ ഭക്ഷണത്തിനുമാത്രമേ കൂടുതൽ ആൾക്കാർ കാണൂ. രാവിലെ ഓരോ ചായകിട്ടിയാൽ പ്രഭാതകർമ്മങ്ങൾ കഴിഞ്ഞ് കുറേപേർ ജോലിയന്വേഷിച്ചിറങ്ങും. ജോലിയുള്ളവർ ജോലിക്കും പോകും. ഇതിനെല്ലാംപുറമെ പ്രസവത്തിനു പോകുന്ന ചില സ്ത്രീകളുടെ ഒന്നും രണ്ടും കുട്ടികളും അച്ഛന്മാർ ഓഫീസിൽ നിന്ന് വരുന്നവരെ ഏട്ടത്തിയമ്മയുടെ ശ്രദ്ധയിലും പരിചരണത്തിലുമായിരുന്നു.

## ഞങ്ങളുടെ കുടുംബം വലുതാവുന്നു

1944ലാണ് ശകുന്തള-ഞങ്ങളുടെ ആദ്യപുത്രി- ജനിച്ചത്. തിളങ്ങുന്ന കണ്ണുകളും ചുരുണ്ട മുടിയും ഒക്കെയായി അവളൊരു കൊച്ചുസുന്ദരിക്കുട്ടിയായിരുന്നു. എല്ലാറ്റിനും ഒരു ധൃതി അവൾ ചെറിയകുട്ടിയായിരുന്നപ്പോഴേയുണ്ട്. ഇരിപ്പുറയ്ക്കില്ല, ഓടിക്കൊണ്ടാണ് നടത്തം. നല്ല സ്ഫുടമായാണ് സംസാരിച്ചിരുന്നത്. വീട്ടിൽ നിന്നു കിട്ടിയ മലയാളത്തോടൊപ്പം മറാത്തിയും ഹിന്ദിയും ഒക്കെ അവൾക്ക് പെട്ടെന്ന് വഴങ്ങി. രാവുണ്ണി ഏട്ടന്റെ മൂന്നാമത്തെ മകൻ ശ്രീധരൻ അവളെക്കാൾ കുറച്ച് മുൻപ് ജനിച്ചതാണ്. ഏട്ടന് എല്ലാം ആൺകുട്ടികളാണല്ലോ? അവരോടൊപ്പം വളർന്നിട്ടാണോ എന്നറിയില്ല.ശകുന്തള ഒരു ചട്ടമ്പിച്ചെക്കനെപ്പോലെയായിരുന്നു. അവൾക്കു താഴെ സുധാകറും ജനിച്ചതിനുശേഷമേ എനിക്ക് പ്രാക്ടീസ് തുടങ്ങാൻ സാധിച്ചുള്ളു. സുധാകറിന് വലിയ വാശിയൊന്നുമുണ്ടായിരുന്നില്ല. ഏട്ടന്റേയും ഏട്ടത്തിയമ്മയുടേയും കൂടെ താമസിക്കുമ്പോൾ തന്നെയാണ് അവനു താഴെ ബാലുവും നിർമ്മലയും ജനിച്ചത്.

സുധാകറും നിർമ്മലയും വലിയ നിർബ്ബന്ധങ്ങളില്ലാത്ത കുട്ടികളാണ്. ബാലുവിന് ഒരു ചെറിയ സ്നേഹത്താങ്ങ് വേണമെന്നതൊഴിച്ചാൽ മൂന്നുപേരെക്കൊണ്ടും വലിയ പ്രശ്നമില്ല. ശകുന്തള പഠിയ്ക്കാൻ മിടുക്കത്തിയായിരുന്നെങ്കിലും അവളൊരു പ്രത്യേകസ്വഭാവക്കാരിയായിരുന്നു. അവളെ ഒരു ചിട്ട പഠിപ്പിക്കാനോ പറഞ്ഞതനുസരിപ്പിക്കാനോ വലിയ പ്രയാസം. രത്നത്തിന് അവളൊരു തലവേദനയായിരുന്നു. അഹങ്കാരിയൊന്നുമല്ല പക്ഷേ, അവളിഷ്ടപ്പെടുന്ന വഴിയിൽ കൂടെ മാത്രമേ അവൾ സഞ്ചരിക്കൂ. പഠിക്കുന്ന കോൺവെന്റിലെ അധ്യാപകർക്ക് എന്നും എന്തെങ്കിലും പരാതികളുണ്ടാവും. ഞാനവരുടെയൊക്കെ ഡോക്ടറായതുകൊണ്ട് അവളുടെ വലിയ കുസൃതികൾ മാത്രമെ എന്റെ ചെവിയിലെത്തിക്കാറുള്ളു. മനസ്സിൽ തോന്നുന്ന കാര്യങ്ങൾ, ഒരു വീണ്ടുവിചാരം പോലുമില്ലാതെ ചെയ്യുന്ന ഒരു കുട്ടി. ശകുന്തളയെ ചിട്ടപഠിപ്പിക്കുന്നതിൽ രത്നത്തിനാണ് ബുദ്ധിമുട്ടെല്ലാം.

ഓറഞ്ചുവെച്ച കസേരയിൽ തടിച്ച ടീച്ചറെ ഇരുത്തിയതും, വികൃ

തിത്തരം കാട്ടിയതിന് ക്ലാസ്സിൽ നിന്ന് പുറത്താക്കിയതുകൊണ്ട് ഹിന്ദി ടീച്ചറേയും മറ്റുകുട്ടികളേയും ക്ലാസ്സിലിട്ട് പൂട്ടിയിട്ട സംഭവങ്ങളും മറ്റു മൊക്കെ മാത്രമേ ടീച്ചർമാർ പറഞ്ഞുകേട്ടിട്ടുള്ളു. പക്ഷേ, സ്കൂൾ വിട്ടാൽ നേരെ വീട്ടിലെത്താറില്ലെന്നും പഠിക്കേണ്ട സമയത്ത് നോവലും കഥാ പുസ്തകങ്ങളും വായിച്ച് സമയം കളയുകയാണെന്നും, ചില ദിവസങ്ങ ളിൽ യൂനിഫോമിനുപകരം അവൾക്കിഷ്ടപ്പെട്ട വേഷങ്ങളിട്ടുപോകു മെന്നും തുടങ്ങി പലതും രത്നത്തിന്റെ പരാതികളാണ്. എപ്പോൾ എന്താണ് അവൾ ഒപ്പിച്ചുകൊണ്ടുവരിക എന്നതിന് ഒരു രൂപവുമില്ലെ ന്നാണ് രത്നത്തിന്റെ എപ്പോഴുമുള്ള ആശങ്ക, ഒരിക്കൽ അവളെന്തോ എഴുതികൊണ്ടിരിക്കുന്നത് ഒന്നെത്തിനോക്കിയപ്പോൾ കണ്ടത്, ഇമ്പോ സിഷനായിരിക്കാമെന്നാണ് ആദ്യം തോന്നിയത്. ഒരു നീണ്ട കത്താ ണത്രെ. ദൈവത്തിനുള്ളൊരു നീണ്ട കത്ത്. ഇടക്കിടെ ശകുന്തള ദൈവ ത്തിന് കത്തെഴുതാറുണ്ടെന്ന്, സുധാകറും പറഞ്ഞു. അവരെപ്പറ്റിയൊക്കെ കവിതയും എഴുതാറുണ്ടത്രെ. കണ്ണിനാകർഷണം തോന്നുന്ന പൂവുക ളിലേയ്ക്കൊക്കെ, ഇഷ്ടംപോലെ പറന്നു പോകുന്ന ഒരു പൂമ്പാറ്റ പോലെയാണവൾ.

## ക്ഷയമെന്ന മഹാമാരി

1947- 48 ഇന്ത്യയുടെ പ്രശ്നഭരിതമായ കാലമായിരുന്നല്ലോ? സ്വാതന്ത്ര്യം കിട്ടി. പക്ഷേ, ഇന്ത്യാ പാക് വിഭജനം- അതിന്റെ പ്രത്യാ ഘാതങ്ങൾ വളരെ വലുതായിരുന്നു. കുറേപേർക്ക് പാകിസ്ഥാനിലെ ത്തണം, കുറേപേർക്ക് ഇന്ത്യയിലെത്തിയേ മതിയാകൂ. ഒരുതരം അനി ശ്ചിതാവസ്ഥ. ജനങ്ങളെല്ലാം ചിന്താക്കുഴപ്പത്തിൽ. ഇക്കാര്യങ്ങളെല്ലാം എന്റെ ശ്രദ്ധയിൽപ്പെട്ടിരുന്നെങ്കിലും, ഇതൊന്നും എന്റെ പ്രാക്ടീസിനെ ഒട്ടും ബാധിച്ചിട്ടില്ലെന്നതാണ് ഏറെ അദ്ഭുതകരം. ചില മര്യാദക്കാരായ രോഗികൾ പാകിസ്ഥാനിലേക്ക് യാത്രതിരിക്കുന്നതിന് മുൻപുതന്നെ പ്രത്യേകം യാത്ര പറഞ്ഞിട്ടാണ് പോയത്. ഡിസ്പെൻസറിയുടെ അടു ത്തുള്ള കുറെ രോഗികളുടെ സ്ഥിതി പരിതാപകരമായിരുന്നുവെന്ന് പറയാതെവയ്യ. പൊതുവെ ബോംബെയിലെ താമസസൗകര്യങ്ങൾ പ്രശ്നഭരിതമാണ്. അറവുശാലയെ ആശ്രയിച്ചു കഴിയുന്ന ഈ പാവ പ്പെട്ടവരുടെ ഒറ്റമുറികളായുള്ള ആ കുടിലുകളിലെ ജീവിതം ദുസ്സഹം തന്നെ. മൺസൂൺ കാലമായാൽ പകർച്ചവ്യാധികളുടെ പ്രളയകാല മാണ്. ഞാൻ എപ്പോഴും ധരിയ്ക്കാറുണ്ടായിരുന്ന വെള്ളഷർട്ടും പാന്റുമൊക്കെ ചുരുട്ടിവെച്ചിട്ടാണ് ആ ചേരികളിലേയ്ക്കിറങ്ങാറുള്ളത്. അവരുടെ കണ്ണുകളിലെ 'എന്നെ രക്ഷിക്കൂ ഡോക്ടർ സാബ്' എന്ന ദൈന്യ

പ്രാർത്ഥന എനിക്ക് തിരിച്ചറിയാൻ പറ്റാറുണ്ട്. അല്ലെങ്കിലും മദ്രാസ് മെഡിക്കൽ കോളേജിൽ എന്നോടൊപ്പം ഉണ്ടായിരുന്ന തൊണ്ണൂറ്റി ഒൻപതു ശതമാനം വിദ്യാർത്ഥികളും അങ്ങേയറ്റം മനുഷ്യത്വമുള്ളവരും ആത്മാർത്ഥതയും അർപ്പണബോധവുമുള്ളവരുമായിരുന്നു. എനിയ്ക്കാണെങ്കിൽ പഠിയ്ക്കുവാനുള്ള സാഹചര്യം ഒരുതവണ നിഷേധിക്കപ്പെട്ടിരുന്നതുകൊണ്ട് ഒരു ഡോക്ടറാവുക എന്നത് ജീവിതലക്ഷ്യമായിരുന്നു, അതിനോടുബന്ധമുള്ള ഓരോ ചുമതലകളും ഓരോ അവസരങ്ങളായാണ് ഞാൻ കണ്ടിരുന്നത്. 'അല്ലെങ്കിലും നിനക്കെല്ലാറ്റിനോടും അർപ്പണബോധമാണല്ലോ?' ഡോക്ടർ ചുമ്മാർ എന്നെ കളിയാക്കാറുള്ളതാണ്. 'ആരെങ്കിലും പണ്ടു പ്രേമിച്ച ഒരു പെണ്ണിനുവേണ്ടി ഇങ്ങനെയൊക്കെ ചെയ്തുകൂട്ടുമോ? ഇപ്പോഴിതാ ജോലിയോടും പ്രേമം തന്നെ. നീയൊരു പോക്കുകേസാടാ' കളിയാക്കുന്നതാണെന്നെനിക്കറിയാം.

ബോംബെയിലെ ചേരി നിവാസികളിൽ അക്കാലത്ത് പരക്കെയുണ്ടായിരുന്ന ഒരു രോഗമായിരുന്നു ക്ഷയം. ബോംബെയിലെ ഒരു ചെറിയ ഡിസ്പെൻസറിയിലാണ് പ്രാക്ടീസ് ചെയ്തിരുന്നതെങ്കിലും ആധുനിക മരുന്നുകളെപ്പറ്റിയൊക്കെ, ഞങ്ങൾ പഴയ സതീർത്ഥ്യർ സ്ഥിരം അങ്ങോട്ടുമിങ്ങോട്ടും കത്തുകൾ വഴി അറിയിച്ചിരുന്നു. സ്ട്രെപ്ടോ മൈസിൻ ക്ഷയരോഗത്തിനുള്ള ഏറ്റവും നല്ല മരുന്നാണെന്നറിഞ്ഞപ്പോൾ ഒട്ടും അമാന്തിച്ചില്ല. ചേരികളിൽ കേറിയിറങ്ങി, രോഗികൾക്കൊക്കെ ഇൻജെക്ഷൻ കൊടുക്കുവാൻ തുടങ്ങി, എത്ര രോഗികളെയാണ് ഈ ഒരൊറ്റകാര്യംകൊണ്ട് രക്ഷിക്കാൻ കഴിഞ്ഞതെന്നോർക്കുമ്പോൾ ഇന്നും സംതൃപ്തി. അതോടുകൂടി ചേരിനിവാസികൾക്ക് ഞാനവരിലൊരാളായി. രാവിലെ 9 മണിക്ക് ക്ലിനിക്ക് തുറക്കും. കമ്പൗണ്ടർ ഭാസ്ക്കരൻ അതിനുമുൻപേയെത്തും. ഞാനെത്തുമ്പോഴേക്കുതന്നെ അവിടം മുഴുവൻ രോഗികളെക്കൊണ്ട് നിറഞ്ഞിരിക്കും. ക്ലിനിക് ബാന്ദ്ര റെയിൽവേ സ്റ്റേഷന് തൊട്ടടുത്തായിരുന്നതിനാൽ, മറ്റു പല സ്ഥലങ്ങളിൽ നിന്നും കേട്ടറിഞ്ഞ് രോഗികളെത്തിത്തുടങ്ങി. ഡോക്ടർ സാബ് ഒറ്റ നോട്ടം കൊണ്ടുതന്നെ, ശരിയായ രോഗനിർണ്ണയം ചെയ്യുമെന്നാണ് അവർ പറഞ്ഞിരുന്നത്. ഉച്ചക്ക് ഒന്നരമുതൽ ഒരു മണിക്കൂർ രോഗികളെ വീട്ടിൽപ്പോയി സന്ദർശിക്കലാണ് പതിവ്. കാറുകളുള്ളവർ അന്ന് വളരെ വിരളം. ധാരാളം യാത്ര ചെയ്യേണ്ടതുകൊണ്ട് ഒരു സ്റ്റുഡീ ബേക്കർ കാർ വാങ്ങി. ഡ്രൈവറെ വെയ്ക്കാനൊന്നും പണമില്ല. തന്നത്താൻ ഓടിയ്ക്കും, വാസ്തവത്തിൽ ഡ്രൈവിംഗ് ഒരു ഹരമായിരുന്നു, സമയം കളയാതെ കുറച്ചുസമയത്തിൽ നേരെ ലക്ഷ്യത്തിലെത്താം, അതാണെനിക്കിഷ്ടം.

## ഏട്ടന്റെ ചിറകുകളിൽ നിന്നകന്ന്

രാവുണ്ണിയേട്ടനും എനിയ്ക്കും കുട്ടികളുടെ അംഗസംഖ്യ കൂടിയപ്പോൾ രണ്ടു കുടുംബങ്ങൾക്കൊന്നിച്ചു താമസിക്കുവാൻ പ്രയാസമായിത്തുടങ്ങി. ഞങ്ങളുടെ കുടുംബം ബാന്ദ്രയിലെ ടർണർ റോഡിൽ ഒരു വാടക വീട്ടിലേക്ക് താമസം മാറി. അവിടെ താമസിക്കുമ്പോൾ ഞങ്ങൾക്കൊരു ആൺകുട്ടികൂടി ജനിച്ചു. അവന് സുരേഷ് എന്ന് പേരിട്ടു. അടുക്കളയിൽ സഹായിക്കാൻ ഒരു കൈമളേയും കിട്ടി. ഡിസ്പെൻസറിയിൽ എത്രതിരക്കുണ്ടെങ്കിലും വീട്ടിലെത്തിയാലുടൻ ഞാൻ എല്ലാം മറന്നൊരു ഗൃഹസ്ഥനാവും. കുട്ടികളോട് സംസാരിക്കാനും, കൂടെ കളിക്കാനുമെല്ലാം കുറച്ചു സമയം എന്നും ചെലവഴിക്കും. സംതൃപ്തമായ ഒരു കാലം. ഞാനും രത്നവുമൊന്നിച്ച് ഗൃഹസ്ഥാശ്രമം ആസ്വദിച്ച് ജീവിച്ച നാളുകൾ.

റെമിങ്ങ്ടൺ കമ്പനിയിലെ ഡിവിഷൻ മാനേജരുടെ എക്സിക്യൂട്ടീവ് അസിസ്റ്റന്റായിരുന്നു മി. രാജൻ. ബോംബെയിലെ സുപ്രസിദ്ധമായ ശ്രീഷൺമുഖാനന്ദ് ഫൈൻ ആർട്സ് ആന്റ് മ്യൂസിക് സഭയുടെ വലിയ പ്രവർത്തകനുമായിരുന്നു. എന്റെ ഡിസ്പെൻസറിയുടെ തൊട്ടുപുറകിലുള്ള ഫ്ളാറ്റിലാണ് രാജൻ താമസിക്കുന്നത്. രാജൻ എപ്പോഴും പറയും നിങ്ങൾ ഈ ഡിസ്പെൻസറിയിൽ വന്നതിൽപ്പിന്നെയാണ് ഈ റോഡിലും മറ്റും ഇത്ര തിരക്കുവന്നത്. ഞാൻ ശ്രദ്ധിക്കാറുണ്ട് നിങ്ങൾ ഒരു വെറും ഡോക്ടറല്ല. ദരിദ്രരുടെ ഡോക്ടറാണ്. ഫീസ് തന്നാലുമില്ലെങ്കിലും താങ്കൾ എത്ര നന്നായാണ് രോഗികളെ നോക്കുന്നത്. വഴക്കു പറച്ചിലോ ദേഷ്യപ്പെടലോ ഒന്നുമില്ല. നല്ല ക്ഷമ തന്നെ. ഫീസ് ചോദിക്കാറില്ലെങ്കിലും കമ്പൗണ്ടർ ഭാസ്ക്കരന്റെ അഭിപ്രായത്തിൽ ഒന്നോ രണ്ടോ രൂപയോ ചിലപ്പോൾ ചില ചില്ലറതുട്ടുകളോ മാത്രമേ മിക്കരോഗികളും ഫീസായി നൽകുന്നുള്ളു. അതുതന്നെ കൊടുക്കാതേയും കുറേ ആൾക്കാർ പോകുന്നുണ്ടല്ലോ? ഫീസും മരുന്നിന്റെ വിലയും ചോദിച്ചുവാങ്ങുന്നതിലെന്താണ് തെറ്റ്? രാജൻ എപ്പോഴും ചോദിക്കാറുള്ള ചോദ്യമാണ്. തിരക്ക് കൂടുന്നതുകൊണ്ട് വാസ്തവത്തിൽ സ്വന്തം കുടുംബത്തോടൊത്ത് ചെലവാക്കുന്ന സമയം കുറയുകയാണ് ചെയ്തത്.

ഈ വീട്ടിൽ താമസിക്കുമ്പോഴാണ് മഹാരാഷ്ട്ര സ്റ്റേറ്റ് സി.ഐ.ടി.യു സെക്രട്ടറി പി.ആർ. കൃഷ്ണനോടൊപ്പം എ.കെ.ഗോപാലൻ ഞങ്ങളുടെ അതേ ഫ്ളാറ്റിലേക്ക് വന്നത്. കൃഷ്ണൻ എന്റെ ഡിസ്പൻസറിയിൽ ചികിത്സയ്ക്കായി മുൻപ് വന്നിട്ടുണ്ടത്രെ. തൃശ്ശിനാപ്പള്ളിയിൽ നിന്നും എം. പി.യായ കെ.അനന്തൻനമ്പ്യാരുടെ മരുമകൾ രുഗ്മിണി, ഞങ്ങളുടെ

ഫ്ളാറ്റിലെ മൂന്നാം നിലയിൽ താമസിക്കുന്നു. ബോംബെയിലെ സിൽക് മില്ലിൽ ജോലി ചെയ്യുന്ന എൻ.വി.കെ നായരുടെ ഭാര്യയാണ്. രുഗ്മിണിയുടെ സഹോദരൻ ജനാർദ്ദനൻ നമ്പ്യാരും അവരുടെ കൂടെ താമസിച്ചിരുന്നു. അനന്തൻ നമ്പ്യാരും എ.കെ.ജിയും ഉറ്റചങ്ങാതിമാരായിരുന്നതിനാലാണ് ഈ സന്ദർശനം. പി.ആർ. കൃഷ്ണനാണ് വിമാനത്താവളത്തിൽ നിന്ന് എ.കെ.ജിയെ കൂട്ടിക്കൊണ്ടുവന്നത്. ഒരു മലയാളി ഡോക്ടറുടെ ബോർഡ് ബോംബെ നഗരത്തിൽ കണ്ടപ്പോൾ എ.കെ.ജി ഒന്നു കാണണമെന്ന് പറഞ്ഞു. ഇന്റർമീഡിയറ്റിന് പഠിക്കുമ്പോൾ വാര്യരുട്ടിയുടെ കൂടെ ഞാനും പോയി കണ്ടിരുന്നുവെന്ന് ഞാൻ ഓർമ്മിപ്പിച്ചു. പി. ആർ. കൃഷ്ണനും ജനാർദ്ദനനും എൻ. വി.കെ നായരുമൊക്കെ അന്നു എ.കെ.ജിക്കു തന്നെ പരിചയപ്പെടുത്തിയത് മനുഷ്യരെ, പ്രത്യേകിച്ച് പാവപ്പെട്ടവരെ, ഇഷ്ടപ്പെടുന്ന ഡോക്ടർ, ജോലിയിൽ സന്തോഷം കാണുന്ന ഡോക്ടറെന്നൊക്കെ പറഞ്ഞാണ്, അടുത്തതവണ വരുമ്പോൾ സുശീല (മിസ്സിസ് എ.കെ.ജി) യേയും കുഞ്ഞിനേയും കൂട്ടിവരാമെന്ന് പറഞ്ഞാണ് എ.കെ. ജി പോയത്. പിന്നിട് വന്നപ്പോൾ സുശീലയും, പത്തുമാസം പ്രായമുള്ള ലൈലയും കൂടെയുണ്ടായിരുന്നു. കുട്ടിയ്ക്കുവേണ്ടി പ്രത്യേകം ശ്രദ്ധിക്കേണ്ട കാര്യങ്ങളും പറഞ്ഞുകൊടുത്തു. സാധാരണ എ.കെ.ജി വന്നാൽ മാട്ടുംഗയിലെ ഹിന്ദു കോളനിയിലെ എ.പി. നാരായണന്റെ വീട്ടിലാണ് താമസിയ്ക്കാറുള്ളത്. രാവുണ്ണിയേട്ടനുമായും വലിയ അടുപ്പത്തിലാണ്. അവർ ഒന്നിച്ച് ജയിലിലും കിടന്നിട്ടുണ്ടല്ലോ?

## അമ്മയുടെ മരണം

1954ലാണ് ഞങ്ങളുടെ അമ്മ മരിച്ചത്. ഏഴുവർഷങ്ങൾ പക്ഷാഘാതം വന്ന് തളർന്ന ദേഹത്തിൽ ഞങ്ങൾ മക്കളോടുള്ള സ്നേഹം കാത്തുസൂക്ഷിച്ച്, ഭൂമിയിൽ നിന്ന് പോകാതെ അമ്മയുടെ ആത്മാവ് കിടന്നു. വാസ്തവത്തിൽ, ഒരു ഡോക്ടറായിട്ടും അമ്മയ്ക്കുവേണ്ടി ഒന്നും ചെയ്യാൻ പറ്റുന്നില്ലല്ലോ എന്ന ഖേദവും കുറ്റബോധവുമായിരുന്നു എന്റെ മനസ്സിൽ. ഗോവിന്ദേട്ടനും ഏട്ടത്തിയമ്മയും ഉള്ളതുകൊണ്ട്, അമ്മയെ നല്ലതുപോലെ ശുശ്രൂഷിച്ചു. മരണം പെട്ടെന്നായതുകൊണ്ട്, ട്രെയിൻ ടിക്കറ്റൊന്നും കിട്ടിയില്ല. ഒരു ഡെക്കോട്ട വിമാനത്തിലാണ് ഞങ്ങൾ പോയത്. മറ്റൊരവസരമാണെങ്കിൽ ഞാൻ വിമാനത്തിൽ കയറുമായിരുന്നില്ല. വിമാനത്തിനുള്ളിൽ ഒരുതരം ശ്വാസംമുട്ടലാണെനിക്ക്. അമ്മയുടെ അടിയന്തിരം കേമമായി നടത്തി. വീട്ടിനടുത്തുള്ള പനന്തോട്ടം നിറയെ ധർമ്മക്കാർ നിരന്നിരുന്നു. ഒരു സദ്യ, ഏതവസരത്തിലേതായാലും, കിട്ടുന്നത് എങ്ങിനെയാണ് യാചകർ തള്ളിക്കളയുക? ഗ്രാമങ്ങളിൽ അധിക

പേരും ദരിദ്രരായിരുന്നുവല്ലോ? അടുത്തുള്ള ഗ്രാമങ്ങളിൽ നിന്നുപോലും കേട്ടറിഞ്ഞ് യാചകരെത്തും. ഊണു കഴിഞ്ഞാൽ, തലയിൽ ഒരു തുടം എണ്ണയും ഒഴിച്ചുകൊടുക്കും. അതാണ് നാട്ടിലെ രീതി എന്നാണ് ഏട്ടന്മാർ പറഞ്ഞത്. അവരുടെ തലയും മനസ്സും തണുക്കട്ടെ എന്നാണ് പറഞ്ഞുകേട്ടത്. രാവുണ്ണിയേട്ടനും ഞാനും ബോംബെയിൽ, രാഘവൻ മദ്രാസിൽ, ശങ്കുണ്ണിയേട്ടൻ പെരിങ്ങോട്, കിട്ടുണ്ണി ഏട്ടനും ഗോവിന്ദേട്ടനും നാണു ഏട്ടനും നാട്ടിലും. ഇനി എല്ലാവരും കൂടി എന്നാണ് ഒന്നിച്ചുചേരാൻ പറ്റുക എന്നറിയില്ല. രാഘവന്റെ അഭിപ്രായമായിരുന്നു ഒരു ഗ്രൂപ്പ് ഫോട്ടോ എടുക്കണമെന്ന്. ഒറ്റപ്പാലത്തെ യുണൈറ്റഡ് സ്റ്റുഡിയോക്കാരാണ് ഫോട്ടോ എടുത്തത്. കുട്ടികളും മുതിർന്നവരുമായി അമ്പതിൽപരം അംഗങ്ങളുള്ള ആ ഫോട്ടോ ഒന്നെടുക്കാൻ ഫോട്ടോഗ്രാഫർ പൊതുവാൾ കുറച്ചു ബുദ്ധിമുട്ടി. അമ്മയുള്ളപ്പോൾ ഇങ്ങിനെ ചെയ്യാൻ തോന്നിയില്ലല്ലോ എന്ന ഖേദം എല്ലാവർക്കുമുണ്ടായിരുന്നു. ഒറ്റമകളായി ജനിച്ച തന്റെ കുടുംബം ഇത്രയും വളർന്നു വലുതായതിൽ അമ്മയുടെ ആത്മാവ് തീർച്ചയായും സന്തോഷിച്ചിട്ടുണ്ടാകണം.

## അടുത്ത തലമുറ

ഞങ്ങൾ ഏഴു സഹോദരന്മാർ. അടുത്ത തലമുറയ്ക്ക് വഴിമാറി കൊടുക്കാറായെന്ന് മനസ്സിലായത്, കിട്ടുണ്ണിയേട്ടന്റെ മൂത്തമകൾ നളിനിയുടെ വിവാഹം നിശ്ചയിച്ചെന്ന വിവരം അറിഞ്ഞപ്പോഴാണ്. ബിസിനസ്സ് സംരംഭങ്ങളും മറ്റും അപ്പോഴേക്കും ക്ഷയോന്മുഖമായിരുന്നു. എങ്കിലും കൃഷിയും മറ്റു സൗകര്യങ്ങളും ഉള്ളതുകൊണ്ട് കഴിഞ്ഞുകൂടാൻ ഒട്ടും പ്രയാസമില്ല. കിട്ടുണ്ണിയേട്ടന്റെ മൂത്ത രണ്ടു മക്കൾ ഉണ്ണിയും ബാബുവും ബോംബെയിൽ ജോലി ചെയ്യുന്നുണ്ട്. എന്നാലും വിവാഹത്തിനുള്ള സ്വർണ്ണം എന്റെ വകയായി നൽകി. മറ്റു സഹോദരന്മാരോടെല്ലാം പ്രത്യേകം പറയുകയും ചെയ്തു. പഠിക്കുവാൻ താല്പര്യം കാണിക്കുന്ന ഏതു കുട്ടിയേയും അങ്ങേയറ്റം വരെ പഠിപ്പിക്കാം. അടുത്തടുത്ത വർഷങ്ങളിലായി കിട്ടുണ്ണിയേട്ടന്റെ രണ്ടാമത്തെ മകൾ ബേബിയുടേയും ഗോവിന്ദേട്ടന്റെ ശാന്തയുടെയും നാണു ഏട്ടന്റെ രാധയുടെയും ശങ്കുണ്ണിയേട്ടന്റെ മാലതിയുടേയും വിവാഹങ്ങൾ നടന്നു. ഗോവിന്ദേട്ടന്റെ മക്കൾ രാജൻ ബി.കോമിനും, വേണു എം.ബി.ബി.എസിനും കിട്ടുണ്ണിയേട്ടന്റെ മകൻ ദേവിദാസ് ബിഎസ്സിക്കും ചേർന്നു പെൺകുട്ടികൾ, താല്പര്യമുള്ളവർ കോളേജിൽ ചേർന്നു. പക്ഷേ, ഇന്റർമീഡിയറ്റൊക്കെ കഴിയുമ്പോഴേക്ക്തന്നെ, നല്ല കല്ല്യാണം ശരിയായാൽ, അതു നടത്തിക്കൊടുക്കുകയാണ് ചെയ്തിരുന്നത്. പെൺകുട്ടികളുടെ വിവാഹം വൈകിപോകുന്നത്, മാതാപിതാക്കൾക്ക് ഒട്ടും ഉൾക്കൊള്ളാൻ പറ്റാത്ത

കാര്യമായിരുന്നു അക്കാലത്ത്. ശാന്തയും ഭർത്താവ് ബാലനും സൗരാഷ്ട്രയിലായിരുന്നതുകൊണ്ട്, എല്ലാവർഷവും ഞങ്ങളുടെ അടുത്ത് ഒന്നുരണ്ടു ദിവസങ്ങൾ താമസിച്ചിട്ടാണ് നാട്ടിലേക്കു തിരിച്ചുപോകുക. അതുപോലെ നാണുഏട്ടന്റെ മകൾ രാധയും ഭർത്താവിന് ബോംബെയിൽ ബിസിനസ്സായതുകൊണ്ട് അങ്ങോട്ടെത്തി. രാജന് സൗരാഷ്ട്രയിലും ദേവീദാസിന് ബോംബെയിലും ജോലിയായി. ചുരുക്കത്തിൽ നാടുമായിട്ടുള്ള അടുപ്പം ഒന്നുകൂടി വർദ്ധിച്ചു. സ്ഥിരതാമസത്തിനല്ലാതെ സന്ദർശനങ്ങൾക്കായി വരുന്ന ആർക്കും തന്റെ വീട്ടിൽ താമസിക്കാം. രത്നത്തിനും അതെല്ലാം വളരെ സന്തോഷമായിരുന്നു.

## ബോംബെ നഗരത്തിലൊരു വീട്

കുടുംബം ഏതാണ്ട് പൂർണ്ണമായപ്പോൾ വാടക വീടുകളിൽ കഴിയുന്നത് ബുദ്ധിമുട്ടാകാൻ തുടങ്ങി. എന്റെ അസമയത്തുള്ള വരവും പോക്കും കുട്ടികളുടെ പഠിത്തവും വല്ലപ്പോഴുമെത്തുന്ന ഓന്നോ രണ്ടോ അതിഥികൾ കൂടിയാകുമ്പോൾ, ഒന്നും ശരിയാകാത്തതുപോലെ. അങ്ങനെ ബാന്ദ്രയിൽത്തന്നെ ഒരു സ്ഥലം വാങ്ങി. സ്ഥലം കണ്ടപ്പോൾ വീടു വെക്കാൻ പറ്റിയ സ്ഥലമാണെന്ന് തോന്നിയില്ല. കുണ്ടും കുഴിയുമൊക്കെയായുള്ളൊരു സ്ഥലം. പോരാത്തതിന് അവിടെ കള്ളവാറ്റ് നടക്കുന്നുണ്ടായിരുന്നു. നേതാവായി ഒരു ഗുണ്ടയും. ഈ സ്ഥലം വിട്ടുപോകില്ലെന്ന ഒരേയൊരു പിടിവാശിയിലായിരുന്നു അവൻ. കോൺട്രാക്ടറുടെ വാക്കുകൾക്കും നേരിട്ടുള്ള തന്റെ അപേക്ഷക്കൊന്നും ഗുണ്ട ചെവിതന്നതുപോലുമില്ല. ധനനഷ്ടവും മാനഹാനിയുമായിരിക്കും ഫലമെന്ന് പേടിച്ചിരിക്കുമ്പോൾ, രാവുണ്ണിയേട്ടൻ പറഞ്ഞു, 'നീ പേടിക്കേണ്ടെടാ. ഞാൻ നോക്കിക്കൊള്ളാം'. ഏട്ടന്റെ ധൈര്യം അപാരംതന്നെ. എനിക്കോർമ്മയുണ്ട്. പണ്ട് ഞാൻ രാവുണ്ണി ഏട്ടന്റെ വീട്ടിൽ താമസിക്കുന്ന കാലത്ത് ഒരു ദിവസം പുലർച്ചെ, കുതിരപ്പന്തയസവാരി സ്ഥലത്തു നിന്നു വന്നപ്പോൾ പറഞ്ഞു. 'ഇന്നൊരു ഇരുപത്തിയഞ്ച് പോയെടാ.' അന്നത്തെ ഇരുപത്തയ്യായിരത്തിന് എത്രവിലയാണ്! രണ്ടു മിനിട്ട് കഴിഞ്ഞ് നോക്കിയപ്പോഴേക്കും ഏട്ടൻ സോഫയിൽത്തന്നെ ചാഞ്ഞുകിടന്ന് കൂർക്കം വലിച്ചുറങ്ങുന്നു. ഏട്ടൻ ഈ പ്രശ്നവും ബുദ്ധിപൂർവ്വം കൈകാര്യം ചെയ്തു തന്നു.

കെട്ടിടത്തിന്റെ പ്രാഥമിക പണികൾക്കായുള്ള ജോലിക്കാരേയും സാധനങ്ങളുമായി ഒരു ലോറിയിൽ കയറ്റി വന്നോളാൻ കോൺട്രാക്ടറോട് പറഞ്ഞു. പോലീസുവേഷധാരിയായ ഒരാളും. (രാവുണ്ണിയേട്ടന്റെ സിൽബന്തിതന്നെ). ഏട്ടനും ഒരു സ്വകാര്യ കാറിൽ (ഏട്ടന്റെ സ്റ്റുഡി

ബേക്കറൊക്കെ അപ്പോഴേക്കും വിറ്റുപോയിരുന്നു) പുറകെവന്നു. ഏട്ടൻ പതിവുവേഷത്തിൽ തന്നെ. വിലകൂടിയ കോട്ടൺ ഷർട്ടും പാന്റ്സും കറുത്ത ഓവർകോട്ടും ഇടതുകയ്യിലെ ചൂണ്ടാണി വിരലിനും മോതിര വിരലിനുമിടയിലും ചുണ്ടത്തുമായി എരിഞ്ഞു കൊണ്ടിരിക്കുന്ന സിഗ രറ്റും, വലതുകയ്യിൽ ഒരു സിഗരറ്റ് ടിന്നും. ഏട്ടനൊന്നും സംസാരിച്ചില്ല. കൂടെ വന്ന പോലീസ് വേഷധാരി, ഉച്ചത്തിൽ സംസാരിച്ച് കയ്യിലിരുന്ന വടി വീശി ബഹളംവെച്ചപ്പോൾ, ഗുണ്ടയും കൂടെയുണ്ടായിരുന്ന രണ്ടു മൂന്നുപേരും, ശപിച്ചുകൊണ്ട് സ്ഥലംവിട്ടു. ദൂരെനിന്ന് ഞാനും കോൺട്രാ ക്ടറും ഇതൊക്കെ കാണുന്നുണ്ടായിരുന്നു. ഞങ്ങളോട് സ്ഥലത്ത് പ്രത്യ ക്ഷപ്പെടേണ്ടന്നായിരുന്നു നിർദ്ദേശം. ദൂരെ നിൽക്കുമ്പോൾ ഞാൻ പ്രത്യേകം ശ്രദ്ധിച്ചു. ഞങ്ങൾ ഏഴു സഹോദരങ്ങൾക്കിടയിൽ രാവുണ്ണി ഏട്ടനും രാഘവനും തന്നെയാണ് ഏറ്റവും സുമുഖർ. ഒരു കാലത്ത് ദാദർ സ്റ്റേഷനിൽ വണ്ടിയിറങ്ങി ചോദിച്ചാൽ നായർസാബിനെ അറിയാത്ത ടാക്സിക്കാരുണ്ടായിരുന്നില്ലെന്നാണ് നാട്ടിൽ നിന്ന് വന്നവർ പറയാറ്. പോലീസിലും നല്ല സ്വാധീനമായിരുന്നു ഏട്ടന്. നിർബ്ബന്ധിത റേഷനിംഗ് സമ്പ്രദായം നിലവിൽവന്ന കാലം. ഏട്ടനും പരിചയക്കാർക്കുമുള്ള ഒരു ലോറി അരിച്ചാക്കുകൾ, വീട്ടിലെത്തുന്നതിന്നിടെ ഒരു പോലീസും ചോദ്യം ചെയ്തില്ല.

ബാന്ദ്ര വെസ്റ്റിലെ സെന്റ് തെരേസ സ്കൂളിന് മുൻപിലായി, എന്റെ ചികിത്സയിൽ കഴിയുന്ന റോഡറിഗ്സ് ഡിസൂസയ്ക്ക് ഒരു വീടുണ്ട്. കാണാൻ നല്ല ഭംഗിയുള്ള വീട്, ഡിസൂസയോട് പറഞ്ഞു. ആ വീട് പണിത കോൺട്രാക്ടറെ എന്റെയടുത്തേക്ക് ഒന്നയക്കാൻ. വീട് പണി തത് ഒരു മജീദാണ്. പക്ഷേ, മജീദിന് ഇപ്പോൾ ഇതുവരെ കണ്ടുപിടി ക്കപ്പെടാത്ത അസുഖമാണെന്നും എങ്ങിനെയെങ്കിലും അതൊന്ന് മാറ്റി ത്തരണമെന്നുമായിരുന്നു മജീദിന്റെ അപേക്ഷ. അതു മാറ്റിത്തന്നാൽ കമ്മീഷനൊന്നും വാങ്ങാതെ വീട് കെട്ടിത്തരാമെന്നും മജീദ് അറിയിച്ചു. അസുഖം എന്താണെന്ന് ആദ്യം വ്യക്തമായിരുന്നില്ല. ചില ടെസ്റ്റുകൾ ചെയ്തു. അവസാനം നാനാവതി ഹോസ്പിറ്റലിലേക്ക് വിട്ടു. എന്താ യാലും സുഖക്കേട് മാറി, മജീദ് സന്തോഷവാനായി. പറഞ്ഞതുപോലെ വീടുപണി തുടങ്ങി. രണ്ടര മൂന്നു രൂപ ദിവസക്കൂലിക്കാണ് മജീദ് താഴത്തെ നിലയും ഒന്നാം നിലയും ചുറ്റുമുള്ള മതിലും കെട്ടിത്തന്നത്. റോഡി ലേക്ക് നോക്കുന്ന ബാൽക്കണിയിൽ, ഉരലിന്റെ രൂപമുള്ള നാൽപത്തി യെട്ട് സ്റ്റീൽ ടംബ്ലറുകൾ അരമതിലിൽ പതിപ്പിച്ചതെല്ലാം മജീദിന്റെ താല്പര്യത്തിലാണ്. വീടുപണി നോക്കിനടത്താൻ ഗോവിന്ദേട്ടൻ വന്ന് രണ്ടുമാസം താമസിച്ചത് വലിയൊരാശ്വാസമായിരുന്നു. രാത്രികളിൽ ഏട്ട നോട് സംസാരിച്ചിരിക്കാനായി അക്കാലത്ത് എന്നും ഡിസ്പെൻസറിയിൽ

നിന്ന് പതിവിലും നേരത്തെ ഇറങ്ങുമായിരുന്നു. വീടിന് ഞങ്ങൾ 'സ്മൃതി' എന്ന് പേരിട്ടു.

## മനസ്സിൽ കുരുങ്ങിപ്പോയ നാട്

നാടുമായുള്ള പൊക്കിൾക്കൊടി ബന്ധം എനിയ്ക്കൊരിക്കലും അറുത്തുകളയാൻ സാധിച്ചില്ല. ഗോവിന്ദേട്ടന്റെ കൂടെ കഴിഞ്ഞിരുന്ന രാത്രികളിലെല്ലാം വർത്തമാനം പറഞ്ഞിരുന്ന് ഞങ്ങളുറങ്ങുന്നത് രാത്രി മൂന്നുമണിക്കും നാലുമണിക്കുമെല്ലാമാണ്. ബന്ധുക്കളും നാട്ടിലെ കുറെ വ്യക്തികളുമെല്ലാം ഞങ്ങളുടെ വർത്തമാനത്തിൽ ജീവൻവെച്ച് ബോംബെയിലെത്തും. വീട്ടുകാരെപ്പറ്റിയുള്ള പ്രധാന വർത്തമാനങ്ങൾ കഴിഞ്ഞാൽ പിന്നെ, ബന്ധുക്കളായി, നാട്ടുകാരായി, ബന്ധുക്കളിൽ എന്നും സ്നേഹവായ്പോടെ ഞാനന്വേഷിക്കാറുള്ളത്, നാരായണേട്ടന്റെ പെങ്ങൾ നാണിയേട്ടത്തിയെപ്പറ്റിയാണ്. മനിശ്ശേരിയ്ക്ക് തൊട്ടടുത്തുള്ള പനയൂരിലേയ്ക്കാണ് അവരെ കല്ല്യാണം കഴിച്ചയച്ചത്. മെലിഞ്ഞ്, നല്ല ഉയരമുള്ള, സ്കൂളധ്യാപകനും മാനേജരുമായ, മിതഭാഷിയായ ശങ്കുണ്ണി എഴുത്തച്ഛനും, ഉയരം കുറഞ്ഞ്, നല്ല തടിയുള്ള പ്രകൃതമായ നാണിയേട്ടത്തിയും കാഴ്ചയ്ക്ക് ഒട്ടും ചേർച്ചയില്ലെന്ന് നമുക്കു തോന്നാം. പക്ഷേ, അവരുടെ വീട്ടിൽ എപ്പോഴും സന്തോഷമുണ്ട്, സമാധാനമുണ്ട്. ജീവിതം ഒരു നദിയായി കുണുങ്ങികുണുങ്ങിക്കൊണ്ട് ഒഴുകുന്നൊരു വീട്. ഒഴിവുകാലമായാൽ അവരുടെ വീട്ടിൽപ്പോയി രണ്ടുമൂന്നുദിവസമെങ്കിലും നിന്നില്ലെങ്കിൽ നാണിയേട്ടത്തിക്ക് പരിഭവമാണ്. 'കുട്ട്യോളെ, എന്റെ വീട്ടിൽ നിന്ന് വന്ന് വിരുന്നു പാർക്കാൻ നിങ്ങളൊക്കെയല്ലേ ഇവിടെ അടുത്തുള്ളു? വന്നില്ലെങ്കിൽ നാണ്യേട്ത്തിക്ക് സങ്കടാവും...' ഓരോ മണിക്കൂറിടവിട്ട് ഭക്ഷണം കഴിപ്പിച്ചുകൊണ്ടിരിക്കും. കായവറുത്തത്, ചക്കവറുത്തത്, കൂവപ്പായസം, ഉണ്ണിയപ്പം, ഉഴുന്നുവട, പരിപ്പുവട, കുമ്പിളപ്പം, ഇലയട, കൊഴുക്കട്ട, എല്ലാം നാടൻ പലഹാരങ്ങൾ. ഭക്ഷണം കഴിച്ച തെല്ലാം തിരിച്ചു നടക്കുമ്പോൾ ശരിയായിക്കൊള്ളും. ഏതാണ്ട് നാലുമൈലുണ്ട്. ഇടയിലൊരു മൊട്ടക്കുന്നും. പക്ഷേ, മനസ്സിന്റെ കുളിർമയായി ഇപ്പോഴും അവശേഷിക്കുന്നത്, മറ്റൊരു കാര്യമാണ്. തിരിച്ചുപോരുമ്പോൾ നാണിയേട്ത്തി, മുൻപിൽ നടന്ന് പടിപ്പുരയിലെ പടിയിൽ ചെന്നിരിക്കും. നമ്മൾ പടികടക്കുമ്പോൾ, നമ്മുടെ വലത്തെ കയ്യ് നിവർത്തിച്ച് അതിലൊരു ഒറ്റരൂപ തുട്ട് വെച്ചുതരും, ഓരോരുത്തർക്കും. അന്ന് ഒറ്റ രൂപയ്ക്ക് വലിയ വിലയുണ്ടായിരുന്നു. ഞങ്ങൾക്കത് നിധിയായിരുന്നു. പിന്നീടാലോചിക്കുമ്പോൾ തോന്നിയിട്ടുണ്ട്, മനസ്സും കണ്ണും കയ്യുമൊക്കെ ഇത്ര സന്തോഷിച്ച് ദാനം നൽകുന്നവരെ ഞാനിതുവരെ കണ്ടിട്ടില്ല. നാണിയേട്ത്തി

ഇപ്പോഴും അങ്ങിനെയൊക്കെ തന്നെയാണെന്നാണ് ഗോവിന്ദേട്ടൻ പറഞ്ഞത്. ഇപ്പോഴത്തെ കുട്ടികൾ ഞങ്ങളുടെ അടുത്ത തലമുറക്കാരാണെന്ന് മാത്രം. നാരായണേട്ടൻ ഇപ്പോൾ താമസിക്കുന്നത് ഗോവിന്ദേട്ടന്റെ വീട്ടിലാണ്. അവർക്ക് നാണിയേട്ടത്തിയെകൂടാതെ ഒരു സഹോദരി- കാത്ത്യായനി- കൂടി ഉണ്ട്. അവരെ ഒറ്റപ്പാലത്തിന്നപ്പുറം ലക്കിടിയിലേക്കാണ് വിവാഹം ചെയ്തത്. കുഞ്ഞികൃഷ്ണൻ എന്നുപേരുള്ള ഒരു സഹോദരൻ കൂടിയുണ്ടായിരുന്നു. പക്ഷേ, മരിച്ചുപോയി. പ്രസിദ്ധ കൂത്തുകവിയും സാഹിത്യത്തിൽ (സംസ്കൃതവും മലയാളവും) വളരെ താല്പര്യവും പാണ്ഡിത്യവുമുള്ള വ്യക്തിയായിരുന്നു. അന്നത്തെ ആനുകാലികങ്ങളിൽ കവിതകൾ പ്രസിദ്ധീകരിച്ചിരുന്നു. അവിവാഹിതനായ നാരായണേട്ടൻ, ജോലിയിൽ നിന്ന് വിരമിച്ചപ്പോൾ നാണിയേട്ടത്തിയുടെ നിർബ്ബന്ധപ്രകാരം അവരുടെ വീട്ടിൽ താമസിക്കുകയായിരുന്നു. അവിടെ നിന്നാണ് ഗോവിന്ദേട്ടൻ വിളിച്ചുകൊണ്ടുവന്നത്. അമ്മ മരിച്ച വർഷം ഗോവിന്ദേട്ടൻ ദീക്ഷ എടുത്തിരുന്നു. നിത്യവും രാമായണ, ഭാഗവത, പുരാണാദികൃതികൾ വായിക്കുമ്പോൾ, നാരായണേട്ടൻ കൂടെയിരുന്ന് വിശദീകരിച്ചു കൊടുക്കും. ഒരു വർഷം കഴിഞ്ഞ് കാശിയിലും രാമേശ്വരത്തുമെല്ലാം പോയതിനുശേഷമാണ് ദീക്ഷ മാറ്റിയത്. പിന്നീട് മരണം വരെ നാരായണേട്ടൻ ഗോവിന്ദേട്ടന്റെ കൂടെത്തന്നെയാണ് താമസിച്ചത്. ഒരു പോലീസുകാരന്റെ ഭാര്യയാണെങ്കിലും, ശുദ്ധനാട്ടിൻപുറ സ്വഭാവം വിട്ടുകൊടുക്കാത്ത ഇളയമ്മയും, പക്ഷിയുടേയും ഇറച്ചികഴിച്ച് ഞങ്ങളെ ഞെട്ടിക്കുന്ന അമ്മായിയുമൊക്കെ ഞങ്ങൾക്ക് പ്രിയപ്പെട്ടവരായിരുന്നു. നാട്ടിലെ മനുഷ്യരെല്ലാവരുംതന്നെ വ്യത്യസ്തർ. കിണറിൽ ബക്കറ്റ് വീണാൽ മുങ്ങിത്തപ്പി എടുത്തുതന്ന് രാവിലത്തെ വെള്ളച്ചോറും കറിയും മാത്രം പ്രതിഫലമായി വാങ്ങിപ്പോകാറുള്ള കൊച്ചുഭ്രാന്തൻ, അറിഞ്ഞും അറിയാതെയും നുണപറയുന്ന ശീലമുള്ള ശിവരാമൻ നായർ, രാവിലെ മുതൽ രാത്രിവരെയുള്ള ചെലവൊക്കെ മറ്റുള്ളവരുടെ ഔദാര്യത്തിൽ കഴിച്ചുകൂട്ടാൻ പാടുപെടാറുള്ള രാമൻ, നാട്ടിലെ മദനകാമരാജനായ വേലപ്പൻ കുട്ടി, നാവ് നാലുമുഴം നീളമുള്ള അമ്മിണിയമ്മ, ഒരു ഭാര്യയെ വെച്ചുകൊണ്ടിരിക്കുന്ന നാലു സഹോദരർ, തലമുടി നീട്ടി വളർത്തി, കാവിൽ വെളിച്ചപ്പെടാറുള്ള കണ്ണപ്പൻ നായർ, സംശയരോഗിയായ അയ്യപ്പൻ, ഇടയ ബാലനായ ശ്രീകൃഷ്ണനെപ്പോലെ വേഷം ധരിച്ച് നീണ്ട മുടി പരത്തിയിട്ട്, ഓടക്കുഴലൂതി നാട്ടിലെ പശുക്കളെയെല്ലാം മേയ്ക്കാൻ കൊണ്ടുപോകാറുള്ള മാധവൻ (വാസ്തവം പറഞ്ഞാൽ അതൊരു കൗതുകക്കാഴ്ചതന്നെയായിരുന്നു. രാവിലെ എട്ടെട്ടരയോടെ ഓടക്കുഴൽ നാദം കേൾക്കുന്നതോടെ, ഓരോ വീട്ടിൽ നിന്നും പശുക്കൾ ഇറങ്ങിവന്ന് കൂട്ടത്തിൽചേരുന്നു. അമ്പതും അറുപതും പശുക്കൾ

ഇങ്ങിനെ കൂട്ടമായി മാധവന്റെ കൂടെപോകുന്നു. വൈകുന്നേരം അഞ്ച ഞ്ചരയോടെ എല്ലാവരും തിരിച്ചും എത്തും), ഒരടി മുന്നോട്ടു നടന്നാൽ രണ്ടടി പിന്നോട്ട് നടക്കുന്ന, മാനസികാസ്വാസ്ഥ്യമുള്ള മാധവി, പണം അധികം പലിശയ്ക്ക് കൊടുക്കുന്ന വിക്രമനുണ്ണി. എന്നോ നഷ്ടപ്പെട്ടു പോയ മകനെ അന്വേഷിച്ചുകൊണ്ട് നാടുമുഴുവൻ ഓടിനടക്കാറുള്ള ലക്ഷ്മി-കഥാപാത്രങ്ങൾ തീരുന്നില്ല. ഇപ്പോഴാലോചിച്ചാലും ഒരു നീറുന്ന നൊമ്പരമായി നിൽക്കുന്ന ഒരോർമ, മഴക്കാലങ്ങളിൽ ഇരുട്ടിൽ, പാടത്ത് പണിതീർത്തുവരുന്ന ചെറുമക്കളെ പാമ്പു കടിയ്ക്കുന്നതും ചിലപ്പോൾ മരണപ്പെടുന്നതുമാണ്. കർക്കിടകമാസത്തിലെ കോരിച്ചോരിയുന്ന മഴ യിൽ, കുളമേത് കിണറേത് എന്നറിയാതെ വെള്ളം നിറഞ്ഞു കവി ഞ്ഞൊരു ദിവസം, പാടത്തു പണിക്കുപോയിരുന്ന ചിരുതയുടെ ആറു വയസ്സായ മകൾ കിണറാണെന്നറിയാതെ അതിൽപ്പെട്ട് മരിച്ചുപോയി. എത്രയോ ദിവസങ്ങളിൽ ചിരുതയുടെ ഹൃദയം തേങ്ങിയുള്ള 'സുണ്ടുറൂ, സുണ്ടുറൂ' (സുന്ദരിക്കുള്ള ഓമനപ്പേരാണ്) എന്നു വിളിച്ചുള്ള കരച്ചിൽ അലയടിച്ചുകൊണ്ടിരുന്നു. ഇന്നും എന്നും അത് പച്ചയായ ഒരു മുറിവായി മനസ്സിലുണ്ട്.

എന്റെ സഹോദരർ ആരെങ്കിലും വീട്ടിൽ വന്നിട്ടുണ്ടെന്നറിഞ്ഞാൽ മനിശ്ശേരിക്കാരായ അനന്തകൃഷ്ണനും ശങ്കരനാരായണനും, കുമാരനു മെല്ലാം ഒന്നോ രണ്ടോ തവണയെങ്കിലും അവരെ കാണാൻ എന്റെ വീട്ടി ലെത്തും. നാട്ടുകാരെ കാണുന്നതുതന്നെ, ഒരു സന്തോഷം. നാട്ടിൽപ്പോ കാൻ പറ്റുന്നത് വല്ലപ്പോഴും മാത്രം. ഈ സംസാരത്തിനിടക്കാണ് എത്ര വലിയ ഉദ്യോഗമായാലും ബോംബെയിൽ താമസസൗകര്യം ഒരു പ്രശ്നം തന്നെയാണെന്ന കാര്യം എന്റെ മനസ്സിൽ ഉയർന്നുവന്നത്. വീടുകെട്ടി ക്കൊണ്ടിരിക്കുന്ന മജീദിനോട് തന്നെ അന്വേഷിച്ചു ഒരു ചെറിയ സ്ഥലത്ത് സാധാരണക്കാർക്ക് താമസിക്കാനായി, രണ്ടു മുറികളും ഹാളും ബാക്കി സൗകര്യങ്ങളുമുള്ള ചെറിയവീടുകൾ, മൂന്നുനാലു നിലകളിലായി കെട്ടി ത്തരുവാനുള്ള ചെലവിനെപ്പറ്റിയൊക്കെ. ഞാൻ ഒരു ചെറിയ സ്ഥലം വാങ്ങിയിട്ടിരുന്നു. അതും ഫ്ളാറ്റുകെട്ടുന്നതിനുപയോഗിക്കാമെന്ന് കരു തിയാണ് ചോദിച്ചത്. ഞാൻ പണ്ട് താമസിച്ചിരുന്ന ഫ്ളാറ്റിൽ ഇപ്പോഴും താമസിച്ചുകൊണ്ടിരിക്കുന്ന വാടകക്കാരുമായി ഇക്കാര്യം ചർച്ച ചെയ്തു. ആദ്യമാദ്യം എല്ലാവർക്കും വലിയ മടിയായിരുന്നു. ഒന്നിച്ചെടുക്കാൻ പണ മില്ല, നാട്ടിൽ വേണ്ടുവോളം സ്ഥലമുണ്ട്. റിട്ടയർ ചെയ്തു പോകുമ്പോൾ, വിലയൊന്നും കിട്ടില്ല. എന്നീ നൂറു ന്യായവാദങ്ങൾ കൊണ്ട് മിക്കവരും എന്നെ നേരിട്ടു. കാര്യങ്ങൾ പറഞ്ഞു മനസ്സിലാക്കികൊടുത്തപ്പോൾ എല്ലാവർക്കും ബോദ്ധ്യപ്പെട്ടു. ഉടനെത്തന്നെ 'യങ്ങ് ഇന്ത്യ' എന്ന പേരി

ലൊരു സൊസൈറ്റി രജിസ്റ്റർ ചെയ്തു ജീവൻ, ജ്യോതി എന്നീ പേരിൽ രണ്ടു ഫ്ളാറ്റുകൾ ബാന്ദ്രയിൽ, എന്റെ വീടിന്നധികം ദൂരെയല്ലാതെതന്നെ പൊന്തിവന്നു. മജീദുതന്നെയാണ് അതിന്റെയും കോൺട്രാക്ടർ. ഓരോ ഘട്ടത്തിലും, ലൈസൻസിനും, സിമന്റ്, കമ്പി മുതലായവ വാങ്ങുമ്പോഴുമൊക്കെ, പരിചയക്കാർ വഴിയായതുകൊണ്ട് ചെലവും കുറച്ച് കുറഞ്ഞുകിട്ടി. കെട്ടിടപ്പണി വേഗത്തിൽതന്നെ തീർന്നു, വെള്ളം, വിദ്യുച്ഛക്തിയൊക്കെ ഒട്ടും താമസമില്ലാതെ കിട്ടി. ബിസിനസുകാരനായ കെ. എൻ.മേനോൻ, പാർക്ക് ഡേവിസിന്റെ ഡയറക്ടറായിരുന്ന എം.ആർ.കെ മേനോൻ, കോട്ടയത്തുനിന്നുള്ള പ്രസ്സുടമകളായ കെ.ടി. തോമസും സ്റ്റാൻവാക് എന്ന അമേരിക്കൻ കമ്പനിയിൽ (ഇന്നത്തെ ഹിന്ദുസ്ഥാൻ പെട്രോളിയം) ജോലി ചെയ്തിരുന്ന ഐ.എം മേനോൻ, പി.കെ.കെ. മേനോൻ, തൃപ്പൂണിത്തുറയിൽ നിന്നുള്ള ടി.ജി.എൻ. മേനോൻ, ടി.ജി. എസ്. മേനോൻ, കശുവണ്ടി കയറ്റുമതി ബിസിനസ് ചെയ്തിരുന്ന കണ്ണൂർ കൂത്തുപറമ്പിൽ നിന്നുള്ള ബാലകൃഷ്ണൻ നമ്പ്യാർ, എ.സി. സി.യിൽ ജോലി ചെയ്തിരുന്ന എന്റെ നാട്ടുകാരനും കൂട്ടുകാരനുമായ അനന്തകൃഷ്ണൻ, കിട്ടുണ്ണി ഏട്ടന്റെ മക്കളായ ഉണ്ണി, ബാബു, ദേവിദാസ് തുടങ്ങിയവരൊക്കെ അങ്ങനെ വാടക വീടൊഴിഞ്ഞു ഈ ഫ്ളാറ്റ് ഉടമകളായി. കുറച്ചുപേരുടെയെങ്കിലും ഒരു നീറുന്ന പ്രശ്നത്തിന് പരിഹാരം കാണാൻ കഴിഞ്ഞപ്പോൾ എനിക്കും ഒരു സംതൃപ്തി. ക്രിസ്ത്യാനികളും ഹിന്ദുക്കളുമായ എന്റെ പരിചയത്തിലുള്ളവരെല്ലാം കൂടി വളരെ ഒത്തൊരുമിച്ച് അവിടെ കഴിയുന്നത് കാണുന്നതുതന്നെ ഒരു സന്തോഷം. കച്ചവടമനഃസ്ഥിതിയില്ലാതെ ചെയ്തു കൊടുത്തതുകൊണ്ടാണ് അവരുടെയൊക്കെ സ്നേഹാദരങ്ങൾ എന്നെതേടിവന്നത്.

ബോംബെയിൽ മാസശമ്പളമുള്ള ജോലിയല്ലാതെ വേറെയൊന്നുമില്ലെന്ന് വിചാരിച്ചിരുന്നവർക്ക്, അവരുടേതായ ഒരു വീടുണ്ടായപ്പോൾ ബോംബെയും അവർക്ക് നാടാവാൻ തുടങ്ങി. അക്കാലത്താണ് സോഷ്യലിസ്റ്റ് പ്രജാസോഷ്യലിസ്റ്റ് പാർട്ടിക്കാരനും തൃപ്പൂണിത്തുറക്കാരനുമായ മാധവനുമായി ചങ്ങാത്തം തുടങ്ങിയത്. പിന്നീട് ഞങ്ങൾ, ബോംബെ മറുനാടൻ മലയാളികൾക്കുവേണ്ടി ചെയ്യാൻ കഴിയുന്ന ഒരുപാടു മേഖലകളിൽ ഒന്നിച്ചു പ്രവർത്തിച്ചു. മാധവനാണ് എന്നെ കേരള സമാജത്തിലേക്ക് അടുപ്പിച്ചത്. ഞാനും രാവുണ്ണിയേട്ടനും കിട്ടുണ്ണിയേട്ടനും ബോംബെ കേരള സമാജം പ്രസിഡണ്ടായിരുന്നിട്ടുണ്ട്. 1959-1960 മുതൽക്ക് ഞാൻ രണ്ടുപ്രാവശ്യം തിരഞ്ഞെടുക്കപ്പെട്ടു. കുടുംബത്തിന് വേണ്ടി ഞാൻ മാറ്റിവെച്ചിരുന്ന സമയമൊക്കെ നഷ്ടപ്പെട്ടുതുടങ്ങി. ഇതിന്നിടയ്ക്ക് നല്ല സ്കൂളിലും കോളേജിലും അഡ്മിഷൻ കിട്ടുന്നതിനും മറ്റും മലയാളികളും മലയാളികളല്ലാത്തവരും ധാരാളം വന്നുതുടങ്ങിയി

രുന്നു. കേരള സമാജം പ്രസിഡണ്ട് എന്ന സ്ഥാനത്തിരിക്കുമ്പോൾ ഒരു പാടുകാര്യങ്ങൾ ചെയ്യാനുണ്ട്. ഒരു മുഴുവൻസമയ ഡോക്ടറായിരുന്ന എനിക്ക് വാസ്തവം പറഞ്ഞാൽ സമയം തീരെയില്ലാതായി.

## സ്മൃതിയിലെ ആദ്യകാല വിരുന്നുകാർ

"ഈ ഭാസ്ക്കരനോടിതെത്രാമത്തെ തവണയാണ് ഞാനിതുപറയുന്നത്. എടോ തിരക്കൊന്ന് ഒതുക്കാൻ നോക്കു. എല്ലാ ദിവസത്തേയും പോലെ പന്ത്രണ്ടുമണിവരെ രോഗികളെ നോക്കിയിരിക്കാൻ ഇന്നെനിക്ക് സാധിക്കില്ല. എട്ടുമണിക്കുതന്നെ ഡിസ്പെൻസറിയിൽ നിന്നിറങ്ങി പോകണമെന്ന് വിചാരിച്ചാണ് വന്നത് തന്നെ. കമ്പൗണ്ടർമാരല്ലേ ഇതൊക്കെ ശ്രദ്ധിക്കേണ്ടത്?" 'ഗെയ്റ്റടച്ചു ഡോക്ടർസാർ. അകത്തുള്ളവരെ മാത്രം ഒന്നു നോക്കി വിട്ടാൽമതി'. ഭാസ്കരനോടും രോഗികളോടുമെല്ലാം ദേഷ്യം തോന്നുന്നു. ഡോക്ടർമാർക്കും വേണ്ടേ, കുറച്ച് സ്വകാര്യ നിമിഷങ്ങൾ? ഇന്ന് ഗോവിന്ദേട്ടനും കുടുംബവും രാത്രി ഏഴരയ്ക്ക് ദാദർ സ്റ്റേഷനിലിറങ്ങും. സ്റ്റേഷനിൽ നിന്ന് വീട്ടിലെത്താൻ രാവുണ്ണിയേട്ടൻ വേണ്ട ഏർപ്പാടുകൾ ചെയ്തിട്ടുണ്ട്. പക്ഷേ, അവർ വീട്ടിലെത്തുമ്പോഴേക്കും ഞാൻ വീട്ടിലെത്തേണ്ടേ?. ഇന്നേതായാലും ഗൃഹസന്ദർശനങ്ങൾ ഒഴിവാക്കുകതന്നെ ചെയ്യും. ബോംബെയിലെ ബാന്ദ്രയിൽ നാലു കിടപ്പുമുറികളും മറ്റെല്ലാ സൗകര്യങ്ങളും കുറച്ചുമുറ്റവും അതിൽ കുറച്ചു വാഴകളും ഒരു കറിവേപ്പുമരവുമെല്ലാം ഉള്ളൊരു വീട്ടിൽ താമസിക്കാൻ പറ്റുന്നത് ഭാഗ്യംതന്നെ. അതിൽ താമസിക്കുമ്പോഴൊക്കെ ഞാനറിയാതെ ഓർത്തുപോകാറുള്ളത് രാവുണ്ണിഏട്ടന്റെ സത്രം പോലെയുള്ള വീടും ഏട്ടന്റെ വിശാലമായ മനസ്സുമാണ്. അവനവൻ വ്യക്തിപരമെന്ന് കരുതുന്ന ഈ സൗകര്യങ്ങളൊക്കെ പങ്കിടാൻ ഏട്ടനെങ്ങിനെ സാധിച്ചു? ഇപ്പോഴുമെപ്പോഴും എന്റെ മനസ്സിലുടക്കിക്കിടക്കുന്നൊരു ചോദ്യമാണത്.

രണ്ടുകൊല്ലമായി ഗോവിന്ദേട്ടനോട് പറഞ്ഞുകൊണ്ടിരിക്കുന്നു, ഏട്ടത്തിയമ്മയേയും മക്കളേയുംകൂട്ടി ഞങ്ങളുടെ വീട്ടിൽ വന്നു താമസിക്കാൻ. സ്കൂളവധിക്കാലമാണ്. ശാന്ത വിവാഹം കഴിഞ്ഞ് സൗരാഷ്ട്രയിലായതുകൊണ്ട് ഏഴുമക്കളുമായാണ് വരാൻ തീർച്ചയാക്കിയത്. അപ്പോഴേക്കും, നാണുഏട്ടന്റെ അഞ്ചുമക്കളും കൂടി വരാൻ തയ്യാറായി. ഇപ്പോൾ രാവുണ്ണിയേട്ടനും ഞാനും കൂടി ഒരു ചെറിയ പരിപാടി പ്ലാൻ ചെയ്തിരിക്കയാണ്. കൂട്ടത്തിൽ മുതിർന്ന കുട്ടികൾ എന്റെ വീട്ടിൽ നിൽക്കുമ്പോൾ, ഗോവിന്ദേട്ടനും ഏട്ടത്തിയമ്മയും ചെറിയ കുട്ടികളും അവരോടൊത്ത് രാവുണ്ണിയേട്ടന്റെ വീട്ടിലും നിൽക്കാം. ഒരുമയുണ്ടെങ്കിൽ ഉലക്കമേലും കിടക്കാം എന്നാണല്ലോ പ്രമാണം? ഈ കുട്ടികളെ

യെല്ലാം ഒരുമിച്ച് ഏട്ടൻ എങ്ങിനെയാണ് ട്രെയിനിൽ കൊണ്ടുവന്നിട്ടുണ്ടാവുക? ഏട്ടത്തിയമ്മയുടെ ക്ഷമ അപാരം തന്നെ! ഡ്രൈവർ പൊതുവെ സ്പീഡിന്റെ ആളാണ്. എന്നാലും തിരക്കുകൂട്ടി "ഒന്ന് വേഗം വണ്ടി വിടടോ" അവരിപ്പോൾ വീട്ടിലെത്തിക്കാണും. ആ രണ്ടു മാസങ്ങൾ പോയതറിഞ്ഞേയില്ല. വലിയ കുട്ടികളുടെ ലീഡർ ശകുന്തളയായിരുന്നു. അവർക്ക് ബാന്ദ്ര മുഴുവൻ നല്ല പരിചയമാണ്. ഡ്രൈവറെകൂട്ടി വിട്ടാൽ മതി. കുട്ടികൾ എപ്പോഴും ഒരുമിച്ചായിരുന്നു അടുത്തുള്ള തീയറ്ററിൽ പോയി സിനിമ കാണൽ. ആഴ്ചയിലൊരിക്കൽ ജൂഹു ബീച്ച് സന്ദർശനം, ബാന്ദ്ര ഫെസ്റ്റിന് പോവൽ, കൂട്ടംകൂടിയിരുന്ന് നാട്ടിലേയും ബോംബെയിലേയും വർത്തമാനങ്ങൾ പങ്കുവെക്കൽ, ഒരുമിച്ചിരുന്ന് വർത്തമാനങ്ങൾ പറഞ്ഞുകൊണ്ടുള്ള ഭക്ഷണം കഴിക്കൽ, പത്തുപത്തു ദിവസങ്ങൾ കൂടുമ്പോൾ രാവുണ്ണിയേട്ടന്റെ വീട്ടിൽ എല്ലാവർക്കുമായി കോഴി ബിരിയാണി. ഇടയ്ക്കുള്ള സൗന്ദര്യപ്പിണക്കങ്ങൾ. എല്ലാംകൂടി ബോംബെ മനിശ്ശേരി ജീവിതങ്ങൾ ഒന്നായൊഴുകി. തിരിച്ചുപോകുന്നതിനുമുൻപ്, ഒരു വൈധർണഡാം സന്ദർശനവും, വന്നവർക്കെല്ലാം ഏറ്റവും പുതിയ രീതിയിലുള്ള വസ്ത്രങ്ങൾ വാങ്ങലും എല്ലാം കൂടിയായപ്പോൾ, ഉത്സവത്തിന് തിരശ്ശീല വീണതുപോലെയായി.

## രാഷ്ട്രീയത്തിന്റെ ചൂടറിഞ്ഞ്

രാഷ്ട്രീയത്തിൽ നേരിട്ടിടപെടാറില്ലെങ്കിലും, സ്വാതന്ത്ര്യസമരത്തിന്റെ ഉൾച്ചൂടറിഞ്ഞ ഒരിന്ത്യൻ പൗരന് രാഷ്ട്രീയവും ഭരണവും ജീവിതവും തമ്മിലുള്ള അഗാധബന്ധത്തെപ്പറ്റി അജ്ഞനായിരിക്കുവാൻ കഴിയില്ല. ഡോക്ടർ ജോലി ചെയ്തുകൊണ്ടിരുന്നപ്പോഴും എന്റെ മനസ്സും ഒരു രാഷ്ട്രീയ നിരീക്ഷകനാവാറുണ്ട്. രാഷ്ട്രീയമല്ല, ഡോക്ടർ ജോലി തന്നെയാണ് ഞാൻ ചെയ്യേണ്ടതെന്ന് മനസ്സിനുള്ളിൽ നിന്ന് നിർദ്ദേശങ്ങൾ കിട്ടിക്കൊണ്ടിരിക്കാറുമുണ്ട്. എങ്കിലും കാശ്മീർ ഇന്ത്യയുടെ അവിഭാജ്യ ഘടകമാണെന്ന് ലോകത്തിനോടുമുഴുവൻ വിളിച്ചു പറഞ്ഞു. തുടർച്ചയായി 7 മണിക്കൂറും 48 മിനിട്ടും യു. എൻ. സെക്യൂരിറ്റി കൗൺസിലിൽ പ്രസംഗിച്ച കോഴിക്കോട്ടുകാരനായ വി.കെ.കൃഷ്ണമേനോനോട് എനിയ്ക്ക് ആദരവുണ്ടായിരുന്നുവെന്നത് ഒരു സത്യം. മേനോന്റെ സംസാരത്തിലെ വീറും വാശിയും നന്മയുമെല്ലാം ഞാനാസ്വദിക്കാറുണ്ട്.

1957ൽ നോർത്ത് ബോംബെയിലെ ലോക്സഭാസീറ്റിലേക്കുള്ള മത്സരത്തിൽ മേനോൻ തന്റെ എതിർകക്ഷിയായ പി.എസ്.പി.സ്ഥാനാർത്ഥിയെ നാൽപ്പത്തിയേഴായിരത്തിൽപരം വോട്ടിന്നാണ് തോല്പിച്ചത്. 1957 മുതൽ മേനോൻ നെഹ്റു മന്ത്രിസഭയിലെ പ്രതിരോധ മന്ത്രി

യായിരുന്നു. പതുക്കെപ്പതുക്കെ, കൃഷ്ണമേനോനും, ഒരു മലയാളി ഡോക്ടറായതുകൊണ്ടാവാം, ഞാനും തമ്മിൽ വലിയ അടുപ്പത്തിലായി. മേനോൻ ബോംബെയിലെത്തിയാൽ ഞങ്ങളുടെ വീട്ടിൽവരും. ജോലിയൊക്കെ മറന്ന് ഞാനും സംസാരിച്ചിരിക്കും. 1961-ൽ ജീവൻ, ജ്യോതി ഫ്ളാറ്റുകൾ ഉദ്ഘാടനം ചെയ്തത് മേനോനായിരുന്നു. 1961ലെ തിരഞ്ഞെടുപ്പുരംഗം വളരെവളരെ ചൂടുപിടിച്ചതായിരുന്നു. ഒരു വശത്ത് ഇന്ത്യയുടെ പ്രതിരോധ മന്ത്രിയായ വി.കെ.കൃഷ്ണമേനോൻ. മറുവശത്ത് ഒരു മുൻ ഇന്ത്യൻ നാഷണൽ കോൺഗ്രസ് പ്രസിഡണ്ടായ, എഴുപത്തിനാലുകാരനായ ആചാര്യ കൃപലാനി. ഇന്ത്യ ആകാംക്ഷയോടെ ഉറ്റുനോക്കിക്കൊണ്ടിരിക്കുന്ന തിരഞ്ഞെടുപ്പുരംഗം. ഇന്ത്യയിലന്ന് നിലനിന്നിരുന്ന രണ്ടു വ്യത്യസ്തമായ ആദർശസംഹിതകളുടെ അവതാരങ്ങളായിരുന്ന സ്ഥാനാർത്ഥികൾ. ഒരു വശത്ത് ഇന്ത്യൻ പ്രധാനമന്ത്രി നെഹ്റുവിന്റെ വലംകയ്യായി പ്രവർത്തിച്ചിരുന്ന നോൺ-അലൈൻമെന്റ് തത്വത്തിലുറച്ചു നിൽക്കുന്ന, സ്വാതന്ത്ര്യത്തിനുവേണ്ടി പൊരുതുന്ന മറ്റു ലോകരാഷ്ട്രങ്ങളോട് അനുഭാവമുള്ള, പുരോഗമനചിന്താഗതിവെച്ചു പുലർത്തുന്നവരും അവരുടെ സ്ഥാനാർത്ഥിയായ വി.കെ. കൃഷ്ണമേനോനും. മറുവശത്ത് ബോംബെ പ്രദേശ് കോൺഗ്രസ്സ് കമ്മിറ്റി പ്രസിഡണ്ട് എസ്.കെ. പാട്ടിലും, ബംഗാളിൽ അതുല്യഘോഷും മറ്റും പിൻതാങ്ങുന്ന മൊറാർജി ദേശായി നയിക്കുന്ന നെഹ്റുവിന്റെ കൺട്രോൾഡ് എക്കണോമിക്ക് എതിരെ ഓപ്പൺ എക്കണോമിക്കുവേണ്ടി വാദിക്കുന്ന ഒരു കൂട്ടം ജനതയും. എ.വി. ബാലികയായിരുന്നു കൃഷ്ണമേനോന്റെ തിരഞ്ഞെടുപ്പു പ്രചരണത്തിന്റെ സാരഥി. രജനി പട്ടേൽ, ബ്ലിറ്റ്സ് എഡിറ്റർ ആർ.കെ. കരൺജിയ, കെ.എ. അബ്ബാസ്, ബൽരാജ് സാഹ്നി, എ.കെ. ഹംഗൽ തുടങ്ങിയവരൊക്കെ കൃഷ്ണമേനോൻപക്ഷത്തെ പ്രധാന സഹായികളായിരുന്നു. എന്നെ സംബന്ധിച്ചിടത്തോളം കൃഷ്ണമേനോൻ എന്റെ കുടുംബത്തിലെ ഒരംഗമായി തീർന്നിരുന്നു. വീട്ടുകാര്യങ്ങളൊക്കെ ഞങ്ങൾ പരസ്പരം പങ്കുവെക്കാറുണ്ട്. ഞാനാഗ്രഹിച്ചിരുന്നില്ലെങ്കിലും, ഇന്ത്യൻ രാഷ്ട്രീയത്തിൽ നെഹ്റുവുമായി കരുത്തുറ്റബന്ധം പുലർത്തിയിരുന്ന മേനോനുമായുള്ള ഈ സുഹൃദ്ബന്ധം, എനിക്ക് ബോംബെ സാമൂഹ്യരാഷ്ട്രീയ രംഗത്ത് ഒരു വലിയ സ്ഥാനം നേടിത്തന്നുവെന്നത് വാസ്തവം. പ്രചരണത്തിൽ ഞാനും ആത്മാർത്ഥമായിത്തന്നെ പങ്കെടുത്തു. അക്കാലത്ത് പ്രസംഗവേദികൾ പങ്കിടുന്നത് എന്റെ ഒരു പതിവായി മാറി. എനിക്കറിയാവുന്ന മലയാളികളും അല്ലാത്തവരുമായ എല്ലാ ബോംബെ നിവാസികളോടും ഞാൻ നേരിട്ട് അപേക്ഷിച്ചു. ഉത്തര ബോംബെയിലെ പുരോഗമനവാദികളായ എല്ലാവരേയും സംഘടിപ്പിച്ചുകൊണ്ട് ഞങ്ങൾ 'സപ്പോർട്ട് മേനോൻ' എന്ന പേരിൽ ഒരു കമ്മിറ്റി

സ്ഥാപിക്കുകയും സജീവമായി പ്രവർത്തിക്കുകയും ചെയ്തു. ബോംബെ കോൺഗ്രസ്സ് കേരള കമ്മിറ്റി എന്നൊരു സംഘടന ബോംബെയിൽ ഉണ്ടായിരുന്നു. അത് 'കോൺഗ്രസ്സ് സേവാ സമിതി ബോംബെ'യായി. എന്നെ അതിന്റേയും പ്രസിഡണ്ടാക്കി. കുടുംബത്തിലും ക്ലിനിക്കിലും ഇരിക്കാൻ നേരമില്ലാതായിരിക്കുന്നു. ലീലാ പെന്റ ഗ്രൂപ്പിലെ ക്യാപ്റ്റൻ കൃഷ്ണൻനായരുമായിട്ടുള്ള ഊഷ്മള സൗഹൃദം ഒരിക്കലും മറക്കാനാവില്ല. ഡിസ്പെൻസറിയിൽ ചെലവാക്കുന്ന സമയത്തിൽ സാരമായി കുറവു വന്നപ്പോൾ, രോഗികൾക്ക് കുറച്ച് പ്രയാസമുണ്ടായതൊക്കെ കണ്ടില്ലെന്ന് നടിക്കുവാനും ശീലിച്ചു. വീട്ടിൽ ചെലവിടുന്ന സമയവും കുറവായിരുന്നു. ഏതായാലും എല്ലാവരുടേയും ശ്രമങ്ങൾക്ക് ശരിക്കും ഫലം കണ്ടു. കൃപലാനിക്ക് ലഭിച്ചതിന്റെ ഏതാണ്ട് ഇരട്ടി വോട്ടുകൾ നേടി, കൃഷ്ണ മേനോൻ തന്റെ കരുത്ത് തെളിയിച്ചു. വി.കെ കൃഷ്ണമേനോനും ഡോ. ബാലിക തുടങ്ങിയവരും മുൻകയ്യെടുത്ത് ബോംബെയുടെ സാംസ്കാരിക-വിദ്യാഭ്യാസരംഗത്ത് ചെയ്യേണ്ട ബഹുവിധങ്ങളായ പദ്ധതികൾ നടപ്പാക്കുന്നതിന് ലെയ്സൺ അസോസിയേഷൻ ഓഫ് സോഷ്യൽ ആന്റ് കൾച്ചറൽ ഓർഗനൈസേഷൻസ് (ലെയ്സ്കോ) സ്ഥാപിക്കുകയും എന്നെ അതിന്റെ പ്രസിഡണ്ടാക്കുകയും ചെയ്തു.

കോളേജിന്റേയും കല്യാണത്തിന്റേയും ഓർമ്മകളുമായെത്തിയ വാര്യരുട്ടിയും ഭാര്യ ദേവകിയും മക്കളും ഒരാഴ്ച ഞങ്ങളുടെ വീട്ടിൽ താമസിച്ചു. അറിയാതെയറിയാതെ, ആ ചെറുപ്പകാലത്തെ ഓർമ്മകൾ ഞങ്ങൾ അയവിറക്കിക്കൊണ്ടിരുന്നു. പക്ഷേ, വാര്യരുട്ടി വന്നത് വല്ലാതെ തിരക്കുപിടിച്ച ഒരു സമയത്തായിരുന്നു. അവൻ നൂറുശതമാനവും ഒരു കമ്മ്യൂണിസ്റ്റ് അനുഭാവിയാണ്. എനിയ്ക്കാണെങ്കിൽ മഹാത്മാഗാന്ധിയുടെയും നെഹ്റുവിന്റേയും കോൺഗ്രസ്സിൽ അമിത വിശ്വാസവും. കുറച്ചെങ്കിലും സ്വൈരമായിരുന്നു സംസാരിക്കാൻ കിട്ടുന്ന സമയം രാത്രിയാണ്. രാത്രിയാണെങ്കിലും, ഞങ്ങളുടെ ചൂടുപിടിച്ച ചർച്ചകളിലും വാഗ്വാദങ്ങളിലും 'സ്മൃതി' മുഖരിതമായിരുന്ന ദിവസങ്ങൾ. വി.കെ. കൃഷ്ണ മേനോനും ആചാര്യ കൃപലാനിയും ഏറ്റുമുട്ടുന്ന തിരഞ്ഞെടുപ്പിന്റെ മൂന്നാഴ്ചകൾ മുൻപാണ് വാര്യരുട്ടിയുടെ സന്ദർശനമുണ്ടായത്. തിരഞ്ഞെടുപ്പു പ്രചരണാർത്ഥമുള്ള ഒരു യോഗത്തിൽ ഞാൻ പ്രസംഗിക്കുന്നതും അവൻ കണ്ടിരുന്നു. അതിനുശേഷം, രാത്രി വൈകി ഡിസ്പെൻസറിയിലേക്ക് പോയിക്കൊണ്ടിരുന്നപ്പോൾ കാറിലിരുന്ന് അവൻ പറഞ്ഞു. 'ഗോപാലേട്ടാ, നിങ്ങളറിയുന്നില്ല. നിങ്ങളിപ്പോഴെത്ര ഉയരത്തിലാണ് നിൽക്കുന്നതെന്ന്. വി.കെ. കൃഷ്ണമേനോനുമായിട്ടുള്ള നിങ്ങളുടെ ഈ അടുത്ത ബന്ധം ഒന്നുകൊണ്ടു മാത്രമല്ലേ, ബോംബെ കോൺഗ്രസ്സിലെ

ഈ പ്രമുഖരൊക്കെ നിങ്ങളുടെ അടുത്തുവന്ന്, മേനോനോടും അതുവഴി നെഹ്റുവിനോടും ശുപാർശ ചെയ്യാനാവശ്യപ്പെടുന്നത്?. നിങ്ങൾക്ക് രാഷ്ട്രീയത്തിൽ ഒരു നല്ല ഭാവി ഞാൻ കാണുന്നു. പക്ഷേ, രാഷ്ട്രീയത്തിന്റെ അകത്തളങ്ങളിലേക്ക് കടക്കാൻ നിങ്ങളാഗ്രഹിക്കുന്നില്ലെന്ന് പറഞ്ഞല്ലോ? അതിനെ ഞാൻ വളരെയധികം മാനിക്കുന്നു. കാരണം, രാവേറെ വൈകിയിട്ടും കാത്തിരിക്കുന്ന ഈ രോഗികൾക്കാണ് നിങ്ങളെ കൂടുതലാവശ്യം. രാഷ്ട്രീയത്തിൽ പ്രഗത്ഭരായവർ വരും പോവും. പക്ഷേ, നിങ്ങളെപ്പോലൊരു ഡോക്ടറെ ഇവരെപ്പോലെയുള്ളവർക്ക് കിട്ടിയെന്ന് വരില്ല. ഏതായാലും പാലക്കാട്ടെ മനിശ്ശേരി എന്ന കുഗ്രാമക്കാരനായ ഗോപാലേട്ടന്റെ വ്യക്തിത്വം ഇങ്ങിനെ വിടർന്ന് വിലസിക്കാൻ പറ്റിയ സ്ഥലം ബോംബെ തന്നെയാണ്.' ഒരാഴ്ച പോയതറിഞ്ഞില്ല. തിരക്കുപിടിച്ചതെങ്കിലും സന്തോഷകരമായിരുന്നു ആ ദിവസങ്ങൾ.

## മകളുടെ വിവാഹം

എന്റെ ജീവിതത്തിലെ പ്രക്ഷുബ്ധമായ കാലഘട്ടമേതാണെന്ന് ചോദിച്ചാൽ ഒന്നേ പറയാനുള്ളു. അതിനുകാരണം ഇന്ത്യ മുഴുവൻ ആകാംക്ഷയോടെ ഉറ്റുനോക്കിക്കൊണ്ടിരുന്ന വി.കെ. കൃഷ്ണമേനോൻ ആചാര്യ കൃപലാനി തിരഞ്ഞെടുപ്പു രംഗമോ രോഗികളുടെ ബാഹുല്യമോ ഒന്നുമായിരുന്നില്ല. വെറും പതിനാറു വയസ്സുകാരിയായ, ഞങ്ങളുടെ അരുമസന്തതിയായ മൂത്ത മകൾ ശകുന്തളയുടെ വിവാഹക്കാര്യം ചർച്ചാവിഷയമായപ്പോഴാണ്. ഇതുവരെയുള്ള ജീവിതത്തിലൊന്നും നേരിടേണ്ടി വന്നിട്ടില്ലാത്ത ആദ്യത്തെ പ്രഹരം. ഇത് വിധിയാണോ? ഞാൻ വിധിയിൽ വിശ്വസിക്കുന്നുണ്ടോ? ഞാനും രത്നവും കുട്ടികളെ വളർത്തുന്നരീതിയിൽ എന്തെങ്കിലും സാരമായ പാകപ്പിഴകളുണ്ടോ? ലാളന കൂടിയിട്ടാണോ? ജീവിതത്തെപ്പറ്റി അവളെ മനസ്സിലാക്കിപ്പിക്കുന്നതിൽ ഞങ്ങൾക്ക് പാകപ്പിഴ സംഭവിച്ചുവോ? വിശ്വാസപ്രമാണങ്ങളൊക്കെ തകിടം മറിഞ്ഞൊരു കാലം. സത്യം മാത്രമേ പറയാവു എന്ന് പഠിപ്പിച്ച ഞാൻ, അവളിൽ നിന്നും അവൾ ഉമാശങ്കറിനെ മാത്രമേ വിവാഹം ചെയ്യൂ എന്ന് ആദ്യം പറഞ്ഞുകേട്ടപ്പോൾ, ഇതുവരെ അങ്ങിനെ ചെയ്തിട്ടില്ലാത്ത ഞാൻ, അവളുടെ രണ്ട് കവിളിലും ആഞ്ഞടിച്ചു. എന്റെ ബുദ്ധി എന്നെ വിട്ടുപോയ സമയം. പിന്നീട് ഞാൻ വീണ്ടും വീണ്ടുമാലോചിച്ചു. രത്നത്തിനെ വിവാഹം ചെയ്യുമ്പോൾ എനിക്കെത്ര വയസ്സായിരുന്നു? ഇരുപത്തിരണ്ടോ ഇരുപത്തി മൂന്നോ? അത് ഒരാൺകുട്ടിയുടെ വിവാഹപ്രായമായിരുന്നുവോ? പിന്നീടെന്തുകൊണ്ടാണ് ഞാൻ ആ സമയത്ത് രത്നത്തിനെ വിവാഹം ചെയ്യാൻ തീരുമാനിച്ചത്? അപ്പോൾ ആ വിവാഹം

നടന്നില്ലെങ്കിൽ എനിക്കും രത്നത്തിനും പരസ്പരം തോന്നിയിരുന്ന പ്രേമം നഷ്ടപ്പെടുമോ എന്നഭയം. എന്നാലും ആ വയസ്സിൽ, വിദ്യാർത്ഥി മാത്രമായിരിക്കേ, ഞാനെങ്ങിനെ ആ വിവാഹത്തിന് മനസ്സുകൊണ്ടൊരുങ്ങി? ഞങ്ങൾ തമ്മിലുണ്ടായിരുന്ന സ്നേഹം അത്ര പവിത്രമായിരുന്നതുകൊണ്ടുതന്നെ പരസ്പരം നഷ്ടപ്പെട്ടാൽ മറ്റേയാൾ ജീവിച്ചിരിക്കില്ലെന്നായിരുന്നു ഞങ്ങൾ തമ്മിലുള്ള ധാരണ. കണക്കുകൾ അനവധി കൂട്ടിയും കിഴിച്ചും നോക്കി. ഒരിടത്തുമെത്തിയില്ല. പക്ഷേ, ഞാൻ ചോദ്യങ്ങൾ ചോദിക്കുമ്പോൾ, എന്റെ മകളുടെ മുഖത്തു കണ്ടിരുന്ന നിഷ്കളങ്കതയും അതേസമയം തന്റേടവും എന്റെ മനസ്സിൽ നിന്ന് ഒരു നിമിഷം പോലും മാഞ്ഞുപോയില്ല. കർമ്മംതന്നെ ഈശ്വരപ്രാർത്ഥന എന്ന് വിശ്വസിച്ചിരുന്ന ഞാൻ, നിസ്സഹായരായ ഞങ്ങൾക്കൊരു വഴി കാണിച്ചുതരുവാൻ, പ്രാർത്ഥിച്ചുകൊണ്ടിരുന്നു. പിന്നീട് രണ്ടോ മൂന്നോ മാസങ്ങൾക്കുശേഷം, ഉമാശങ്കർ എന്ന പയ്യൻ നേരിട്ട് വന്നു. വസൂരിക്കലകൾ ഇരുണ്ട മുഖത്തെ കൂടുതൽ കറുപ്പിച്ചിരിക്കുന്നു. തലമുടിയൊക്കെ കൊഴിഞ്ഞുപോയിരിക്കുന്നു. കാഴ്ചക്ക് പരമദയനീയമായിരുന്നുവെങ്കിലും, വളരെയധികം ആത്മവിശ്വാസത്തോടെ, ഒളിച്ചുകളികളൊന്നുമില്ലാതെ, തുറന്ന് സംസാരിക്കുന്ന പ്രകൃതക്കാരൻ. ശകുവിനെ വിവാഹം ചെയ്യാനാഗ്രഹിക്കുന്നുവെന്ന് ഉമാശങ്കർ പറഞ്ഞ അന്നുതന്നെ ഞാൻ തീരുമാനിച്ചു. ഈ വിവാഹം നടത്തിക്കൊടുക്കാമെന്ന്. രത്നം എന്റെ തീരുമാനത്തിനൊപ്പം നിന്നു.

തീരുമാനം ഞാനാണോ എടുത്തത്? പ്രായമാകാത്ത കുട്ടിയല്ലേ? അവളെ പറഞ്ഞു മനസ്സിലാക്കേണ്ടതായിരുന്നില്ലേ? പല ചോദ്യങ്ങളും ഞാൻ പിന്നീടെന്റെ മനസ്സിനോട് ചോദിച്ചിട്ടുണ്ട്.

പിന്നീട് അധികം താമസിയാതെ, വളരെ വളരെ ലളിതമായ രീതിയിൽ മഹാലക്ഷ്മിക്ഷേത്രത്തിൽ വെച്ച് വിവാഹം നടത്തി. വിവാഹശേഷം ശകുന്തളയും ഉമാശങ്കറും കുറച്ചു ദിവസങ്ങളോളം ഞങ്ങളുടെ കൂടെ താമസിച്ചതിൽനിന്നും ഒരു സമാധാനം തോന്നി. അക്കാലത്ത് എന്റെ മനസ്സ് ഉമാശങ്കറിന്റെ ഓരോ ചെയ്തികളും അറിയാതെ ശ്രദ്ധിക്കുകയായിരുന്നു. പയ്യൻ നല്ല ബുദ്ധിമാനാണ്. വശ്യമായ, തുറന്ന പെരുമാറ്റം. ആരേയും സംസാരിച്ചു പിടിച്ചിരുത്തുവാനുള്ള കഴിവുണ്ട്. സംഗീതം, സാഹിത്യം തുടങ്ങിയ കലകളിലൊക്കെ നല്ല താല്പര്യവും സാമാന്യം വിവരവും. അതിനെക്കാളൊക്കെ ഏതുകാര്യവും പെട്ടെന്ന് മനസ്സിലാക്കുന്നു, എല്ലാ സാഹചര്യങ്ങളോടും വേഗം പൊരുത്തപ്പെടുന്നു. ഏതായാലും അവരുടെ ലണ്ടൻയാത്രയ്ക്ക് എല്ലാ സൗകര്യങ്ങളും ചെയ്തുകൊടുക്കുന്നതിന് മുൻപേ ഞങ്ങൾക്ക് മനസ്സിന്നൊരു സമാധാ

നംകിട്ടി. മനുഷ്യത്വമുള്ള ഒരാളുടെ കയ്യിൽത്തന്നെയാണല്ലോ എന്റെ കുട്ടി ചെന്നുപെട്ടത്. കൃഷ്ണമേനോനുമായുള്ള പരിചയംകൊണ്ട് അവരുടെ ലണ്ടൻയാത്രയ്ക്കും അവിടെ താമസിക്കുവാനുള്ള ഒരുക്കങ്ങൾക്കൊന്നും ഒരു ബുദ്ധിമുട്ടും ഉണ്ടായില്ല. പക്ഷേ, എപ്പോഴും ചിലച്ചുകൊണ്ടിരുന്ന ഒരു പക്ഷി കൂടൊഴിഞ്ഞുപോയതുപോലെയായി ഞങ്ങളുടെ വീട്. പ്രാക്ടീസും മറ്റു തിരക്കുകളുമൊക്കെയായി, ഞാൻ തിരക്കിലായിരുന്നു. കുട്ടികൾ അവരുടെ സ്കൂളും പാട്ടുപഠിത്തവും സ്പോർട്സുമൊക്കെയായി കഴിഞ്ഞു.

ശകുവിന്റെ വിവാഹവും യാത്രയും ഏറ്റവും ബാധിച്ചത് രത്നത്തിനെത്തന്നെ. പക്ഷേ, അധികം വൈകാതെത്തന്നെ ശകു ഗർഭവതിയായി ഉമാശങ്കറുമൊത്ത് തിരിച്ചുവന്നത്, വിളക്കുകൊളുത്തിവെച്ചപോലെ, ഞങ്ങളുടെ വീട്ടിൽ പ്രകാശം പരത്തി. ഇനിയും പതിനെട്ടു വയസ്സ് തികഞ്ഞിട്ടില്ലാത്ത മകൾ ഗർഭിണിയായി, പ്രസവത്തോടടുക്കുമ്പോൾ ഡോക്ടറായ ഞാൻ അവളുടെ കാര്യങ്ങളിൽ അതീവ ശ്രദ്ധാലുവാകാൻ തുടങ്ങി. ഭാഗ്യമെന്ന് പറയട്ടെ, ഞങ്ങൾക്കൊരു പേരക്കുട്ടിയെ-ആൺകുട്ടി- ലഭിച്ചു. വീട് വീണ്ടും പൂർവ്വാധികം സന്തോഷകരമായി. ചില നേരങ്ങളിൽ രത്നത്തിനോട് ഞാൻ പതുക്കെ അന്വേഷിക്കും. നമ്മുടെ ശകു മനസ്സുകൊണ്ടും അമ്മയാവുന്നുണ്ടോ? അതോ, ഇപ്പോഴും കുട്ടിക്കളിയാണോ?. എന്തായാലും ഞങ്ങൾ ഒരു കാര്യം തീർച്ചപ്പെടുത്തി. ഉമാശങ്കറും ശകുവും ബോംബെയിൽത്തന്നെ കോളേജിൽ ചേർന്നു പഠനം പൂർത്തിയാക്കട്ടെ. പേരക്കുട്ടിയെ -സിദ്ധാർത്ഥ് -രത്നം നോക്കിവളർത്തും.

സുധാകരന്റെ പഠിത്തത്തിലോ മറ്റൊരുകാര്യത്തിലോ ഞാനിടപെടുകയേ വേണ്ട. അവന്റെ കാര്യങ്ങളെല്ലാം അവൻതന്നെ കൃത്യമായി, ഏറ്റവും നന്നായി ചെയ്തുകൊള്ളും. അവന്റേതന്നെ ഇഷ്ടമായിരുന്നു എം.ബി.ബി.എസിന് ചേരാൻ. 1965-ൽ അവൻ ഗ്രാന്റ് മെഡിക്കൽ കോളേജിൽ ചേർന്നു. ശകുവും ഉമാശങ്കറും ബോംബെയിൽത്തന്നെ. അവരുടെ പഠിത്തം തീരാറായിത്തുടങ്ങി. നാട്ടിൽ ഗോവിന്ദേട്ടന്റെ മകൻ രാജനും വേണുവും, കിട്ടുണ്ണിയേട്ടന്റെ മകൻ ദേവിദാസനും പഠിക്കുന്നു. യഥാസമയം നാട്ടിലേക്ക് പണം അയക്കേണ്ട കാര്യമൊക്കെ രത്നം വളരെ കൃത്യമായി ചെയ്യും. രത്നത്തിന്റെ സ്വഭാവത്തിലെ ചില പ്രത്യേകതകൾ കൂടുതൽ മനസ്സിലാക്കാനും അടുത്തറിയാനും എനിക്ക് സാധിച്ചത് ഇക്കാലങ്ങളിലാണ്. രത്നത്തിന്, ആഗ്രഹങ്ങൾ പരിമിതമാണ്. പണം ചെലവാക്കലും കുറവ്. വസ്ത്രങ്ങളൊക്കെ എത്ര ലളിതം. മറ്റുള്ളവരുടെ ആവശ്യങ്ങൾക്കൊക്കെ അവൾ വളരെ ശ്രദ്ധവെച്ചുതന്നെ പണം അയക്കുന്നു. അനാവശ്യച്ചെലവ് എന്നൊരു കാര്യമേയില്ല. അവ

ളുടെ ഈ ശീലം, നല്ലതെന്ന് ഞാൻ വിശ്വസിക്കുന്ന കാര്യങ്ങൾക്ക് പണം നൽകി സഹായിക്കാൻ എന്നെ എത്രമാത്രം സഹായിച്ചിട്ടുണ്ട്? അക്കാലത്ത് തന്നെ ബാലുവും ഗ്രാന്റ് മെഡിക്കൽ കോളേജിൽ ചേർന്നു. എപ്പോഴും, നമ്മുടെ ഒരു കൈ അവന്റെ മുതുകത്തുണ്ടെന്ന് അവനൊരുറപ്പുവേണം. എത്ര തിരക്കുണ്ടെങ്കിലും അക്കാര്യങ്ങളൊക്കെ ഞാൻ പ്രത്യേകം ശ്രദ്ധിച്ചു. എം.ബി.ബി.എസ്.ന് ആദ്യവർഷത്തിൽ പഠിക്കുമ്പോഴാണ് ഒരു ദിവസം അവൻ ഒരു ചെറുചിരിയോടെ പറഞ്ഞത്. 'അച്ഛാ ഒരു പെൺകുട്ടിയ്ക്ക് എന്നോട് സ്നേഹമാണെന്ന് തോന്നുന്നു.' 'നീയും സ്നേഹിച്ചോടാ' ഞാൻ പറഞ്ഞു. സുരേഷ് ഒരു കൊല്ലം മണിപ്പാലിൽ എം.ബി.ബി.എസിന് ചേർന്നുവെങ്കിലും അവനും ബോംബെയിലെ ഗ്രാന്റ് മെട്രിക് കോളേജിൽ തന്നെ സീറ്റുകിട്ടി. വാസ്തവം പറഞ്ഞാൽ കുട്ടികളെല്ലാവരും പഠിക്കുന്ന ഈ കാലം സാമ്പത്തികമായി കുറച്ച് ബുദ്ധിമുട്ടുള്ള കാലം തന്നെയായിരുന്നു. പക്ഷേ, തല്ക്കാലം കുറച്ചു കടം വാങ്ങിയാലും, ആരുടേയും പഠിത്തം മുടങ്ങിപ്പോകരുതെന്ന് നിർബന്ധമായിരുന്നു.

ഇതിന്നിടയ്ക്ക് സന്തോഷകരമായ ഒരു കാര്യംകൂടി നടന്നു. പ്രത്യേകിച്ചും രത്നത്തിന്, ഞങ്ങൾ നാട്ടിൽ പോകുമ്പോൾ രത്നത്തിന്റെ സഹോദരന്മാരെ കാണാറുണ്ടെങ്കിലും, ഇളയ അനുജൻ ഉണ്ണി 'സ്മൃതി' യിൽ വന്ന് താമസിക്കാൻ തുടങ്ങി. അവന് ബോംബെയിൽ ജോലിയും ശരിയാക്കിക്കൊടുത്തു. പക്ഷേ, കുറച്ച് വർഷങ്ങൾക്കുശേഷം അവൻ നാട്ടിലേക്ക് തന്നെ തിരിച്ചുപോയി.

## വീണ്ടും തിരഞ്ഞെടുപ്പ്

1967ലെ തെക്ക് കിഴക്കേ ബോംബെയിലെ സ്ഥാനാർത്ഥിയായി വീണ്ടും കൃഷ്ണമേനോൻ മത്സരിച്ചത് സ്വതന്ത്രസ്ഥാനാർത്ഥിയായിട്ടായിരുന്നു. ബോംബെയിൽ ശിവ്സേനാ തരംഗം ഉയർന്നകാലം. മേനോൻ മഹാരാഷ്ട്രക്കാരനല്ലെന്നതായിരുന്നു സ്ഥാനാർത്ഥിത്വം നിഷേധിക്കാനുള്ള കാരണം. വിട്രോളിയിലെ തിരഞ്ഞെടുപ്പു പ്രചരണത്തിന് ഇ.എം.എസ്. കേരളത്തിൽ നിന്നെത്തിയിരുന്നു. എ.കെ.ജി.യുമായി അതിനു മുൻപുതന്നെ നല്ല അടുപ്പമായിരുന്നു. പക്ഷേ, അത്തവണ മേനോൻ കോൺഗ്രസ്സ് സ്ഥാനാർത്ഥിയായ എസ്.ജി. ബാർവേയോട് തോറ്റു, 13169 വോട്ടുകൾക്ക്. പക്ഷേ, ബാർവേയുടെ മരണശേഷം മിസ്സിസ് താര സപ്രയോട് തോറ്റപ്പോൾ, അതിലും കൂടുതൽ വോട്ടുകൾ മേനോന് നഷ്ടപ്പെട്ടു. കൃഷ്ണമേനോനോടൊപ്പം ഉണ്ടായിരുന്ന കാലത്തെല്ലാം അക്കാലത്തെ ദേശീയ, അന്തർദേശീയ രാഷ്ട്രീയത്തിന്റെ ചൂടുംവേവും ഞാനും അറിഞ്ഞിരുന്നു. ഒരു കാലത്ത് നെഹ്റു കഴിഞ്ഞാൽ, ഇന്ത്യയിലെ

രണ്ടാമത്തെ ഏറ്റവും ശക്തനായ മനുഷ്യനായിട്ടായിരുന്നു കൃഷ്ണമേനോൻ അറിയപ്പെട്ടിരുന്നത്. അസാമാന്യ ബുദ്ധിശാലി, അഹംഭാവി, വശീകരിച്ചിരുത്തുന്ന വാഗ്ധോരണി, കഴിവുറ്റ പ്രാസംഗികൻ എന്നീ നിലകളിൽ വേറിട്ട വ്യക്തിത്വമായിരുന്നു. ജവഹർലാൽ നെഹ്റു, ജെ.ബി. കൃപലാനി, ആർ.കെ. കരൻജിയ, ഇൻഡോനേഷ്യയിലെ ഡോ. സുഖാർത്തോ തുടങ്ങിയ ലോക രാഷ്ട്രത്തലവന്മരോടൊക്കെ നേരിട്ട് ബന്ധം പുലർത്തിയിരുന്നു മേനോൻ. മേനോന്റെ എല്ലാ തിരഞ്ഞെടുപ്പുകളിലും ആത്മാർത്ഥമായി ഞാൻ സഹകരിച്ചു.

## ഒരു ഔപചാരിക വിവാഹം

ഔപചാരികത എനിയ്ക്കും എന്റെ കുടുംബാംഗങ്ങൾക്കും തീരെ പരിചയമില്ലാത്തൊരു വാക്കാണ്. എങ്കിലും ഞങ്ങളുടെ കുടുംബത്തിൽ ഔപചാരികമായൊരു വിവാഹം. അച്ഛനും അമ്മയും മക്കളും ഒന്നിച്ചിരുന്നാണ് എല്ലാം ചർച്ച ചെയ്യാറുള്ളത്. കുട്ടികൾക്കും ഏതു വിഷയവും തുറന്നു സംസാരിക്കാവുന്ന ഒരന്തരീക്ഷം വേണമെന്നത് ഞങ്ങൾക്ക് നിർബ്ബന്ധമായിരുന്നു. 1965 ലോ മറ്റോ ഒരു ദിവസം, ഹിന്ദി സിനിമാലോകത്തെ അതികായന്മാരിലൊരാളായ അശോക് കുമാർ, തന്റെ മകൻ അരൂപ് കുമാറിന് എന്റെ മകൾ നിർമ്മലയെ വിവാഹം ചെയ്തുതരണമെന്നാവശ്യപ്പെട്ടുവന്നത്, ഞങ്ങളുടെ കുടുംബത്തിലെതന്നെ, ഒരു ഒറ്റപ്പെട്ട സംഭവമായിരുന്നു. എന്റേയും രത്നത്തിന്റേയും വിവാഹംതന്നെ ഒരു വിപ്ലവക്കല്യാണം. മകൾ ശകുന്തളയാണെങ്കിൽ, ഞങ്ങളെയൊക്കെ ഒന്ന് ഞെട്ടിച്ചുകൊണ്ട്, വിവാഹപ്രായത്തിന് മുൻപുതന്നെ വിവാഹിതയായി. ആൺകുട്ടികൾ വിവാഹപ്രായത്തിലേക്ക് കടന്നുവരുന്നതേയുള്ളു. ആരേയും ഒന്നിനും ഞങ്ങൾ നിർബ്ബന്ധിക്കാറില്ല. മനസ്സാക്ഷി പണയപ്പെടുത്തി ജീവിക്കരുതെന്ന് പ്രത്യേകം പറയാറില്ലെങ്കിലും, ഞങ്ങളുടെ ഓരോ കർമ്മത്തിൽ കൂടിയും ആ സന്ദേശം അവർക്ക് ലഭിക്കാറുണ്ട്. അതുകൊണ്ടുതന്നെ, കുട്ടികളുടെ ഭാവിയോർത്ത് വേവലാതിപ്പെടാറില്ല. അശോക് കുമാർ വന്ന ദിവസം എനിക്ക് എന്നെപ്പറ്റിയുള്ള മതിപ്പ് ഒന്ന് മങ്ങിയ ദിവസമാണ്. പൊതുവായ വിഷയങ്ങളായ കാലാവസ്ഥയിലൊക്കെ, തപ്പിത്തടഞ്ഞു നിന്നു ഞങ്ങളുടെ സംഭാഷണം. സന്ദർഭത്തെ ലളിതവും ആസ്വാദ്യകരവുമാക്കിയത് ശകുവായിരുന്നു. അവൾക്ക് ഏതു സമയത്തും ആരോടും സംസാരിച്ചു കാര്യങ്ങൾ നടത്തിക്കൊണ്ടുപോകാൻ ഇത്രയൊക്കെ കഴിവുണ്ടെന്ന് ഞാനും മനസ്സിലാക്കിയതന്നാണ്. അശോക് കുമാർ അഭിനയിച്ച സിനിമകളെപ്പറ്റിയൊക്കെ അവൾ വാചാലയായപ്പോൾ, സംഭാഷണം സരസമായി മുന്നോട്ടുനീങ്ങി. സംഗീതം, സാഹിത്യം തുടങ്ങിയ സുകുമാരകലകളിൽ നിന്ന് ഞാനെത്രയോ അക

ലെയാണല്ലോ?. മകന് വധുവിനെ അന്വേഷിച്ചുകൊണ്ട് അശോക് കുമാറിന്റെ ഈ വരവ് തീരെ അപ്രതീക്ഷിതവുമായിരുന്നു. അരൂപ് ഞങ്ങൾക്ക് പരിചിതനായിരുന്നു. ഉമാശങ്കറും ശകുവും, വീണ്ടും കോളേജിൽ ചേർന്നു പഠിക്കുവാൻ തുടങ്ങിയതോടെ അരൂപ് ഞങ്ങളുടെ വീട്ടിലെ ഒരു നിത്യസന്ദർശകനായിരുന്നു. ഉമാശങ്കറിന്റെ വലംകയ്യായിട്ടായിരുന്നു നടപ്പ്. കുടുംബം ഒന്നിച്ചിരുന്ന് ഭക്ഷണം കഴിക്കുമ്പോഴും ആ സമയത്തു നടക്കാറുള്ള സ്ഥിരം ചൂടൻ ചർച്ചകളിലുമൊക്കെ അരൂപും ഉണ്ടാവാറുണ്ട്. പക്ഷേ, എപ്പോഴും ഒരു സാക്ഷിഭാവം. ഒരിക്കലും, ഈ ചർച്ചകളിലൊന്നും കാര്യമായി നേരിട്ട് ഇടപെടില്ല.

പിന്നീട് രത്നം പറഞ്ഞപ്പോഴാണ് സ്ഥിതിഗതികൾ വ്യക്തമായത്. ഉമാശങ്കറും ശകുവും മൗറിഷ്യസ്സിലേക്ക് പോകുന്നകാര്യം ചർച്ച ചെയ്യുവാൻ തുടങ്ങിയതുമുതല്ക്കുതന്നെ, അരൂപ് ആവശ്യപ്പെട്ടുകൊണ്ടിരുന്നതാണ്, നിർമ്മലയെ വിവാഹം കഴിക്കണമെന്ന്. ആദ്യമൊന്നും ഉമാശങ്കർ പ്രോത്സാഹിപ്പിച്ചില്ല. 'എന്റെ സ്വന്തം അനുജത്തിയാണവൾ, ഭാര്യാസഹോദരി മാത്രമല്ല. ചെറുപ്രായത്തിന്റെ എടുത്തുചാട്ടമാണെങ്കിൽ, തല്ക്കാലം വേണ്ട.' നിർബ്ബന്ധം കൂടി വന്നുകൊണ്ടിരുന്നപ്പോൾ, അരൂപിനോടുതന്നെ പറഞ്ഞു, 'ആദ്യം നിർമ്മലയോട് സംസാരിക്കു. അവൾക്കിഷ്ടമാണെങ്കിൽ അച്ഛനോടും അമ്മയോടും ആലോചിക്കാം. അതുവരെ അരൂപ് ഒരിക്കലും അവന്റെ ഉള്ളിലുള്ള സ്നേഹം സംസാരത്തിലോ നോട്ടത്തിലോ ഒന്നും പ്രകടിപ്പിച്ചിരുന്നില്ല. അതുകൊണ്ട് നിർമ്മലയ്ക്ക് അരൂപ് തന്റെ പ്രേമം അറിയിപ്പിച്ചതും, വിവാഹാഭ്യർത്ഥനയുമെല്ലാം ഒരു കുഞ്ഞദ്ഭുമായിരുന്നു, സന്തോഷകരമെങ്കിലും. അരൂപിന്റെ തറവാട്ടിലെ ചിട്ടകൾ പ്രകാരം, ആൺകുട്ടികൾ തറവാട്ടിലെ രാജകുമാരന്മാരാണ്. അശോക് കുമാറും സഹധർമ്മിണിയും ബോംബെയിൽ സ്ഥിരമായി താമസിക്കുന്നവരെങ്കിലും പാലിച്ചുപോരുന്ന ആചാരങ്ങളും രീതികളും തറവാടിന്റേതായ മാനമര്യാദകളും പഴയ ബംഗാളി കുടുംബത്തിന്റെ സമ്പ്രദായത്തിൽ പാലിക്കുന്നവരായിരിക്കുമോ? ഞങ്ങളുടെ വീട്ടിലാണെങ്കിൽ, ഇതൊന്നുമില്ല. ബന്ധങ്ങളുണ്ട്. പക്ഷേ, ബന്ധനങ്ങളില്ല. ഓരോ കുട്ടികളുടേയും വ്യക്തിത്വത്തിനാണ് ഞങ്ങൾ പ്രാധാന്യം കൊടുക്കുന്നത്. സ്വതന്ത്രമായി ചിന്തിക്കാനും പ്രവർത്തിപ്പിക്കാനുമാണ് അവരോട് പറയാറുള്ളത്. നിർമ്മലയുടെ സംശയങ്ങൾ പലതായിരുന്നു. പക്ഷേ, ഞങ്ങളുടെ വീട്ടിലെ ഈ തുറന്ന വ്യവസ്ഥിതി അരൂപിന് വളരെ ഇഷ്ടമാണ്. അങ്ങിനെ ഒരിക്കൽകൂടി, ഞങ്ങളുടെ വീട്ടിലെ രീതിക്ക് വ്യത്യസ്തമായി ഞാൻ അശോക് കുമാറിന്റെ വീട്ടിലെത്തി. കാര്യങ്ങൾ സംസാരിച്ചു. അങ്ങിനെ 1970ൽ ആര്യസമാജ രീതിയിൽ, ബോംബെയിൽവെച്ചുതന്നെ

അവരുടെ വിവാഹം നടത്തിക്കൊടുത്തു. അശോക് കുമാറിന്റെ കുടുംബക്കാരെല്ലാവരും, ഭാര്യാകുടുംബമായ മുഖർജിമാരുമെല്ലാം വിവാഹത്തിന് സന്നിഹിതരായിരുന്നു.

അതിനിടക്ക് എം.ബി.ബി.എസ്. കഴിഞ്ഞ് ഒരു വർഷത്തെ പ്രവൃത്തിപരിചയ വർഷത്തിന്നിടയിൽ സുധാകർ ഒരു ദിവസം ഒരു പെൺകുട്ടിയുമായിവന്നു. ശാലീനയായ ഒരു പെൺകുട്ടി. കുറച്ച് മലയാളിഛായയും തോന്നും. ഞങ്ങൾക്ക് പരിചയപ്പെടുത്തി. പേര് സുഹാസിനി. ജെ.ജെ. ഹോസ്പിറ്റലിൽ നഴ്സായി ജോലി ചെയ്യുന്നു. മഹാരാഷ്ട്രയിലെ കോലാപുരിയാണ് സ്വദേശം. അവർ തമ്മിൽ വിവാഹം കഴിയ്ക്കാനാഗ്രഹിക്കുന്നുവെന്ന് പറഞ്ഞപ്പോൾ, ഞങ്ങളും സമ്മതിച്ചു. പിന്നീടവൻ എം.ഡി. പാസ്സായി, ഗോൾഡ് മെഡൽ നേടിയത് ഞങ്ങൾക്കൊക്കെ വളരെ സന്തോഷകരമായ വാർത്തയായിരുന്നു. അധികം താമസിയാതെത്തന്നെ ബാലുവും അവന്റെ പെൺകുട്ടിയെ കണ്ടെത്തിയിരുന്നു, അരുണ. അവളുടെ അച്ഛൻ നേവിയിലെ ഉദ്യോഗസ്ഥനായിരുന്നു. അമ്മ വീട്ടമ്മയും. അവരുടെ നാലു പെൺകുട്ടികളിൽ ഒരാളാണ് അരുണ. ഇതൊന്നും ഞങ്ങൾക്ക് ഒരു വിഷയമായിരുന്നില്ല. ബാലുവും അരുണയും തമ്മിൽ സ്നേഹമാണെങ്കിൽ, വിവാഹിതരാവാൻ താല്പര്യപ്പെടുന്നുവെങ്കിൽ, അതു നടത്തിക്കൊടുക്കാം. ബാന്ദ്രയിൽ ഞങ്ങളുടെ വീടിന്റെ തൊട്ടടുത്തുണ്ടായിരുന്ന ലിങ്കിങ്ങ് റോഡിലെ ആര്യസമാജത്തിൽ വെച്ചുതന്നെ ആ വിവാഹവും നടത്തിക്കൊടുത്തു.

അങ്ങനെ മക്കളൊക്കെ പലസ്ഥലത്തായി, പ്രത്യേകം ജീവിതപന്ഥാവുകളിലായി. ശകു മൗറിഷ്യസിൽ, നിർമ്മല ബാംഗ്ലൂരിൽ, സുധാകർ അമേരിക്കയിൽ, ബാലു ബോംബെയിലാണെങ്കിലും, അവർ വേറൊരു ഫ്ളാറ്റിൽ, ഞാനും രത്നവും സുരേഷും മാത്രമായി സ്മൃതിയിൽ, സുരേഷ് മനസ്സുകൊണ്ടൊരു പാവമാണ്. പക്ഷേ, അവന്റെ ജീവിതപരീക്ഷണങ്ങൾ അവനെ എവിടെയ്ക്കൊക്കെയോ കൊണ്ടുപോകുന്നു. നങ്കൂരമിടാത്തൊരു കപ്പൽപോലെയാണവന്റെ ജീവിതമെന്ന് എനിക്ക് ചിലപ്പോൾ തോന്നാറുണ്ട്.

## അരൂപിന്റെ ഡയറിഫാം

നിർമ്മലയും അരൂപും വിവാഹിതരായ ശേഷം ബാംഗ്ലൂരിൽ താമസം തുടങ്ങി. അരൂപിന് ബാംഗ്ലൂരിൽ നിന്ന് മൈസൂരിലേക്കുള്ള ഹൈവെയിൽ 35 ഏക്കർ സ്ഥലംമുണ്ട്. അവിടെ ഒരു ഡയറിഫാം നടത്തുന്നുണ്ട്. അതിലൂടെ ഒരു അരുവിയും ഒഴുകിയിരുന്നു. ഇപ്പോഴും മനസ്സിൽ തങ്ങി

നിൽക്കുന്നു ആ സ്ഥലത്തെപ്പറ്റിയുള്ള ഓർമ്മകൾ. ഒരു വെറ്റിനറി ഡോക്ടറെയൊക്കെ അവർ നിയമിച്ചിരുന്നുവെങ്കിലും, എരുമകളെക്കൊണ്ടുള്ള പ്രശ്നങ്ങളായിരുന്നു, വിജയിക്കാതെ പോയതിന്റെ പ്രധാന കാരണം. നിർമ്മലയ്ക്ക് രണ്ടാൺകുട്ടികൾ, മിഹിറും ഋഷിയും. ഞങ്ങൾ സമയമുണ്ടാക്കി, വർഷത്തിലൊരിക്കലെങ്കിലും പോകാറുണ്ടായിരുന്നു. അവരോടും, കുട്ടികളോടുമൊത്ത് സന്തോഷകരമായ നാലഞ്ചു ദിവസങ്ങൾ. പക്ഷേ, ഈ യാത്രയ്ക്ക് അത്ര സന്തോഷമില്ല. ഫാമിന്റെ നടത്തിപ്പിൽ കുറച്ച് ബുദ്ധിമുട്ടുകളുണ്ട്. അടച്ചുപൂട്ടുകയായിരിക്കും നല്ലതെന്നാണ് അരൂപിന്റെ അഭിപ്രായം. എന്തായാലും അതൊക്കെ ഒന്ന് ചർച്ച ചെയ്ത് തീരുമാനിയ്ക്കാനാണീയാത്ര. ഞങ്ങളുടെ വീട്ടിൽ എല്ലാവരും എല്ലാകാര്യങ്ങളും തുറന്നു സംസാരിക്കാറുള്ളതുകൊണ്ട്, അരൂപ് ഏതുപ്രശ്നം വരുമ്പോഴും, വിളിക്കും, സംസാരിക്കും. ഫാമിന്റെ വളർച്ച പുരോഗതിയിലേക്കല്ലാത്തതുകൊണ്ട്, പതുക്കെ ഒഴിവാക്കി ബോംബെയിലേക്ക് വരാമെന്ന് തീരുമാനിച്ചിട്ടുണ്ട്. തിരിച്ചുപോരുമ്പോൾ, നാട്ടിൽ കൂടി പോയിട്ടാണ് വന്നത്. നാട്ടിൽ ഒരു കല്യാണത്തിനും പങ്കെടുത്തു. കുട്ടികൾക്കും, എനിക്കും രത്നത്തിനും വളരെക്കാലത്തിനുശേഷമാണ് നാട്ടിലെ ഒരു വിവാഹത്തിന് പങ്കെടുക്കാൻ പറ്റിയത്.

ഒരു ദിവസം ഗുരുവായൂർ ദർശനം. അവിടെ നിന്നു പോരുമ്പോൾ മായന്നൂർ വഴിയാണ് പോന്നത്. ബോംബെയിൽ നിന്ന് ട്രെയിൻ വഴി നാട്ടിലേക്ക് വരുമ്പോഴൊക്കെ, മദ്രാസിൽ ഒരു ദിവസം തങ്ങും. കിട്ടുണ്ണിയേട്ടന്റെ മകൾ ബേബിയുടെ ഭർത്താവ് നവീനചന്ദ്രൻ അവിടെ ഒരു കോളേജ് പ്രഫസറായി ജോലി ചെയ്യുന്നുണ്ട്. ഒഴിവുകാലമായതുകൊണ്ട് നവീനും ബേബിയും മായന്നൂരിലായിരുന്നു. നവീന്റെ അച്ഛൻ ശങ്കർജി പ്രശസ്തനായൊരു സ്വാതന്ത്ര്യസമരസേനാനിയായിരുന്നു. മഹാത്മജിയുടെ ചരിത്രപ്രസിദ്ധമായ ദണ്ഡിയാത്രയിലും അവിടുത്തെ ഉപ്പു നിയമലംഘനത്തിലും ശങ്കർജി പങ്കെടുത്തിരുന്നു. മായന്നൂരിൽ നിന്ന് തിരിച്ചു പോകുന്നതിനുമുൻപ്, ഒന്നരമൈൽ ദൂരെയുള്ള ഭാരതപ്പുഴയിലിറങ്ങി ഒന്നു കുളിച്ചു. ഹോ വെള്ളത്തിന് എന്തൊരു കുളിർമ. വേനലായതുകൊണ്ട് വല്ലാതെ ആഴവും ഒഴുക്കുമില്ല. പക്ഷേ, ഒരബദ്ധം പറ്റി. ബാലു കണ്ണട അഴിച്ചുവെക്കാതെത്തന്നെ വെള്ളത്തിൽ മുങ്ങി. കണ്ണട ഒഴുക്കിൽപ്പെട്ടു പോയി. അവന്റെ വെപ്രാളത്തിൽ അതുപറഞ്ഞ രീതി എല്ലാവർക്കും കുറേകാലം ഒരു തമാശയായിരുന്നു. 'വെൻ ഐ വാസ് മുങ്ങി ഫയിങ്ങ്, ഇറ്റ് വാസ് ലോസ്റ്റ്.'

നിർമ്മലയും അരുപും പിന്നീട് മൗറീഷ്യസിൽ പോയി നോക്കിയെങ്കിലും അവിടേയും അവർക്ക് ജോലി ബിസിനസ് സാധ്യതകൾ കുറവായതിനാൽ ബോംബെയിൽ തന്നെ സ്ഥിരതാമസമാക്കി.

## രാഘവനും ഞാനും മാത്രമായി

ഒരു ഡോക്ടറാകുമ്പോൾ, മരണം കാണുന്നതോ, അതേപ്പറ്റി കേൾക്കുന്നതോ ഒട്ടും അസാധാരണമല്ല. ഡോക്ടർമാർ അധികവും ബുദ്ധിപരമായാണ് അസുഖക്കാരുടെ മരണത്തെ കാണുന്നത്. പക്ഷേ, പ്രിയപ്പെട്ടവരുടെ വിയോഗം ഡോക്ടർമാരും കാണുന്നത് വികാരപരമായിത്തന്നെ. അമ്മയുടെ മരണശേഷം ഞങ്ങൾ ഏഴുപേരിൽ ആദ്യം പോയത് നാണുഏട്ടനാണ്. 54-ാം വയസ്സിൽ. അതൊരു ഷോക്ക് തന്നെയായിരുന്നു. പിന്നീട്, കിട്ടുണ്ണി ഏട്ടൻ, രാവുണ്ണി ഏട്ടൻ, ഗോവിന്ദേട്ടൻ, ശങ്കുണ്ണി ഏട്ടൻ. സ്നേഹത്തിന്റെ ഊഷ്മളത ബാക്കിയാക്കി, വിയോഗത്തിന്റെ ദുഃഖത്തിലാഴ്ത്തി അവരൊക്കെ, മറ്റൊരു ലോകത്തേക്ക് പോയിക്കഴിഞ്ഞിരിക്കുന്നു. ഇനി ഞാനും രാഘവനും മാത്രം.

രാഘവനായിരുന്നു ഞങ്ങളിലെല്ലാവരിലും മിടുക്കൻ. കാണാൻ ഒരു സുന്ദരൻ, മുഖത്തെപ്പോഴും പ്രസന്നഭാവം. ആകർഷകമായ സംഭാഷണ ചാതുര്യം. കോളേജിൽ പഠിക്കുമ്പോഴൊക്കെ, ധാരാളം പൈസയും കയ്യിലുണ്ടാവും, ചെലവഴിക്കുകയും ചെയ്യും. കൂട്ടുകാർക്കിടയിൽ വലിയ നേതാവായിരുന്നു. നാടകം, സംഗീതം എല്ലാം അവന് വഴങ്ങിയിരുന്നു. സ്പോർട്സിലും ഒട്ടും പിന്നോക്കമായിരുന്നില്ല. ബി.എ. (ഓണേഴ്സ്) ബിരുദധാരി. വാസ്തവത്തിൽ അവനിൽ നല്ലൊരു ഭാവി ഞാൻ പ്രതീക്ഷിച്ചു. പക്ഷേ, മദ്രാസിൽ ജോലി ചെയ്തുകൊണ്ടിരുന്നപ്പോൾതന്നെ, ഹൃദയാഘാതം വന്നു. അധികം താമസിയാതെ ജോലി രാജിവെച്ചു. നിർഭാഗ്യവശാൽ ഞങ്ങളേഴുപേരിൽ അവന് മാത്രം കുഞ്ഞുങ്ങളുണ്ടായില്ല. ജോലി രാജിവെച്ചപ്പോൾ, അവനോട് ബോംബെയിലേക്ക് വരാൻ പറഞ്ഞു. കുറച്ച് വർഷങ്ങൾ ഞങ്ങളൊന്നിച്ചായിരുന്നു. രത്നത്തിനും അമ്മുവിന്റെ സാന്നിധ്യം വളരെ സന്തോഷമായിരുന്നു. ഒരു മെഡിക്കൽ ഷോപ്പ് രാഘവനുവേണ്ടി തുടങ്ങിയെങ്കിലും, അവന്റെ സ്വഭാവത്തിന് അതൊട്ടും ഇണങ്ങുമായിരുന്നില്ല. മടുത്തപ്പോൾ അവൻ പറയാൻ തുടങ്ങി നാട്ടിലേക്ക് പോകാമെന്ന്. അവനേതാണിഷ്ടമെന്ന് തോന്നുന്നത് ചെയ്യാൻ പറഞ്ഞു. നാട്ടിലെത്തി, അവനും കൃഷിയിലേക്ക് തിരിഞ്ഞു. ജീവിയ്ക്കാൻ വകയുള്ള ഏതൊരാൾക്കും നാട്ടിലെ രാഷ്ട്രീയത്തിൽ നിന്ന് വിട്ടു നിൽക്കാൻ പ്രയാസമാകും. രാഘവനും പതുക്കെപ്പതുക്കെ കോൺഗ്രസ്സ് പാർട്ടി പ്രവർത്തനത്തിലേക്ക് തിരിഞ്ഞു. അതേസമയംതന്നെ ഒറ്റപ്പാ

ലത്തേയും മനിശ്ശേരിയിലേയുമൊക്കെ സാമൂഹിക സാംസ്കാരിക രംഗങ്ങളിൽ സജീവ സാന്നിധ്യമാവാൻ തുടങ്ങി. അച്യുതനെഴുത്തച്ഛൻ സ്മാരക വായനശാല, മനിശ്ശേരി കലാസമിതി തുടങ്ങിയവയുടെ പ്രസിഡണ്ടായി. നാടകത്തിനോട് പ്രത്യേക താല്പര്യമായിരുന്നു. ഏതു വിഷയത്തിനേപ്പറ്റിയും സംസാരിക്കാനും, ഉച്ചനീചവ്യത്യാസങ്ങളില്ലാതെ എല്ലാവരോടും ഇടപെടാനുമുള്ള കഴിവും പക്വതയുള്ള പെരുമാറ്റവും മറ്റുമായി രാഘവൻ കോൺഗ്രസ്സ് പാർട്ടിക്ക് ഒരു മുതൽകൂട്ടായിരുന്നു. പാർട്ടിയിൽ അവന് പ്രധാന സ്ഥാനം തന്നെ നൽകി. ഒറ്റപ്പാലം ബ്ലോക്ക് പ്രസിഡണ്ടായി, പിന്നീട് കെ.പി.സി.സി. അംഗമായി. കേരളത്തിൽ കോൺഗ്രസ്സ് പാർട്ടിയുടെ മൂന്നോ നാലോ അംഗങ്ങൾ മാത്രമുള്ള ഐഡിയോളജി സെല്ലിൽ രാഘവനും അംഗമായി. പാർട്ടിയിലെ പ്രധാന നേതാക്കളെല്ലാം ഒറ്റപ്പാലം സന്ദർശനത്തിന്നിടയിൽ, രാഘവന്റെ വീടും സന്ദർശിക്കും. ആന്റണിക്ക് രാഘവനോട് പ്രത്യേകം അടുപ്പമായിരുന്നു. ഇന്ദിരാഗാന്ധിയോ ഇംഗ്ലീഷിൽ സംസാരിക്കുന്ന മറ്റു നേതാക്കളോ വരുമ്പോൾ, പ്രസംഗം തർജ്ജമചെയ്ത് സംസാരിക്കുന്നത് രാഘവനായിരുന്നു. രാഘവനും മുഹമ്മദും പിച്ചുസ്വാമിയുമെല്ലാംകൂടി ഒറ്റപ്പാലത്തെ കോൺഗ്രസ്സ് ഓഫീസിനെ, വളരെയധികം ചിട്ടയോടും ചുമതലയോടും കൂടി പ്രവർത്തിക്കുന്ന ഒരു നല്ല ഓഫീസാക്കി. ശങ്കരനാരായണൻ, പി. ബാലൻ, കെ.എ.ചന്ദ്രൻ തുടങ്ങിയവരെല്ലാം അന്ന് ഒരു ടീമായിരുന്നു. സ്വാഭാവികമായും 1970 ലെ സംസ്ഥാന നിയമസഭയിലേക്കുള്ള തിരഞ്ഞെടുപ്പിൽ ഒറ്റപ്പാലത്തേക്ക് രാഘവന്റെ പേരും ദേശീയധാരയിൽ നിന്ന് നിർദ്ദേശിക്കപ്പെട്ടു. കൃഷ്ണൻ നമ്പൂതിരിയും സംഘവും മറ്റും ചുമരെഴുത്തിന് നേതൃത്വം നൽകി. പക്ഷേ, ലീലാദാമോദരമേനോന് ഒറ്റപ്പാലം സീറ്റിലേക്ക് താല്പര്യമാണെന്നും അവസാനത്തെ ചാൻസാണെന്നും പറഞ്ഞു നേതൃത്വത്തിൽ നിന്നുള്ള വിളി വന്നപ്പോൾ, ദാമോദരമേനോൻ നേരിട്ട് വന്ന് സംസാരിച്ചപ്പോൾ, രാഘവൻ ഒഴിഞ്ഞു കൊടുത്തു. നിർഭാഗ്യവശാൽ ലീലാദാമോദരമേനോൻ അത്തവണ വിജയിച്ചതുമില്ല. അതിന്നിടക്ക് ഒരു സംഭവം കൂടിയുണ്ടായി. ഗുരുവായൂർ ദേവസ്വം ബോർഡിലൊരംഗമായി രാഘവന്റെ പേരും നിർദ്ദേശിക്കപ്പെട്ടിരുന്നു. പക്ഷേ, അതിനിടെ കോൺഗ്രസ് (ഐ)യുടെ ഒരു പ്രതിനിധിയുടെ പേര് നിർദ്ദേശിക്കപ്പെടുകയും, യാതൊരു വിശദീകരണവുമില്ലാതെ രാഘവന്റെ പേര് നീക്കപ്പെടുകയും ചെയ്തു. ഈ സംഭവവികാസങ്ങളെല്ലാം കൂടിയായപ്പോൾ പിന്നീട് രാഘവന് പാർട്ടിയിലുള്ള അത്യുത്സാഹം ഒന്നു തണുത്തപോലെ തോന്നാറുണ്ട്.

## നിനച്ചിരിക്കാതെ വന്നൊരസുഖം

ഡിസ്പെൻസറിയിലിരിക്കവേയാണ് ചെറിയൊരു നെഞ്ചുവേദന തുടങ്ങിയത്. ഉടനെത്തന്നെ കമ്പൗണ്ടർ ഭാസ്ക്കരനോട് വിവരം പറഞ്ഞു. ഡ്രൈവറോട് പറഞ്ഞ് നേരെ വീട്ടിലെത്തി. കുറയുന്ന ലക്ഷണമൊന്നും കാണാഞ്ഞപ്പോൾ, രത്നം നിർബ്ബന്ധിച്ചു. നാനാവതി ഹോസ്പിറ്റലിൽ പോകാമെന്ന്. ബാലു എം.ഡി.ക്ക് പഠിക്കുകയും ജെ.ജെ. ഹോസ്പിറ്റലിൽ രജിസ്ട്രാറായി ജോലി നോക്കുകയും ചെയ്യുന്ന വർഷം. അവനോടും സുരേഷിനോടും വേഗത്തിൽ നാനാവതി ഹോസ്പിറ്റലിലെത്താൻ രത്നം വിളിച്ചു പറയുന്നതൊക്കെ ഞാൻ കേൾക്കുന്നുണ്ടായിരുന്നു. വീട്ടിലെ സഹായിയായിരുന്ന സുബ്ബയ്യയേയും കൂട്ടി, രത്നം എന്നെ ഹോസ്പിറ്റലിലെത്തിച്ചു. ശകുന്തളയും നാട്ടിലുള്ള സമയം. പിന്നീടെനിക്കൊന്നും ഓർമ്മയില്ല. എത്രനേരം അങ്ങിനെ കഴിഞ്ഞു എന്നും അറിഞ്ഞില്ല. പിന്നീട് ഞാനെത്തപ്പെട്ടത് ഭൂമിയിലെങ്ങും ഇതുവരെ കാണാത്ത അതിസുന്ദരമായ ഒരു സ്ഥലത്താണ്. കാണുന്നിടത്തെല്ലാം വിടർന്നുല്ലസിച്ചു നിൽക്കുന്ന പലതരം പുഷ്പങ്ങൾ. അന്തരീക്ഷമാകെ, സുഗന്ധപൂരിതം. ഇതിനെല്ലാമിടയിൽക്കൂടി വെളുത്ത മേഘങ്ങൾ എന്നെ തോളിലേറ്റി എവിടേക്കോ കൊണ്ടുപോകുന്നു. ഇതുവരെ അനുഭവിക്കാത്ത പറഞ്ഞറിയിക്കാൻ വയ്യാത്ത ഒരു ശാന്തത, സമാധാനം, ആനന്ദം. സങ്കടമെന്ന വികാരമേയില്ല. അദ്ഭുതകരമായൊരു അനുഭൂതി. ഒരു സ്വർഗ്ഗീയാനുഭൂതിതന്നെ. ഞാൻ സ്വർഗ്ഗത്തിലെത്തിയോ? ഇത്രയും ശാന്തവും സ്വർഗ്ഗതുല്യവും, മനസ്സിനേറ്റവും സന്തോഷകരവുമായ ഈ അനുഭൂതി അനുഭവിക്കാൻ മാത്രം, പുണ്യകർമ്മങ്ങൾ ഞാൻ ഭൂമിയിലിരിക്കുമ്പോൾ ചെയ്തിട്ടുണ്ടോ?. പെട്ടെന്ന് ഒരശരീരി ശബ്ദം 'സമയമായിട്ടില്ല. ഭൂമിയിൽ നിന്നും ഇനിയും കുറേ പഠിക്കാനിരിക്കുന്നു.' വളരെ പെട്ടെന്ന് ഈ ദൃശ്യങ്ങളെല്ലാം എന്നിൽ നിന്നു മാഞ്ഞു. എവിടെയൊക്കെയോ തട്ടിതടഞ്ഞ്, ഞാൻ ഭൂമിയിലെത്തി. 'ഓ..ബോധം വീണു' എന്നാരോ പറയുന്നതുകേട്ടു. കണ്ണു തുറന്നപ്പോൾ രത്നവും ശകുവും ബാലുവും, സുരേഷും എല്ലാം അടുത്തുണ്ട്. അവരെയൊക്കെ വീണ്ടും കണ്ടപ്പോൾ ഞാൻ സന്തോഷിക്കയാണ് വേണ്ടത്. പക്ഷേ, എന്റെ മനസ്സ് ആ നഷ്ടസ്വർഗ്ഗത്തിന് ചുറ്റും അലഞ്ഞുകൊണ്ടിരുന്നു.

ആശുപത്രിയിൽ ഏതാണ്ട് ഒരു മാസം കിടക്കേണ്ടി വന്നു. ആശുപത്രിയിൽ കിടക്കുമ്പോഴും അതുകഴിഞ്ഞും എന്റെ മനസ്സിൽ ആ അനുഭൂതി ബാക്കിനിന്നു. മരണത്തിനോടടുക്കുമ്പോഴുള്ള ഇത്തരം അനുഭവങ്ങൾ ചിലർക്കൊക്കെ ഉണ്ടാവാറുണ്ടെന്ന് ബാലുവും, സുരേഷും പറഞ്ഞു. അവർ ചില പുസ്തകങ്ങളും വായിക്കാൻ തന്നു. ഡിസ്പെൻസ

റിയിൽ രോഗികളെ കാണാൻ പോകാനുള്ള ആരോഗ്യമില്ലാത്തതു കൊണ്ട്, വീട്ടിൽ നിർബ്ബന്ധിത തടവുതന്നെ. താൻ ആശുപത്രിയിലായി രുന്നപ്പോൾ നമ്മുടെ ആൾക്കാരുടെ പ്രാർത്ഥനകൾക്ക് പുറമേ, മുസ്ലിം പള്ളികളിൽ നമാസ്സും ക്രിസ്ത്യൻ പള്ളികളിൽ പ്രത്യേകം നോവേന കളും നടത്തപ്പെട്ടിരുന്നുവെന്ന് രത്നം പറഞ്ഞപ്പോൾ, മനസ്സിലെവിടെയോ ഒരു നനവ്. പക്ഷേ, ഇപ്പോൾ സമയം ധാരാളത്തിലധികം. അതുവരെ യുണ്ടായിരുന്ന തിരക്കിട്ട ജീവിതശൈലിയിൽനിന്ന് ഒഴിഞ്ഞു കുറച്ചു ദിവ സങ്ങൾ കഴിഞ്ഞപ്പോഴേക്കും, സ്ഥിരം അന്വേഷകരുടെ തിരക്ക്, അവരും ഞാനും അറിയാതെതന്നെ കുറയാൻ തുടങ്ങി. വളരെ വ്യക്തമായി ഒരു സന്ദേശം എനിക്ക് മനസ്സിലായി. നാം എന്തെങ്കിലും കൊടുത്തുകൊണ്ടി രിക്കുമ്പോൾ മാത്രമേ നമുക്ക് ചുറ്റും ലോകം കറങ്ങുകയുള്ളു. ഒരു ലോക തത്വമാണത്. സുഹൃത്തുക്കളുടേയും കുശലാന്വേഷകരുടേയും വരവ് കുറഞ്ഞുകുറഞ്ഞു വന്നപ്പോൾ തന്നെ, എനിക്ക് വ്യക്തമാകാൻ തുട ങ്ങി. ഇതുവരെയുണ്ടായിരുന്ന ചിത്രത്തിൽ, ഇനി ഞാനുണ്ടാവില്ല. ജീവി തമെന്ന ഈ നാടകത്തിന്റെ പൊള്ളത്തരം എനിക്ക്, കൂടുതൽ വ്യക്ത മാകാൻ തുടങ്ങി. അതോടുകൂടി എന്താണ് ജീവിതം എന്ന് ഒന്നന്വേഷി ച്ചറിയാനുള്ള ജിജ്ഞാസയും വർദ്ധിച്ചുവന്നു. ഒരിക്കൽ മരണത്തെ മുഖാ മുഖം കണ്ടതോടെ, ഈ ഭൂമിയിൽ ജിവിച്ചിരിക്കുവാൻ കിട്ടിയ അവസരം നഷ്ടപ്പെടാൻ പോകുന്നതായും ഞാനറിഞ്ഞു. ജനനമരണങ്ങൾക്കിടയി ലൂടെയുള്ള ജീവിതമെന്ന ഈ പ്രഹേളികയുടെ സത്യാവസ്ഥ മനസ്സി ലാക്കാതെ, ജീവിതം തുടരുന്നതിലർത്ഥമില്ലെന്ന തോന്നൽ ശക്തമായി.

## എന്നിലേയ്ക്കുള്ള യാത്രയുടെ തുടക്കം

അവിടന്നങ്ങോട്ട് അന്വേഷണമായിരുന്നു. രാമകൃഷ്ണമിഷനുമായി കൂടുതലടുത്തു. ആത്മീയതയെ സംബന്ധിച്ച് ധാരാളം പുസ്തകങ്ങൾ അവിടെനിന്ന് ലഭിച്ചു. കൂടാതെ, വായിച്ച പുസ്തകങ്ങളിലെ വിവരങ്ങൾ അവിടത്തെ സ്വാമിജിയുമായി ചർച്ചചെയ്യാനും തുടങ്ങിയപ്പോൾ തികച്ചും അപരിചിതവും അഗ്രാഹ്യവുമായിരുന്ന ആ മേഖലയിലേക്ക് അല്പാല്പം വെളിച്ചം വീഴാൻ തുടങ്ങി. പ്രഭാതങ്ങളിലെ നടത്തം രാമകൃഷ്ണമിഷ നിലേക്കായി തുടങ്ങി. അതിനിടയ്ക്ക് തൃശൂരിലെ കൊണ്ടയൂർ ആശ്രമ ത്തിലെ അഖണ്ഡാനന്ദസാമിയുമായി പരിചയപ്പെട്ടു. സ്വാമിജി ആശ്രമ ത്തിന്റെ പലയാവശ്യങ്ങൾക്കായി ബോംബെയിൽ വന്നുകൊണ്ടിരുന്നു. ആശ്രമത്തിലെ അന്തേവാസിനികളായ നിർദ്ധനരും ആലംബഹീനരു മായ പെൺകുട്ടികൾക്ക് ഒരു ജീവിതം കരുപ്പിടിപ്പിക്കുവാനുതകുന്ന പഠ നത്തിനുള്ള പ്രധാന മേഖല നേഴ്സിങ്ങ് ആണെന്ന് അവർ തിരിച്ചറി

ഞ്ഞിരുന്നു. സാമ്പത്തികച്ചെലവും മറ്റും ബോംബെ മലയാളികളിൽ നിന്നുമുള്ള സഹായം കൊണ്ടാണ് നടത്തിപ്പോന്നിരുന്നത്. പഠനം കഴിഞ്ഞ കുട്ടികളെ ബോംബെയിൽ കൊണ്ടുവന്ന് ഏതെങ്കിലും ആശുപത്രികളിൽ തന്നെയായിരുന്നു ജോലിതരപ്പെടുത്തി കൊടുത്തിരുന്നത്. ആരോ പറഞ്ഞറിഞ്ഞ് എന്റെയടുത്തും വന്നു. മുകളിലത്തെ നിലയിൽ മകൻ സുരേഷ് മാത്രമാണ് അന്ന് താമസിച്ചിരുന്നത്. സ്വാമിയുടെ ഇടക്കിടെയുള്ള ബോംബെ സന്ദർശനങ്ങളിൽ മുകളിലെ ഒരു മുറി ഉപയോഗിച്ചുകൊള്ളാൻ പറഞ്ഞു. അങ്ങിനെ കൊണ്ടയൂരിലെ ആശ്രമമായും അഖണ്ഡാനന്ദസ്വാമിയുമായും അദ്ദേഹത്തിന്റെ ഗുരു ജ്ഞാനാനന്ദസരസ്വതിയുമായും കൂടുതൽ അടുത്തിടപഴകാൻ തുടങ്ങി. നിർദ്ധനരായ ആശ്രമവാസികളെ സഹായിക്കുന്നതിന്, ഈ സ്വാമിജിമാർ കാണിക്കുന്ന ആത്മാർത്ഥതയും ബദ്ധപ്പാടും എന്റെ മനസ്സിൽപ്പതിഞ്ഞു. എല്ലാ മാസവും എനിക്കാവുന്ന സാമ്പത്തിക സഹായവും മറ്റും ഞാനും ചെയ്തു കൊടുത്തു.

ഗുരു ജ്ഞാനാനന്ദ സരസ്വതിക്ക് വേദവേദാന്തങ്ങളിലും ആത്മീയതയിലും അഗാധമായ വിവരമുണ്ടായിരുന്നു. എന്റെ സത്യാന്വേഷണ യാത്രയിൽ എന്നെ സഹായിക്കാൻ ഈശ്വരൻ അയച്ച ഗുരുവായിട്ടാണ് ഞാൻ ജ്ഞാനാനന്ദ സരസ്വതിയെ കണ്ടത്. അദ്ദേഹം എഴുതി പ്രസിദ്ധീകരിച്ചിരുന്ന കുറേ പുസ്തകങ്ങൾ ഞാൻ വായിക്കുകയുണ്ടായി. വളരെ ലളിതമായ മലയാള ഭാഷയിൽ, വിഷയത്തിന്റെ ഗഹനത ഒട്ടും വിടാതെതന്നെ എഴുതപ്പെട്ട പുസ്തകങ്ങൾ, സത്യാന്വേഷികൾക്ക് വളരെ ഉപകാരപ്രദമാണ്. അദ്ദേഹത്തിന്റെ പുസ്തകങ്ങളെല്ലാം പുനഃപ്രസിദ്ധീകരണത്തിന് വേണ്ട സഹായങ്ങളൊക്കെ ചെയ്തു. നാട്ടിലേക്കുള്ള വരവിലെല്ലാം കൊണ്ടയൂർ ആശ്രമം സന്ദർശിക്കാറുണ്ട്. അതുപോലെ ജ്ഞാനാനന്ദസരസ്വതി സ്വാമി കന്യാകുമാരി ആശ്രമത്തിലേക്ക് മാറിയപ്പോൾ അവിടെയും സന്ദർശിക്കാറുണ്ട്. വരുമ്പോഴൊക്കെ, തിരുവനന്തപുരത്ത് ഗോവിന്ദേട്ടന്റെ മകൾ ഭവാനിയുടേയും ഭർത്താവിന്റേയും വീട്ടിലാണ് തങ്ങുക. അവർക്ക് രണ്ടുപേർക്കും സെക്രട്ടേറിയറ്റിലാണ് ജോലി. അതിന്നിടെ, ആശ്രമത്തിന്റെ നിത്യാവശ്യങ്ങൾക്കും, സമൂഹത്തിലെ നിർദ്ധനർക്കുവേണ്ടി ചെയ്തുകൊണ്ടിരിക്കുന്ന സേവനങ്ങൾക്കുമായി, ബോംബെയിൽ വെച്ച് ഒരു വലിയ ഗാനമേള സംഘടിപ്പിച്ചുകൊടുത്തു. പ്രസിദ്ധ ഹിന്ദി സിനിമാ പിന്നണിഗായകൻ മന്നാഡേ ബാന്ദ്രയിലാണ് താമസം. അദ്ദേഹത്തിന്നസുഖം വരുമ്പോൾ ഞാനാണ് ചികിത്സ നൽകാറുള്ളത്. അദ്ദേഹം ഇടക്ക് ഞങ്ങളുടെ വീട്ടിലേയും സന്ദർശകനായിരുന്നു. അദ്ദേഹത്തിനോട് അപേക്ഷിച്ചപ്പോൾ വളരെ സന്തോഷത്തോടെ സമ്മതിച്ചു. അങ്ങിനെ മാട്ടുംഗയിലെ ഷൺമുഖാനന്ദ ഹാളിൽ വെച്ച്,

മന്നാഡേ പ്രധാന ഗായകനായി. ഒരു വലിയ ഗാനമേള സംഘടിപ്പിച്ചു. ബോംബെ മലയാളികൾ വളരെ കാര്യമായി സഹകരിച്ചു.

ഇതിന്നിടയ്ക്കാണ് ഒരു ദിവസം അമൃതാനന്ദമയി അമ്മ തന്റെ സന്യാസിമാരുമായി ബോംബെയിലെത്തിയത്. അമൃതാനന്ദമയി അമ്മയെപ്പറ്റി ഇന്ത്യയും ലോകവും അറിഞ്ഞു തുടങ്ങുന്നതേയുണ്ടായിരുന്നുള്ളു. താമസസൗകര്യം അന്വേഷിച്ചാണ് വന്നത്. കുറച്ച് ദിവസങ്ങൾക്ക് വീടിന്റെ ഒരു നില അവർക്കായി ഒഴിഞ്ഞുകൊടുത്തു. പിന്നീട് ബോംബെ സന്ദർശനങ്ങളിലെല്ലാം ഞങ്ങളുടെ വീട്ടിലും അമ്മ വരാറുണ്ട്.

സ്വാമിജ്ഞാനാനന്ദ സരസ്വതിയുടെ പാലക്കാട്ടുള്ള ശിവാനന്ദാശ്രമത്തിന്റെ ആവശ്യത്തിനായി ഫണ്ടു സംഭരിക്കാൻ, ബോംബെയിൽവെച്ച് ഒരു സപ്താഹം നടത്തി. സ്വാമിജിയും ആശ്രമത്തിൽ നിന്നെത്തിയ സന്യാസികളും സന്യാസിനികളും ഞങ്ങളുടെ വീട്ടിൽത്തന്നെയാണ് താമസിച്ചത്.

ആധ്യാത്മികമായി ചെറിയ തോതിലെങ്കിലും മനസ്സുയർന്നപ്പോഴും, എന്തുകൊണ്ടോ, ഏകാന്തമായിരുന്നു ധ്യാനിക്കുന്നതിലല്ല എനിക്ക് തൃപ്തിതോന്നിയിരുന്നത്. എന്തുകൊണ്ട് എല്ലാവർക്കും ഈ ശാന്തതയും സ്വസ്ഥതയും അനുഭവിച്ചുകൂടാ എന്ന് എനിക്ക് തോന്നി. ആ ജ്ഞാനം ലഭിക്കുവാനുതകുന്ന പുസ്തകങ്ങൾ ധാരാളം പ്രസിദ്ധീകരിക്കുവാൻ, സഹായിക്കലും ആവശ്യക്കാർക്ക് എത്തിയ്ക്കലുമാണ് എന്റെ ജോലി എന്ന് ഞാൻ വിശ്വസിച്ചു. ഞങ്ങളുടെ വീട്ടിൽതന്നെ ഇത്തരം പുസ്തകങ്ങളുടെ ഒരു ലൈബ്രറിയ്ക്ക് (ആത്മബോധി ട്രസ്റ്റ് എന്ന പേരിൽ) വേണ്ടി, നല്ലൊരു തുക ഞാൻ രാഘവനെ ഏല്പിച്ചു. കുറച്ചു കാലം നല്ല നിലയിൽ പോയെങ്കിലും പിന്നീടത് മുടങ്ങുകയാണുണ്ടായത്.

ഹൃദയാഘാതത്തിനുശേഷം, പണ്ടത്തെ രീതിയിലുള്ള, ലഹരി പിടിച്ച പ്രാക്ടീസിലേക്കൊന്നും ഇറങ്ങിച്ചെല്ലാൻ എന്തുകൊണ്ടോ എനിക്കു സാധിച്ചില്ല. എം.ഡി. (ചെസ്റ്റ് ഡിസീസ്)യ്ക്ക് പഠിച്ചുകൊണ്ടിരുന്ന ബാലു അവന്റെ പഠിത്തം നിർത്തി, ഞങ്ങളുടെ ഡിസ്പെൻസറിയിൽ പ്രാക്ടീസ് ചെയ്യാൻ തുടങ്ങി. ഒന്നൊന്നരക്കൊല്ലം കഴിഞ്ഞപ്പോൾ ആരോഗ്യപരമായ പ്രശ്നങ്ങളിൽ നിന്നൊക്കെ ഞാൻ മുക്തനാണെന്ന് തോന്നിത്തുടങ്ങിയപ്പോൾ, വെറുതെയിരുന്ന് സമയം കളയുന്നതിൽ വളരെ മുഷിച്ചിലനുഭവപ്പെട്ടുതുടങ്ങി. വൈകുന്നേരങ്ങളിൽ ഞാനും ഡിസ്പെൻസറിയിൽ പോകാൻ തുടങ്ങി. അക്കാലത്ത് ഞാനും അവനും കൂടി എന്നും ശണ്ഠ കൂടും. എന്റെ പഴഞ്ചൻ രീതികളിലേക്ക് ഇറങ്ങിവരാൻ, ബോംബെ നഗരത്തിലെ മെഡിക്കൽ കോളേജിൽ പഠിച്ച ബാലുവിന് ബുദ്ധിമുട്ട്. എനിക്കാണെങ്കിൽ, ഈ പുതിയരീതിയൊന്നും തീരെ പറ്റുന്നുമില്ല. ഫീസ്

ചോദിച്ചുവാങ്ങുന്നതിനുതന്നെ ഞാൻ എതിരാണ്. അതിന്നിടക്ക് സുധാകറിന്റെ പഠിത്തം മുഴുവൻ തീർന്ന് അവൻ അമേരിക്കയിൽ ജോലി ചെയ്യുവാൻ തുടങ്ങിയിരുന്നു. അവന് മൂന്നുകുട്ടികൾ - ആദിത്യ, ഋതു, അലോക്. അവൻകൂടി നാട്ടിൽവന്ന് പ്രാക്ടീസ് ചെയ്യാൻ തുടങ്ങിയാൽ എത്ര നന്നാവും എന്ന് എന്റെ മനസ്സിലൊരാഗ്രഹം. പ്രാഥമികമായി, ആരോഗ്യ ശുശ്രൂഷാരംഗത്ത് ചെയ്യാനുള്ള കാര്യങ്ങളൊക്കെ, അമേരിക്കയിലും ഇംഗ്ലണ്ടിലും, ഇന്ത്യയിലും മറ്റ് വികസിത രാജ്യങ്ങളിലുമെല്ലാം ഏതാണ്ട് ഒരേപോലെയൊക്കെയാണെങ്കിലും, ജനസംഖ്യ കുറഞ്ഞ അമേരിക്കയിലെ ആശുപത്രികളിലേയും, ജനസാന്ദ്രത കൂടുതലുള്ള ബോംബെ നഗരത്തിലെ ആശുപത്രികളിലെ രീതിയും മറ്റും ഒട്ടും താരതമ്യപ്പെടുത്താനാവില്ല. എന്നാലും സുധാകർ വന്ന് ശ്രമിച്ചുനോക്കാമെന്നേറ്റു. അങ്ങിനെ ഞാനും രത്നവും സുരേഷും താഴത്തെ നിലയിൽ നിന്ന് മുകളിലത്തെ നിലയിലേക്ക് താമസം മാറ്റി. താഴത്തെ നില എല്ലാ ആധുനിക സൗകര്യങ്ങളുമുള്ള ഒരു ആശുപത്രിയാക്കി മാറ്റി.

അക്കാലത്ത് എന്റെ മനസ്സിൽ പുതിയ പുതിയ പ്രതീക്ഷകൾ വിരിയാൻ തുടങ്ങി. ഞാനും ഒരു ശിശുരോഗവിദഗ്ധൻ, ഒരുപാട് വർഷങ്ങളുടെ പരിചയവും അനുഭവസമ്പത്തുമുണ്ട്. സുധാകറാണെങ്കിൽ, നിയോനേറ്റോളജിയാണ് പ്രത്യേകമായി പഠിച്ച് ബിരുദാനന്തര ബിരുദമെടുത്തത്. ബോംബെയിലെ ആതുരസേവന രംഗത്തിന് ഒരു നല്ല സേവനം കാഴ്ചവെക്കാൻ ഞങ്ങൾക്കൊന്നിച്ച് സാധിക്കും. ബാലുവും സുരേഷും ബോംബെയിൽത്തന്നെ ഡോക്ടർമാർ. എന്റെ മനസ്സ് ധൃതി കൂട്ടുവാൻ തുടങ്ങി. ഈയിടെയായി ഞാൻ അങ്ങിനെയാണ്. ക്ഷമ തീരെ കുറവ്. ജീവിതത്തിൽ സമയം അധികം ബാക്കിയില്ലെന്നെനിക്കറിയാൻ തുടങ്ങിയിരിക്കുന്നു. സുധാകർ വന്നു. അവനും കുടുംബവും മൂന്നാം നിലയിൽ താമസമായി. പക്ഷേ, ഒരു കൊല്ലത്തിലധികം ബോംബെയിൽ തങ്ങിയെങ്കിലും, സുധാകറും കുടുംബവും തിരിച്ചുപോയി. അപ്രതീക്ഷിത തീരുമാനമെന്ന് ഒരിക്കലും പറയാൻ പറ്റില്ലെങ്കിലും എനിക്കതുൾക്കൊള്ളാൻ വളരെ പ്രയാസം തോന്നി. ഞാൻ മനസ്സിലാക്കിയ ആത്മീയതയും അദ്ധ്യാത്മികതയൊന്നും എന്നെ സഹായിക്കുന്നില്ലല്ലോ എന്നോർത്ത് എനിയ്ക്കുതന്നെ ഖേദം തോന്നി. രത്നം എത്രനന്നായാണ് എല്ലാം ഉൾക്കൊള്ളുന്നത്. കുട്ടികളോട് ഞാൻ പറയാറുണ്ട്. എന്റെ കാര്യത്തിൽ ഈ ആത്മീയതയും ജ്ഞാനവുമെല്ലാം, ശബ്ദഘോഷങ്ങളായി നിൽക്കുന്നതേയുള്ളു. രത്നത്തിന്റെ എല്ലാ കാര്യങ്ങളും ആത്മീയതയിലൂന്നിയതാണ്. എന്നെ എന്റെ എല്ലാ പരിമിതികളോടുംകൂടി അവൾ, യാതൊരു പരാതിയോ പരിഭവമോ ഇല്ലാതെ ഉൾക്കൊള്ളുന്നുവെന്നതുതന്നെ എനിക്ക് ധാരാളം. രത്നം ഇന്ന് തിരക്കിലാണ്. ശകുന്തളയും അനുരാധയും നാളെ രാവിലത്തെ ഫ്ളൈറ്റിനെത്തും. ■

# ശകുന്തള

നാളെ, 1968 ആഗസ്റ്റ് 15, ഉമാശങ്കറും ഞാനും ഞങ്ങളുടെ രണ്ടു മക്കളും– സിദ്ധാർത്ഥും, ഗീതാഞ്ജലിയും(ജുജു)- മൗറിഷ്യസിലേക്ക് യാത്ര തിരിക്കുകയാണ്. ഇനി അവിടെയാണ് ഞങ്ങളുടെ ജീവിതം. ബോംബെ നഗരത്തോട് തല്ക്കാലം വിട. 'ഏഴു സുന്ദര രാത്രികൾ' എന്ന മലയാള ഗാനം പോലെ, ഏഴു സുന്ദരവർഷങ്ങൾ കടന്നുപോയതറിഞ്ഞതേയില്ല. സംഭവബഹുലങ്ങളായ വർഷങ്ങൾ.

ഉമാശങ്കർ ഇന്ന് എന്റെ അച്ഛന്റെയും അമ്മയുടെയും വാത്സല്യ ഭാജനമായിരിക്കുന്നു. ഞാനൊരു ഭ്രാന്തി പെണ്ണാണെന്ന് എനിയ്ക്കുതന്നെ അറിയാം. എന്നെ ഭാര്യയും അമ്മയുമൊക്കെയാക്കി മാറ്റിയ ഈ ഏഴു കൊല്ലങ്ങൾ ഉള്ളിലുള്ള ഭ്രാന്തിയെ കുറച്ചെങ്കിലും മാറ്റിയിട്ടുണ്ടാവില്ലേ, ഞാൻ എന്നോടു തന്നെ ചോദിയ്ക്കുകയാണ്. ഞങ്ങളുടെ പ്രണയത്തിന്റെ ആദ്യ ദിനങ്ങൾ. രാത്രി ഏഴിനും എട്ടിനുമൊക്കെ ഞാൻ വീട്ടിലെത്തുന്നതിന് അമ്മയുടെ വക എന്നും വഴക്കാണ്. വീട്ടിലേക്ക് കയറ്റില്ല, വീട്ടിൽ നിന്ന് പുറത്താക്കും എന്നൊക്കെ കേൾക്കാറുണ്ടെങ്കിലും അമ്മ അതൊന്നും ചെയ്യില്ലെന്നറിയാം. ഞാനൊരു തെറ്റും ചെയ്യുന്നില്ലല്ലോ എന്നായിരുന്നു മനസ്സിൽ. ഉമാശങ്കറുമായി അവിടെയും ഇവിടെയുമായി കറങ്ങി നടക്കുന്നത് വീട്ടിലുള്ളവരാരും അറിയില്ലെന്നായിരുന്നു മനസ്സിന്റെ കണക്കുകൂട്ടൽ പക്ഷേ മകൾ ഏതോ ഒരുത്തനുമായി സ്കൂൾ സമയത്ത് കറങ്ങുന്നത് കണ്ടവരിൽ അച്ഛനെ കാണാൻ വരുന്നവരുമുണ്ടായിരുന്നു. ഡോക്ടർ ഗോപാലൻ അവരുടെ കാണപ്പെട്ട ദൈവമായിരുന്നുവല്ലോ? ഈ കൊച്ചു പെൺകുട്ടിയെ മുടി മുഴുവൻ കൊഴിഞ്ഞ് ഏതാണ്ട് മൊട്ടയായ, കറുത്ത മുഖത്ത് നിറയെ വസൂരിക്കലകളുടെ പാടുകളുള്ള ഒരുത്തൻ കറക്കിയെടുത്തിരിയ്ക്കുന്നത് പാവം ഡോക്ടർ സാബ് അറിയുന്നില്ല. അങ്ങിനെ ഒരു ദിവസം ഞാൻ ഗെയ്റ്റിന്റെ അടുത്ത് നിന്ന് ഉമാശങ്കറിനോട് ബൈ പറഞ്ഞ് വീട്ടിലേക്ക് കയറിയപ്പോൾ ഞെട്ടിപ്പോയി. ദുഃഖം, ദേഷ്യം, അങ്കലാപ്പ് വേറെ എന്തെല്ലാമോ കൂടി കടുപ്പിച്ച അച്ഛന്റെ മുഖം ഇപ്പോഴും മനസ്സിൽ ജ്വലിച്ചു നിൽക്കുന്നു.

സ്കൂളിൽ പഠിയ്ക്കുമ്പോൾ മുതൽ സ്നേഹിതകൾ വിളിച്ചിരുന്ന പേരാണ് 'പഗ്ലി അല്ലെങ്കിൽ എങ്ങനെ വിളിയ്ക്കാതിരിക്കും? ആരെങ്കിലും തന്റെ ടീച്ചറേയും മറ്റും കുട്ടികളേയും ക്ലാസ്സ്റൂമിലിട്ട് പൂട്ടിപ്പോകുവാൻ ധൈര്യപ്പെടുമോ? ക്ലാസ്സിലെ എല്ലാ പെൺകുട്ടികൾക്കും കൃത്യനിഷ്ഠയായ ടീച്ചറോട് ദേഷ്യമായിരുന്നു. പക്ഷേ, എനിക്ക് മാത്രമേ, അവരെ ക്ലാസ്റൂമിൽ പൂട്ടിയിടാനുള്ള കുബുദ്ധി തോന്നിയുള്ളൂ. തുണയ്ക്കുവേണ്ടി ആനിയേയും കൂട്ടി. എന്തൊരു കഷ്ടമാണ് ചെയ്തതെന്ന് ഇപ്പോൾ തോന്നുന്നു. പ്രിൻസിപ്പലിന്റെ റൂമിലേക്ക് വിളിപ്പിച്ച് ഞങ്ങൾക്കു രണ്ടാൾക്കും നല്ല അടി കിട്ടി. ഫാത്തിമയുടെ മൂക്ക് നീണ്ടതാക്കാൻ വേണ്ടി, തുണികൾ ഉണക്കുമ്പോൾ ഉപയോഗിക്കുന്ന ക്ലിപ്പ് മൂക്കിന്മേലിട്ടു. അതിന്നിടയ്ക്ക് ഞാൻ എന്തോ ആവശ്യത്തിന് പുറത്തേയ്ക്കു പോയി. പത്തുമിനിട്ട് കഴിഞ്ഞ് വന്നപ്പോഴേക്കും അവൾ കരഞ്ഞുകൊണ്ടിരുന്നു, കുറച്ച് കുട്ടികൾ ചുറ്റുമുണ്ട്. മൂക്ക് നല്ലപോലെ ചുവന്നിരിക്കുന്നു. ഒരു വട്ടു പിടിച്ച കാലം. ഋതുവിന്റെ മുടി വെട്ടിത്തരണം എന്നൊക്കെ അവൾ പറഞ്ഞപ്പോൾ ഒന്നും ആലോചിക്കാതെ മുടി വെട്ടിക്കൊടുത്തു, വളരെ സുന്ദരമായിരിക്കുമെന്ന് കരുതിയാണ് ഞാൻ ചെയ്തത്. ഫാഷന്റെ അടുത്ത് പോലും എത്തിയില്ലെന്ന് മാത്രമല്ല, ടോയ്‌ലറ്റിൽ പോയി കണ്ണാടി നോക്കിയപ്പോൾ അവൾ കരഞ്ഞുപോയി. പിന്നെ അവളുടെ അമ്മ നല്ലൊരു ബ്യൂട്ടീഷ്യനെക്കൊണ്ട് മുടിവെട്ടിക്കുകയാണുണ്ടായത്. വീട്ടിലെ കുളിമുറിയിൽ വെള്ളം കെട്ടിനിർത്തി നീന്തൽ പഠിക്കുവാൻ ശ്രമിച്ചതിന് എത്ര വഴക്കാണ് കേട്ടത്. നാട്ടിൽ നിന്ന് ഒഴിവുകാലത്ത് കസിൻസ് വന്ന കാലം തുണികളെടുത്ത് പത്മിനിയും, ഭവാനിയും കുളിമുറിയിലേക്ക് പോയപ്പോഴാണ് പെട്ടെന്ന് എനിക്ക് അങ്ങിനെയോരാലോചന വന്നത്. അവരോട് നീന്താൻ പഠിപ്പിക്കാൻ പറയാം. എല്ലാവരുടെയും തുണികൾ വാതിലിന്റെ അടിയിൽ വെച്ച് ടാപ്പ് തുറന്നിട്ടു ഒരു കുളമുണ്ടാക്കാൻ തുടങ്ങിയതാണ്. കുളിമുറിയിൽ ഒരു എട്ടിഞ്ചോളം വെള്ളം പൊങ്ങി. നീന്താനുള്ള ശ്രമം തുടങ്ങിയപ്പോഴേക്ക് വാതിലിൽ മുട്ടുകേട്ട് അമ്മ കലികൊണ്ട് നില്ക്കുന്നു. മുകളിലത്തെനിലയിൽനിന്ന് സ്റ്റെപ്പ്കളിലൂടെ ഒഴുകി താഴെ ഹാളിലെത്തിയിരുന്നു വെള്ളം. അന്ന് അടിയും കുറേ വഴക്കും കിട്ടി. അപ്പോഴൊക്കെ മനസ്സിൽ തീരുമാനിക്കും ഇനി തോന്നുന്നതൊക്കെ അപ്പോൾ തന്നെ ചെയ്യില്ല. ബുദ്ധി ഉപയോഗിച്ച് ആലോചിച്ചേ ചെയ്യൂ. പക്ഷേ, വീണ്ടും പറ്റും ഇത്തരം അബദ്ധങ്ങൾ. ഇപ്പോഴും എന്റെ പ്രകൃതം മാറിയിട്ടുണ്ടോ? എനിക്കുതന്നെ അറിയില്ല. ഉമാശങ്കറിനെ കല്യാണം കഴിച്ചതും എന്റെ ഒരു വട്ടാണെന്നാണ് ആദ്യമൊക്കെ അമ്മ വിചാരിച്ചിരുന്നത്.

## വിവാഹത്തിനു മുൻപ്

ബാന്ദ്രയിലുള്ള ഞങ്ങളുടെ വീടിന്റെ വലതുഭാഗത്തുള്ള രണ്ടാമത്തെ വീട്ടിലായിരുന്നു ഡോക്ടർ ദമ്പതികളായ ഋഷിയും ഭാര്യയും താമസിച്ചിരുന്നത്. ഡോക്ടർ ഋഷിയുടെ അനുജനായിരുന്നു ഉമാശങ്കർ. മൗറീഷ്യസ്സിൽ നിന്നും ബി എ ഇക്കണോമിക്സ് പഠിക്കുവാൻ ബോംബെയിൽ വന്നതാണ്. പത്തിരുപത്തിരണ്ടുവയസ്സായിക്കാണും, കുറച്ചുകാലം മൗറീഷ്യസ്സിൽ പോലീസ് വകുപ്പിൽ ജോലി ചെയ്തിരുന്നു. ഇവിടെ വന്ന് ഫ്രഞ്ച് ട്യൂഷൻസും എടുത്തിരുന്നു. ഫ്രഞ്ച് പഠിപ്പിക്കുന്നത് അക്കാലത്ത് നല്ല ഡിമാന്റുള്ള ജോലിയായിരുന്നു, വൈകുന്നേരങ്ങളിൽ സുധാകറും ബാലുവും തൊട്ടടുത്തുള്ള ഗ്രൗണ്ടിൽ ക്രിക്കറ്റ് കളിക്കാനിറങ്ങും. ഉമാശങ്കറും കളിക്കാനെത്തും. നല്ലപോലെ സംസാരിച്ച് തന്നിലേക്ക് ആൾക്കാരെ ആകർഷിപ്പിക്കാൻ ഉമാശങ്കറിന് പ്രത്യേകം കഴിവുണ്ടായിരുന്നു. അങ്ങിനെ തുടങ്ങി പരിചയം. ഉമാശങ്കറിന് അറിയാത്ത വിഷയങ്ങളുണ്ടായിരുന്നില്ല. സാഹിത്യം, രാഷ്ട്രീയം സ്പോർട്സ്, കല എല്ലാ മേഖലകളിലുമുള്ള ഈ അറിവാണ് വാസ്തവത്തിൽ തന്നെ അടുപ്പിച്ചത്. ടാഗോറിന്റെ പദ്യങ്ങളൊക്കെ ഉമാശങ്കറിന്റെ ശബ്ദത്തിൽ കേൾക്കുവാൻ താൻ കാതോർത്തിരിക്കാൻ തുടങ്ങി. ഈ ഇരുപത്തിരണ്ടുകാരനോട് തനിക്കുണ്ടായിരുന്ന ആരാധന, ഉമാശങ്കറും തിരിച്ചറിഞ്ഞു. ആൾക്കൂട്ടത്തിന് നടുവിൽ നില്ക്കുമ്പോഴും ഞങ്ങൾ തനിച്ചൊരു ലോകത്തിലാവുന്ന പ്രതീതി.

ഫ്രഞ്ച് ട്യൂഷൻ എടുക്കുന്നതിനായി ഉമാശങ്കർ ബോംബെയിലെ ബ്രീച്ച്- കാൻഡിയിലേക്കു താമസം മാറ്റി. ബോംബെയുടെ മാസ്മരിക ലോകത്തെ തൊട്ടറിഞ്ഞ കാലമായിരുന്നു അത്. ജീവിതത്തിനോട് മൊത്തം പ്രണയം തോന്നിയ ദിനങ്ങൾ. ബുദ്ധിയേക്കാൾ വികാരം ഭരിച്ചിരുന്ന കാലം. അധികമൊന്നും ആലോചിച്ചില്ല. ഉച്ചയൂണിന് സ്കൂൾ വിടുന്ന സമയം കൂട്ടുകാരിയോട് പറഞ്ഞു. 'എനിക്ക് ഉമാശങ്കറിനെ കാണാൻ പോകണം. പക്ഷേ, ബസിനു കൊടുക്കാൻ പൈസയില്ല'. ഫാത്തിമയാണ് വഴി പറഞ്ഞുതന്നത്. അവൾ ഞങ്ങളുടെ കൂട്ടത്തിലുള്ളവരിൽനിന്നൊക്കെ പൈസ പിരിച്ചെടുത്തു. ഉച്ചയ്ക്കുള്ള ക്ലാസ് ഒഴിവാക്കി ബ്രീച്ച്-കാൻഡിയിലേയ്ക്കുള്ള ബസ്സു കയറി. ഒരു റസ്റ്റോറന്റിലിരുന്ന് കുറേനേരം സംസാരിക്കും നാലുമണിയാവുമ്പോഴേക്ക് സ്കൂളിലെത്തണം തിരിച്ച് വരാൻ ഉമാശങ്കർ പൈസ തരും .ഒന്നും സംഭവിക്കാത്തതുപോലെ വീട്ടിലെത്തും. ഇടയ്ക്കിടയ്ക്ക് കണ്ടില്ലെങ്കിൽ, സംസാരിച്ചില്ലെങ്കിൽ രണ്ടാൾക്കും വിഷമം. കൂട്ടുകാരുടെയിടയിൽ ഞാനൊരു അത്ഭുതമാകാൻ തുടങ്ങി. ക്ലാസിലെ ഏറ്റവും സുന്ദരനായ വിദ്യാർത്ഥിയുടെ, (പിന്നീട് ആ കുട്ടി ഒരു ബോളിവുഡ് താരമായി) ഇഷ്ടപ്പെട്ട പെൺ

സുഹൃത്തായിരുന്നു ഞാൻ. എനിയ്ക്കെന്താണ് സംഭവിക്കുന്നതെന്ന് അവർക്കും എനിക്കും അറിയാമായിരുന്നില്ല. ജീവിതത്തിന്റെ കടിഞ്ഞാൺ അപ്പോൾ വിധിയുടെ കയ്യിലായിരുന്നിരിയ്ക്കാം. അതിനിടയ്ക്കാണ് ഉമാശങ്കറിന് കടുത്ത വസൂരി പിടിപെട്ടത്. ഡോക്ടർമാരുടെ നിരീക്ഷണാഭിപ്രായത്തിൽ ജീവിക്കാനുള്ള സാദ്ധ്യത ഒരു ശതമാനം മാത്രമേയുള്ളു. പകർച്ചവ്യാധികൾക്ക് ചികിത്സ നല്കുന്ന ആർതർ റോഡ് ഹോസ്പിറ്റലിലേക്ക് ഉമാശങ്കർ മാറ്റപ്പെട്ടു. ആർക്കും പ്രവേശനമില്ല. പക്ഷേ ഏട്ടൻ ഋഷിയും ഏട്ടത്തിയമ്മ ഇന്ദിരയും ഡോക്ടർമാരായിരുന്നതുകൊണ്ട് അവർ ഇടയ്ക്കിടെ പോകും, ഞങ്ങൾ തമ്മിലുള്ള ബന്ധം അറിഞ്ഞിരുന്ന ഡോക്ടർ ഇന്ദിര കർശനമായി പറഞ്ഞു 'നിന്നെ അവിടെ കണ്ടുപോയാൽ, ഞാൻ നിന്റെ കാലൊടിച്ചിടും.' പൊട്ടിപെണ്ണിന്റെ മനസ്സും ഉമാശങ്കറിന്റെ അസുഖത്തിന്റെ ഗൗരവവും അറിയാമായിരുന്ന അവരോട് ദേഷ്യമൊന്നും തോന്നിയിരുന്നില്ല. പക്ഷേ, എന്നെ ഇതൊന്നും ബാധിച്ചില്ല. എങ്ങിനെയെങ്കിലും കാണണം എന്നുമാത്രമായിചിന്ത. പിന്നെ ഒട്ടും വൈകിച്ചില്ല. ഒരു നഴ്സിന്റെ യൂണിഫോം, തൊപ്പി സഹിതം കടം വാങ്ങി, വളരെ ധൈര്യപൂർവ്വം ഹോസ്പിറ്റലിലെത്തി. ഉമാശങ്കറെ കണ്ടു. മൂന്നോ, നാലോ തവണ അങ്ങിനെ പോയി. പക്ഷേ അഞ്ചാമത്തെ തവണ ഡോക്ടർ ഇന്ദിരയുടെ കണ്ണിൽ പെട്ടു. അന്നും കിട്ടി കുറേ വഴക്ക്. "നിന്റെ ജീവിതം കൊണ്ടാണ് നീ കളിക്കുന്നത്, നിർത്തിക്കോ" എന്തോ ഭാഗ്യത്തിന് ഒന്നും പറ്റിയില്ല. നാലാഴ്ച കഴിഞ്ഞപ്പോഴേക്കും ഉമാശങ്കറിന്റെ അസുഖം കുറയാൻ തുടങ്ങി. പത്തുപതിനഞ്ചു ദിവസങ്ങൾകൂടി കഴിഞ്ഞതോടെ അസുഖം മാറി, പക്ഷേ, പണ്ടത്തെ ഉമാശങ്കർ എവിടെയോപോയി. മുഖം നിറയെ വസൂരിക്കലകളും, കുഴിപ്പാടുകളും. തലയിലെ മുടി മുഴുവൻ കൊഴിഞ്ഞിട്ടുണ്ടായിരുന്നു. എന്റെ മനസ്സ് സ്നേഹത്തിനു പുറമേ അതിരുകളില്ലാത്ത സഹതാപം കൊണ്ടും നിറഞ്ഞു കവിഞ്ഞു. അസുഖം മാറിയപ്പോൾ ഒഴിവുകിട്ടിയപ്പോഴെല്ലാം വീണ്ടും രണ്ടാളും കൂടി ഒന്നിച്ചുകറക്കം തുടങ്ങി. ചുറ്റുമുള്ള ലോകത്തെ മറന്ന കാലം. അധിക ദിവസം കഴിഞ്ഞില്ല. ഞങ്ങളുടെ പ്രണയത്തിന്റെ ദിനങ്ങൾ. രാത്രി ഏഴിനും എട്ടിനുമൊക്കെ ഞാൻ വീട്ടിലെത്തുന്നതിന് അമ്മയുടെ വക എന്നും വഴക്കാണ്. വീട്ടിലേക്ക് കയറ്റില്ല. വീട്ടിൽനിന്ന് പുറത്താക്കും എന്നൊക്കെ കേൾക്കാറുണ്ടെങ്കിലും അമ്മ അതൊന്നും ചെയ്യില്ലെന്നറിയാം. ഞാനൊരു തെറ്റും ചെയ്യുന്നില്ലല്ലോ എന്നായിരുന്നു മനസ്സിൽ. ഉമാശങ്കറുമായി അവിടെയും ഇവിടെയുമായി കറങ്ങിനടക്കുന്നത് വീട്ടിലുള്ളവരാരും അറിയില്ലെന്നായിരുന്നു മനസ്സിന്റെ കണക്കുകൂട്ടൽ. പക്ഷേ, മകൾ ഏതോ ഒരുത്തനുമായി സ്കൂൾ സമയത്ത് കറങ്ങുന്നത് കണ്ട വരിൽ അച്ഛനെ കാണാൻ വരുന്നവരുമുണ്ടായിരുന്നു. ഡോക്ടർ ഗോപാലൻ അവരുടെ കാണപ്പെട്ട ദൈവമായിരുന്നുവല്ലോ? ഈ

കൊച്ചുപെൺ കുട്ടിയെ മുടി മുഴുവൻ കൊഴിഞ്ഞ് ഏതാണ്ട് മൊട്ടയായ, കറുത്ത മുഖത്ത് നിറയെ വസൂരിക്കലകളുടെ പാടുകളുള്ള ഒരുത്തൻ കറക്കിയെടുത്തിരി യ്ക്കുന്നത് പാവം ഡോക്ടർസാബ് അറിയുന്നില്ലെന്നത് അവർക്ക് വലിയ വിഷമമായിരുന്നു. അങ്ങിനെ ഒരു ദിവസം ഞാൻ ഗെയ്റ്റിന്റെ അടുത്തു നിന്ന് ഉമാശങ്കറിനോട് ബൈ പറഞ്ഞ് വീട്ടിലേക്ക് കയറിയപ്പോൾ ഞെട്ടി പ്പോയി. ദുഃഖം, ദേഷ്യം, അങ്കലാപ്പ് വേറെ എന്തെല്ലാമോ കൂടി കടുപ്പിച്ച അച്ഛന്റെ മുഖത്തെ ഗൗരവഭാവം ഇപ്പോഴും മനസ്സിൽ ജ്വലിച്ചുനിൽക്കും. കണ്ണുകളിൽ എപ്പോഴും തിളങ്ങിയിരുന്ന സ്നേഹഭാവമൊക്കെ എവിടെയോപോയിരിക്കുന്നു. ‘ഈയിടെയായി നീ എന്നും വൈകിയാണ് വരുന്നതെന്ന് അമ്മ പറഞ്ഞല്ലോ ശരിയാണോ?’ ‘അതേ. അച്ഛാ.’ ‘അമ്മ പറയുന്നു നീ ഏതോ അശ്രീകരചെക്കനുമായി തെണ്ടി നടക്കുകയാണെന്ന്.’ രണ്ടു കവിളിലുമായി ആഞ്ഞ് രണ്ടടികൾ കിട്ടിയപ്പോൾ താഴെ വീണുപോയി. വീട് തികച്ചും മൂകം. നിർമ്മലയും, സുധാകറും, ബാലുവും, സുരേഷും ഒന്നും സംസാരിക്കുന്നില്ല. അമ്മയുടെ ഈ മൗനം ഏതാണ്ട് രണ്ടുകൊല്ലത്തിലധികം നീണ്ടു. സ്വന്തം വീടിനുള്ളിൽ ഒറ്റപ്പെട്ട് കുറച്ചു മാസങ്ങൾ കഴിഞ്ഞു.

അച്ഛന്റെ വലതുകൈയ്ക്ക് തന്നെ അടിച്ചതിനുശേഷം നല്ല വേദനയായിരുന്നു. അമ്മ ആയുർവേദ തൈലങ്ങൾ തേയ്ക്കലും കിഴിവെയ്ക്കലുമൊക്കെ ചെയ്തുവെങ്കിലും കാറോടിയ്ക്കാനും മരുന്നു കുറിപ്പെഴുതാനുമൊന്നും സാധിച്ചിരുന്നില്ല. ആ കാലത്താണ് അച്ഛൻ ആദ്യമായി ഡ്രൈവറെ വെയ്ക്കാൻ തുടങ്ങിയത്. ഞാൻ എസ് എസ് സി പരീക്ഷ എഴുതിയെങ്കിലും പാസ്സാവുമോ എന്നുതന്നെ സംശയമായിരുന്നു. പക്ഷേ, തരക്കേടില്ലാത്ത മാർക്കോടെ പാസായി. അതിനിടയിലും ഉമാശങ്കറിനെ എന്നും കാണും മുഖത്തെ വസൂരിക്കലകൾ മാറാൻ ബാന്ദ്ര മെഡിക്കൽസിൽ നിന്ന് വിലകൂടിയ ഓയിന്റ്മെന്റുകളൊക്കെ വാങ്ങികൊടുക്കും അമ്മ സൂക്ഷിച്ചുവച്ചിരുന്ന പൈസ എടുത്താണ് അതൊക്കെ ചെയ്തിരുന്നത്. അതുകൊണ്ടെന്നും കലകൾ മാഞ്ഞില്ല. ഒരു ദിവസം ധൈര്യം മുഴുവൻ സംഭരിച്ച് ഉമാശങ്കർ അച്ഛനെ കാണാൻ പോയി. മകളെ വിവാഹം ചെയ്തു തരാൻ വിനീതമായി ആവശ്യപ്പെട്ടു. അന്നു രാത്രി അച്ഛൻ എന്നെ വിളിച്ച് ചോദ്യങ്ങൾക്കുമേൽ ചോദ്യങ്ങൾ.

‘ശകു നീ ശരിക്കും ഉമാശങ്കറിനെ സ്നേഹിക്കുന്നുണ്ടോ?’

‘സ്നേഹിക്കുന്നുണ്ട് അച്ഛാ’

‘അവനോ?’

'ഉമാശങ്കറും സ്നേഹിക്കുന്നു'

'അവൻ വിശ്വസിക്കാൻ പറ്റിയ ആളാണോ?'

'അതെ അച്ഛാ'

'പക്ഷേ, അവന് കാര്യമായി ജോലിയൊന്നും ഇല്ലല്ലോ? നിന്നെ പുലർത്തുവാനുള്ള സമ്പാദ്യവും ഇല്ല. പിന്നെ നിങ്ങളെങ്ങിനെയാണ് ജീവിക്കുക?'

'ഞങ്ങൾ ഇംഗ്ലണ്ടിൽ പോയി പഠിക്കാനാണാഗ്രഹിക്കുന്നത്'

'ഇംഗ്ലണ്ടോ? എത്ര ചെലവ് വരുമെന്ന് വല്ല വിവരവുമുണ്ടോ?'

'അച്ഛൻ തന്നാൽ മതി അച്ഛാ'

അച്ഛൻ പിന്നെയൊന്നും ചോദിച്ചില്ല. കുറേനേരം ചിന്തയിലാണ്ടിരിക്കുന്നതു കണ്ടു. ഈ പെണ്ണിനോടെന്തു പറയാൻ. നിഷ്കളങ്കയാണ് പക്ഷേ, പിടിച്ച വാശിവിടുന്നുമില്ല. പിന്നീട് അമ്മ പറഞ്ഞറിഞ്ഞു. വർഷങ്ങൾക്കുമുൻപ് തന്റേയും രത്നത്തിന്റേയും മനസ്സിലുണ്ടായിരുന്ന അതേ നിശ്ചയദാർഢ്യം, എന്റെ മുഖത്തും അച്ഛൻ കണ്ടുവത്രെ. എന്തായാലും അച്ഛൻ എന്നെ ഉമാശങ്കറിന് കല്യാണം കഴിച്ച് കൊടുക്കാമെന്ന് അന്നു തന്നെ തീരുമാനിച്ചു.

മൗറിഷ്യസ്-അന്നത്തെ ഭൂപടങ്ങൾ തിരഞ്ഞാൽ പോലും കണ്ടുപിടിയ്ക്കാൻ പറ്റാത്ത ഒരു സ്ഥലം. അവിടത്തെ ഭാഷയോ ചരിത്രമോ സംസ്കാരമോ ഒന്നും തന്നെ എന്താണെന്നുപോലും അറിയില്ല. അച്ഛൻ കൂട്ടുകാരോട് പറഞ്ഞു. ഈ കുട്ടിയുടെ പിടിവാശിക്കുമുൻപിൽ എനിക്ക് തോറ്റുപോകുകയേ നിവർത്തിയുള്ളൂ. നമ്പ്യാരങ്കിളും, അനന്തകൃഷ്ണനങ്കിളും തോമസങ്കിളും എല്ലാം ഒരു കുടുംബംപോലെയായിരുന്നു. കല്യാണവർത്തമാനം അറിഞ്ഞതോടെ അവരെല്ലാം ഓടിവന്നു. ജീവിതത്തിൽ ഇങ്ങനെ കടുത്ത അബദ്ധങ്ങളൊന്നും കാണിയ്ക്കരുതെന്ന് അവരെല്ലാം അച്ഛനോട് പറഞ്ഞു. സ്കൂളിൽ പ്രിൻസിപ്പലും അച്ഛന്റെ മറ്റഭ്യുദയകാംക്ഷികളെല്ലാം വന്ന് അഭ്യർത്ഥിച്ചു. ഈ വിവാഹം നടത്തിക്കൊടുക്കേണ്ട, പ്രായപൂർത്തിയാകാത്ത ഈ പെൺകുട്ടിയെ ഇങ്ങനെ ഒരാൾക്ക് കല്യാണം കഴിച്ചുകൊടുത്താൽ അത് അച്ഛന്റെ ഭാഗത്ത് വലിയ തെറ്റായി വ്യാഖ്യാനിക്കപ്പെടുമെന്ന് അവരെല്ലാവരും ഒരേ സ്വരത്തിൽ പറഞ്ഞു. എല്ലാറ്റിനും വിധിയുടെ ഒരു കളിയുണ്ടല്ലോ? അങ്ങിനെ ഞങ്ങളുടെ വിവാഹം നടന്നു.

## ലണ്ടൻ ജീവിതം

അമ്മ, ഏട്ടൻ, ഏട്ടത്തിയമ്മയോടൊപ്പം ഉമാശങ്കർ താമസിച്ചിരുന്നത്, ബാന്ദ്രയിൽ ഞങ്ങളുടെ വീടിന്റെവളരെ അടുത്തുള്ള ജൂബിലി കോർട്ടിലെ ഒരു ഫ്ളാറ്റിലായിരുന്നു. അവിടെയാണ് ഞാൻ പുത്രവധുവായി ചെന്നു കയറിയത്. മൗറിഷ്യസ് സംസ്കാരത്തിലെ പരമ്പരാഗത ചിന്താഗതിയായിരുന്നു അമ്മായിഅമ്മയ്ക്ക്. മക്കളോടും മരുമക്കളോടും വലിയ സ്നേഹം. ആ അമ്മയും, ബോംബെ നഗരത്തിലെ പ്രശസ്തനായ ഡോക്ടറുടെ മകളും വെറും ഒരു സ്കൂൾ കുട്ടിയുടെ പ്രകൃതവുമുള്ള ഞാനും ശരിക്കും രണ്ടു ധ്രുവങ്ങളിലായിരുന്നു. മകൻ സ്നേഹിച്ച് കല്യാണം കഴിച്ചുകൊണ്ടുവന്ന ഈ പൊട്ടിപ്പെണ്ണിനോട് എങ്ങിനെയാണ് പെരുമാറാണ്ടതെന്ന ചിന്താകുഴപ്പത്തിലായിരുന്നു അവർ. ഞാനാണെങ്കിൽ വിവാഹിതയായെങ്കിലും അതിന്റെ ഗൗരവമൊന്നും അടുത്തുകൂടെ പോയിട്ടില്ലാത്ത ഒരു പെൺകുട്ടിയുമാണ്. ഇപ്പോഴും ഞാനോർക്കുന്നു. എത്ര ദിവസങ്ങൾ കൊണ്ടാണ് മുന്നൂറ് തൂങ്ങലുകളുള്ള ബിനാക്കാചാംസ് ഞാൻ ശേഖരിച്ച് ഒരു നല്ല ബ്രേസ്ലെറ്റായി വെച്ചത്? സ്വർണ്ണാഭരണങ്ങളേക്കാൾ വലിയ സ്വത്തായിരുന്നു എനിയ്ക്കത്. ഇംഗ്ലണ്ടിലേക്ക് കൊണ്ടുപോകാനുള്ള പെട്ടി ഒരുക്കുമ്പോൾ ഞാനത് ഭദ്രമായി സൂക്ഷിച്ചു. പക്ഷേ, എന്റെ അമ്മായിഅമ്മയ്ക്ക് അതിന്റെ പിന്നിലുള്ള വികാരമൊന്നും ഒട്ടും മനസ്സിലായില്ല. ആവശ്യമില്ലാത്ത സാധനങ്ങൾക്കു പകരം ലണ്ടനിൽ അത്യാവശ്യം വേണ്ടിവരുന്ന സാധനങ്ങൾ വല്ലതും കൊണ്ടുപോകാമല്ലോ എന്നായിരുന്നു അവരുടെ അഭിപ്രായം. ഇന്നാലോചിക്കുമ്പോൾ അവർ വളരെ ശരിയായിരുന്നു. പക്ഷേ, അന്നത് ഉൾക്കൊള്ളാൻ എനിക്ക് കഴിഞ്ഞിരുന്നില്ല. എന്റെ കണ്ണുകൾ നിറഞ്ഞൊഴുകി. പിന്നെ അത് ഏങ്ങലടിച്ചുകൊണ്ടുള്ള കരച്ചിലായി. അവസാനം ഉമാശങ്കർ പറഞ്ഞു 'എന്തെങ്കിലും ചെയ്തോട്ടെ, 'അമ്മേ.' എന്റെ വട്ട് കുറച്ചെങ്കിലും മനസ്സിലായിട്ടുണ്ടാകും ഉമാശങ്കറിന്. പക്ഷേ, അമ്മക്കും എനിക്കും പരസ്പരം ഉണ്ടായിരുന്ന സ്നേഹത്തെ ഈ ധ്രുവവ്യത്യാസങ്ങളൊന്നും തന്നെ ബാധിച്ചില്ല. വിവാഹം കഴിഞ്ഞ് അധികം താമസിയാതെ ഞങ്ങൾ ഇംഗ്ലണ്ടിലേക്ക് പോയി. ഞങ്ങളുടെ കൈയിൽ ഒന്നുമുണ്ടായിരുന്നില്ല. എല്ലാ ചെലവുകളും അച്ഛൻ തന്നെ വഹിച്ചു.

ഇന്നത്തെ ലണ്ടനായിരുന്നില്ല 1960 കളിലുണ്ടായിരുന്നത് No Dogs, No. coloured എന്ന ഒരു ബോർഡ് കണ്ടപ്പോൾ ഞങ്ങൾ ശരിക്കും അദ്ഭുതപ്പെട്ടു. എങ്കിലും ഞങ്ങൾക്ക് കുഴപ്പമൊന്നുമുണ്ടായില്ല. ഉമാശങ്കറിന്റെ ചില കൂട്ടുകാർ ലണ്ടനിൽ ഉണ്ടായിരുന്നെങ്കിലും, ആരും അത്ര നല്ല സ്ഥിതിയിലൊന്നുമായിരുന്നില്ല. അച്ഛൻ തന്നുവിട്ട

കുറേ പണം ഞങ്ങളുടെ തുടക്കത്തിന് മതിയായിരുന്നെങ്കിലും, ജോലി ചെയ്യാതെയൊന്നും ലണ്ടനിൽ ജീവിക്കാൻ സാദ്ധ്യമല്ലെന്ന് വേഗം മനസ്സിലായി. വീട്ടുവാടക, ഭക്ഷണം, കടിച്ചു കീറാൻ വരുന്ന തണുപ്പിനെ ചെറുക്കൽ -എല്ലാറ്റിനും പണംതന്നെ വേണം. പഠിക്കണം എന്നാഗ്രഹവുമായാണ് വന്നതെങ്കിലും, ആദ്യം നിലനിൽപ്പ് ശ്രദ്ധിക്കണമെന്ന നിലയായി. ഉമാശങ്കർ ഒരു ഷർട്ട് ഫാക്ടറിയിൽ ജോലിക്ക് പോകാൻ തുടങ്ങി. പകൽ മുഴുവൻ ഞാൻ തനിച്ച് വീട്ടിൽ. ഭക്ഷണം പാകം ചെയ്യൽ അവിടെ നില്ക്കട്ടെ. നേരാംവണ്ണം ഗ്യാസ് കത്തിക്കാൻ പോലും എനിക്ക് അറിഞ്ഞിരുന്നില്ല. വീട് പുറത്തുനിന്ന് പൂട്ടിയിട്ടാണ് ഉമാശങ്കർ പോകുക. ഭക്ഷണത്തിന് പൈസ തന്നു പോകും. പക്ഷേ, പുറത്തേക്ക് പോകാൻ നിവർത്തിയില്ല. പാലുല്പന്നങ്ങൾ വില്ക്കുന്ന ഒരുവനിൽ നിന്ന് ജനലിൽകൂടി ഭക്ഷണം വാങ്ങും. പക്ഷേ, പാലും ചോക്ലെറ്റും ഐസ്ക്രീമൊക്കെ കാണുമ്പോൾ, എനിക്ക് കൊതിവരും. ഒന്നും ഒഴിവാക്കില്ല. വാസ്തവത്തിൽ ഭക്ഷണത്തിന് അനുവദിച്ചുതന്ന ബഡ്ജറ്റൊക്കെ കഴിഞ്ഞും ചെലവായിട്ടുണ്ടാവും. ആഴ്ചയവസാനം വരുമ്പോൾ, രണ്ടറ്റം മുട്ടിക്കാൻ ബദ്ധപ്പെടുന്ന ഉമാശങ്കറിന് ദ്വേഷ്യം വരും. അടുത്തകാലത്തൊന്നും ഞാൻ ഭക്ഷണം പാകം ചെയ്തു തരാൻ സാദ്ധ്യതയില്ലെന്ന് മനസ്സിലാക്കിയ ഉമാശങ്കർ, സ്വയം ഒരു പോംവഴി കണ്ടുപിടിച്ചു. ഒരു ശനിയാഴ്ച എന്നെകൂട്ടി മാർക്കറ്റിലേക്കിറങ്ങി. വേണ്ട സാധനങ്ങളൊക്കെ വാങ്ങിച്ച്, ഒരാഴ്ചക്കുള്ള ഭക്ഷണം പാചകം ചെയ്തു എന്നേയും പഠിപ്പിച്ചു. എത്രക്ഷമയോടേയും സ്നേഹത്തോടുമാണ് ഉമാശങ്കർ അന്നൊക്കെ എന്നോട് പെരുമാറിയിരുന്നത്!.

തനിച്ച് ഒന്നും ചെയ്യാനുള്ള ധൈര്യമുണ്ടായിരുന്നില്ലെങ്കിലും ചെറിയ രീതിയിൽ പാചകം ചെയ്യാൻ ഞാനും തുടങ്ങി, ഞങ്ങൾ താമസിച്ചിരുന്നത് ഒരു മൂന്നുനില കെട്ടിടത്തിലായിരുന്നു. ഒന്നാം നിലയിൽ ഞങ്ങൾ. രണ്ടാം നിലയിലായിരുന്നു കെട്ടിട ഉടമസ്ഥയായ ഗ്രീക്ക് സ്ത്രീ. ഞങ്ങൾ തമ്മിൽ ഒന്നും സംസാരിച്ചിരുന്നില്ലെങ്കിലും, പാചകത്തിൽ ഞാൻ പൂജ്യമാണെന്ന് അവർ മനസ്സിലാക്കി. ഉരുളക്കിളങ്ങും വഴുതിനങ്ങയുംകൂടി വളരെ ലളിതമായ ഒരു കറിയുണ്ടാക്കാൻ അവർ പറഞ്ഞുതന്നു. ഇന്നെന്തായാലും ഉമാശങ്കറിനെ ഒന്നു ഞെട്ടിക്കാമെന്ന് ഞാനും സ്വപ്നം കണ്ടു. പച്ചക്കറിരണ്ടും അരിഞ്ഞ് പാത്രത്തിലാക്കി ഗ്യാസടുപ്പിൽവെച്ചു. അതിന്നിടക്ക് എന്തോ ആവശ്യത്തിന് ഞാൻ താഴേക്ക് പോയി. വീട്ടിലെ കാളിംഗ് ബെല്ലിന്റെ ശബ്ദം ഞാൻ താഴെ നിന്നു തന്നെ കേട്ടു. ഓടിച്ചെന്ന് നോക്കിയപ്പോൾ നമ്മുടെ ഗ്രീക്ക് സ്ത്രീ ദ്വേഷ്യപ്പെട്ട് മുന്നിൽ നിൽക്കുന്നു. 'നിനക്ക് ഗ്യാസ് നേരെ കത്തിക്കാനും പാചകം ചെയ്യാനും ഒട്ടും അറിയില്ല. എന്റെ വീടാകെ ഇപ്പോൾ തീപിടിച്ച് പൊട്ടിത്തെറിച്ചേനെ.

നിന്റെ കറിയെല്ലാം കരിഞ്ഞ് മോശമായിപ്പോയിരിക്കുന്നു. നീ തനിച്ച് ഒരിക്കലും ഈ വീട്ടിൽ പാചകം ചെയ്യരുത്.' അവരുടെ ദേഷ്യപ്പെട്ടുകൊണ്ടുള്ള ഇംഗ്ലീഷ് വർത്തമാനത്തിൽ നിന്നും ഇത്രയും മനസ്സിലാക്കാൻ തന്നെ ഞാൻ പാടുപെട്ടു. ഉള്ളിൽ എനിക്ക് പേടി തോന്നിയെങ്കിലും, ഒരു ചമ്മലോടെ നിന്നു. അതിനുശേഷം ഉമാശങ്കർ വീട്ടിലുള്ളപ്പോൾ തന്നെ പാചകം ചെയ്യാൻ തുടങ്ങി. പക്ഷേ, ഇതൊന്നുമല്ല ഉമാശങ്കറിനെ ഞെട്ടിച്ചത്. അലമാറ തുറന്നപ്പോൾ മുഷിഞ്ഞ തുണികൾ ഒന്നായി താഴേക്ക് വീണു. എന്താണ് ചെയ്തു വെച്ചിരിക്കുന്നത്? ഉമാശങ്കറിന് ഒന്നും മനസ്സിലായില്ല. രണ്ടു സ്യൂട്ട്കേസുകൾ മുഴുവൻ ബോംബെയിലെ ഫാഷൻ വേഷ വിധാനങ്ങളുമായാണ് ഞാൻ ലണ്ടനിലെത്തിയത്. ഓരോ വേഷവും രണ്ടു ദിവസം ഉപയോഗിക്കും. പിന്നെ ചുരുട്ടി അലമാറയിലേക്ക് തള്ളും. ആ ചെറിയ വീട്ടിൽ വസ്ത്രങ്ങൾ നനച്ച് വൃത്തിയാക്കി, ഉണക്കിയെടുക്കുന്നതെങ്ങിനെയെന്ന് എനിക്കറിയില്ലെന്നതായിരുന്നു വാസ്തവം. ഒരു സ്യൂട്ട്കേസിലെ വസ്ത്രങ്ങളെല്ലാം തീർന്നു. രണ്ടാമത്തെതിൽ നാലഞ്ചെണ്ണം മാത്രമായപ്പോഴാണ് ഇതുണ്ടായത്. ചുരുക്കത്തിൽ അബദ്ധങ്ങളുടെ കൂമ്പാരമായിരുന്നു, ലണ്ടനിലെ ആദ്യത്തെ രണ്ടുമൂന്നു മാസങ്ങൾ. ഉമാശങ്കർ ദേഷ്യപ്രകൃതക്കാരനല്ലാത്തതുകൊണ്ട് ഞാൻ രക്ഷപ്പെട്ടു. പിന്നീട് ടബ്ബിലിട്ട് തുണി കഴുകാനൊക്കെ പഠിപ്പിച്ചുതന്നു.

ലണ്ടനിലെ ശൈത്യം വളരെ കഠിനമാണ്. അക്കാലത്ത് ഉമാശങ്കറിന്റെ ജോലി കുറച്ച് ദൂരെയായിരുന്നു. ട്രെയിനിൽ പോകണം. തണുപ്പു തടുക്കുവാനുള്ള വേഷവിധാനങ്ങൾക്കൊക്കെ വലിയ വില. കൂട്ടുകാർ പറഞ്ഞു കൊടുത്തിരുന്ന വിദ്യയാണ് ഉച്ചക്ക് കഴിക്കാനുള്ള രണ്ടു കോഴിമുട്ടകൾ ചൂടോടെ പൊതിഞ്ഞ് പാന്റിന്റെ രണ്ടു പോക്കറ്റിലിട്ട്കൊണ്ട് പോകും. അത്രയും ചൂടെങ്കിലും കിട്ടട്ടെ. പുതിയ നാട്ടിൽ, വളരെ വ്യത്യസ്തമായ കാലാവസ്ഥ, പുതിയ ജീവിതരീതി, സുഖസൗകര്യങ്ങൾക്കു വേണ്ടത്ര പണം ഇല്ലായ്മ, ഇതിന്റെ പുറമെ എന്റെ ചുമതലയും, ഞാൻ പല രീതിയിലും നിസ്സഹായയായിരുന്നു. പക്ഷേ, എല്ലാ പ്രശ്നങ്ങൾക്കും ഉമാശങ്കർ എന്തെങ്കിലും പ്രതിവിധി കാണും. അങ്ങിനെ അബദ്ധങ്ങളും സുബദ്ധങ്ങളുടേയുമിടക്ക് ഉമാശങ്കറും ഞാനും നോർത്ത് വെസ്റ്റേൺ പോളിടെക്നിക്ക് ഇവന്റ്സ് സ്കൂളിൽ സായാഹ്ന ക്ലാസ്സുകൾക്കു ചേർന്നു. ഉമാശങ്കർ ജോലി കഴിഞ്ഞ് വീട്ടിൽ വന്ന് എന്നേയും കൂട്ടിക്കൊണ്ടു പോകും. അങ്ങിനെ എന്റെ ലോകം കറേകൂടി വലുതായി.ഞങ്ങൾ ലണ്ടൻ ജീവിതം മനസ്സിലാക്കാനും ആസ്വദിക്കാനും തുടങ്ങി. പക്ഷെ, പഠിത്തം തുടങ്ങി നാലഞ്ചു മാസങ്ങൾ കഴിഞ്ഞപ്പോഴേക്കും ഞാൻ ഗർഭവതിയായി. അതറിഞ്ഞപ്പോഴേക്കും തന്നെ വീട്ടിൽ നിന്ന് എല്ലാവരും തിരിച്ചു വരാനുള്ള വിളികളായി. അഞ്ചുമാസം കഴിഞ്ഞാൽ വിമാനത്തിൽ

യാത്ര ചെയ്യാനും പറ്റില്ല. അങ്ങിനെ ഞങ്ങളുടെ ലണ്ടൻ ജീവിതം അവസാനിച്ചു.

## വീണ്ടും ബോംബെയിൽ

വീണ്ടും എന്റെ പ്രിയപ്പെട്ട ബോംബെയിൽ, ഞങ്ങളുടെ പ്രിയപ്പെട്ട സ്മൃതിയിലെത്തി അല്ലലില്ലാതെ സുഖകരമായ ജീവിതം. ഗർഭവതിയാണല്ലോ! അമ്മയുടെ പരിഭവം മുഴുവൻ മാറിയിട്ടില്ലെങ്കിലും പരിചരണത്തിൽ ഒട്ടും കുറവില്ല. സുധാകർ, ബാലു, നിർമ്മല, സുരേഷ് - അവരുടെ സന്തോഷം പറഞ്ഞറിയിക്കാൻ വയ്യ. വീട്ടിലെ കിലുക്കാംപെട്ടി ഞാനായിരുന്നു. ഇപ്പോഴും മാറിയിട്ടുമില്ല. അതിനു പുറമേ മൂത്ത ഏട്ടനായി ഉമാശങ്കറും. കുടുംബത്തിന്റെ ഈ സുന്ദരവും സുഖകരവുമായ കൂടിചേരലിലേയ്ക്കാണ് ഞങ്ങളുടെ മകൻ സിദ്ധാർത്ഥ് പിറന്നു വീണത്. 1962 ഡിസംബർ മാസത്തിൽ. ഭാര്യ എന്ന നിലയിൽ വേണ്ട നീതി പുലർത്താൻ സാധിച്ചിട്ടില്ലെന്ന ഒരു കുറ്റബോധം അക്കാലത്ത് എന്റെ ഉള്ളിലെപ്പോഴുമുണ്ടായിരുന്നു. അതുകൊണ്ടുതന്നെ ഞാൻ നല്ലൊരു അമ്മയാകാൻ ശ്രമിച്ചു. പ്രത്യേകിച്ചും സിദ്ധാർത്ഥിന് ഒരു അസുഖമുണ്ടായിരുന്നു. ചെറുതായി കരയുമ്പോഴേയ്ക്കും ശ്വാസം കിട്ടാതാവും. ഓരോ പ്രാവശ്യവും അങ്ങിനെ വരുമ്പോഴും എന്റെ ഹൃദയം പടപടാമിടിക്കും കുട്ടികളുടെ ഡോക്ടറായിരുന്ന അച്ഛൻ എല്ലാം പറഞ്ഞു തന്നിരുന്നുവെങ്കിലും ഞാൻ അവന്റെയടുത്തുനിന്ന് അധികം വിട്ടുമാറിയിരുന്നില്ല. പക്ഷേ, അവന് അഞ്ചാറുമാസം പ്രായമായപ്പോഴേക്കും അച്ഛൻ ഞങ്ങളുടെ രണ്ടാളുടെയും കോളേജ് പഠനത്തിനുള്ള ഒരുക്കങ്ങളൊക്കെ ചെയ്തു. കുഞ്ഞിനെ വിട്ടുനില്ക്കാൻ മനസ്സില്ലാത്തതുകൊണ്ട് പഠിക്കുവാൻ ഇപ്പോൾ താല്പര്യമില്ലെന്ന് തീർത്തു പറഞ്ഞെങ്കിലും അച്ഛൻ സമ്മതിച്ചില്ല. 'കുഞ്ഞിനെ അമ്മ നിന്നെക്കാൾ നന്നായിനോക്കും' അങ്ങിനെ വീണ്ടും ഞങ്ങൾ കോളേജ് ജീവിതത്തിലേക്ക്. ഞാൻ ബി.എ (ഹിസ്റ്ററി) യും ഉമാശങ്കർ ബി.എ (ഇക്കണോമിക്സ്) എടുത്തു ചേർന്നു. നാലുകൊല്ലങ്ങളിലെ കോളേജ് ജീവിതം. ജീവിതത്തിലെ ഏറ്റവും സന്തോഷകരമായ ഒരു കാലമായിരുന്നു. ഉമാശങ്കറിന്റെ കലാപരമായ കഴിവുകളുടെ തിളക്കം ഞാൻ കണ്ടത് ആ കാലത്താണ്, ഇംഗ്ലീഷ് ക്ലാസിക്കലുകളൊക്കെ, നാടകമായി സ്റ്റേജിൽ വളരെ കൗതുകകരമായി അവതരിപ്പിച്ചിരുന്നു. നന്നായി പാടുകയും അഭിനയിക്കുകയും ചെയ്യും. നിർമ്മലയെ പാട്ടു പഠിപ്പിക്കുവാൻ വന്നിരുന്ന ഭാഗവതരുടെ കീഴിൽ ഉമാശങ്കറും കർണാടക സംഗീതവും അഭ്യസിക്കാൻ തുടങ്ങി.

എല്ലാ പാഠ്യേതരവിഷയങ്ങളിലും ഉമാശങ്കർ മികവ് കാട്ടി. പഠിത്തവും നന്നായിപ്പോയി. ദമ്പതികളായ വിദ്യാർത്ഥികൾ ഒരേ ക്ലാസ്സിൽ പഠിക്കുന്നത് അന്നത്തെ കാലത്ത് അസാധാരണമായിരുന്നു. അതുകൊണ്ടൊക്കെ ഞങ്ങളെ കോളേജിൽ എല്ലാവരും ശ്രദ്ധിച്ചിരുന്നു. അങ്ങിനെയാണ് അരൂപിനെ പരിചയപ്പെട്ടത് പ്രസിദ്ധ ഹിന്ദി സിനിമാതാരമായിരുന്ന അശോക് കുമാറിന്റെ മകൻ. ഉമാശങ്കറും അരൂപും പെട്ടെന്ന് അടുത്തു. അരൂപിന് ഉമാശങ്കർ ഒരു കൊച്ചേട്ടനായി ജൂനിയർ ബി. എ കഴിഞ്ഞപ്പോൾ, ഞങ്ങൾ പെഡർറോഡിലുള്ള സോഫിയ കോളേജിൽ ചേർന്നു. ബി.എയ്ക്ക്. അപ്പോഴേക്കു തന്നെ അരൂപ് ഞങ്ങളുടെ വീട്ടിൽ ഏതാണ്ട് നിത്യസന്ദർശകനായി മാറി. അച്ഛനും അമ്മയും മക്കളും മരുമകനും എല്ലാം വളരെ സ്നേഹത്തോടും സ്വാതന്ത്ര്യത്തോടും തുറന്നു സംസാരിക്കുകയും പെരുമാറുകയും ചെയ്തിരുന്ന 'സ്മൃതി'യിലെ അന്തരീക്ഷം വല്ലാതെയാകർഷിച്ചുവെന്ന് തോന്നുന്നു. സ്മൃതിയിൽ ഞങ്ങൾ കുടുംബാംഗങ്ങളിൽ ഓരോത്തരുടേയും വ്യക്തിത്വം മാനിയ്ക്കപ്പെട്ടിരുന്നു. മൂന്നുനാലുകൊല്ലങ്ങൾ കൊണ്ട് ഉമാശങ്കർ മലയാളവും സംസാരിക്കാൻ തുടങ്ങി ഹിന്ദി, ഇംഗ്ലീഷ്, ഫ്രഞ്ച്, ക്രിയോൾ (മൗറീഷ്യസിലെ ഭാഷ), മലയാളം എല്ലാം ഉമാശങ്കറിന് വഴങ്ങിയിരുന്നു. അച്ഛന്റെ മൂത്തമകന്റെ സ്ഥാനമാണെല്ലാവരും നല്കിയിരുന്നത്, അമ്മയുടെ കൂടെ മാർക്കറ്റിൽ പോകും അച്ഛന്റെ എല്ലാ കാര്യങ്ങൾക്കും സഹായിക്കും. അച്ഛന്റെ ഉറ്റ സുഹൃത്തുക്കൾക്കും എല്ലാകാര്യത്തിനും ഉമാശങ്കറിനെ വിളിക്കാം. 'ഉമാശങ്കറിനോടുകൂടി നമുക്ക് ചോദിക്കാം' എന്നെല്ലാവരും പറയാൻ തുടങ്ങി. എത്രവേഗമാണ് ഞങ്ങളുടെ കുടംബവുമായി ഉമാശങ്കർ അലിഞ്ഞുചേർന്നത്. വി. കെ കൃഷ്ണമേനോന്റെ തിരഞ്ഞെടുപ്പ് പ്രചരണം, കേരള സമാജം പ്രവർത്തനങ്ങൾ തുടങ്ങിയ അച്ഛന്റെ ഡോക്ടറേതരകാര്യങ്ങളിലൊക്കെ ഉമാശങ്കർ വലം കൈയായി. സ്മൃതിയിൽ ഉമാശങ്കർ എത്തിപ്പെട്ടത് ഒരു അനുഗ്രഹമായി എല്ലാവരും കാണാൻ തുടങ്ങി. അധികം താമസിയാതെ ഞങ്ങൾക്ക് രണ്ടാമതൊരു കുഞ്ഞുകൂടി ജനിച്ചു പെൺകുട്ടി അവൾക്ക് ഞങ്ങൾ ഗീതാഞ്ജലി എന്നു പേരിട്ടു. ഉമാശങ്കറിനും എനിക്കും ടാഗോറിന്റെ ഗീതാഞ്ജലിയോട് കടുത്ത പ്രേമമായിരുന്നു.

അധികകാലം ബോംബെയിൽ തന്നെ കഴിയാൻ ഉമാശങ്കറിന്റെ മനസ്സ് സമ്മതിച്ചില്ല ജന്മനാടായ മൗറീഷ്യസിന്റെ വിളി കേൾക്കാതിരിയ്ക്കാനായില്ല. ഉമാശങ്കറിന്റെ അമ്മയും ഋഷിയും ഒക്കെ ഇപ്പോൾ അവിടെയാണ്, മൗറീഷ്യസിലേക്കുള്ള ആദ്യ എയർ വിമാനം 1968 ആഗസ്റ്റ് 15 നായിരുന്നു. അതിലാണ് ഞങ്ങൾ മൗറീഷ്യസിലെത്തിയത്. ഒരു ചെറിയ എയർപോർട്ടായിരുന്നു കാര്യമായുണ്ടായിരുന്നത്, റൺവേമാത്രം.

വിമാനമിറങ്ങിയതും അഞ്ചു വയസ്സുകാരനായ എന്റെ മകൻ സിദ്ധാർത്ഥ് പുറത്തേയ്ക്കൊരൊറ്റ ഓട്ടം. കയ്യിലുണ്ടായിരുന്ന നാൽപത്തിയഞ്ചു ദിവസം മാത്രം പ്രായമായ ഗീതാഞ്ജലി ഉറങ്ങുന്ന ടവ്വൽ തൊട്ടടുത്തു നിന്നിരുന്ന ഒരു മദ്ധ്യവയസ്ക്കനെ ഏല്പിച്ച് ഞാൻ എന്റെ വിറളി പിടിച്ച മകന്റെ പിന്നാലെ ഓടി. അവനെ കണ്ടുപിടിച്ച് തിരിച്ചു വരുന്നതുവരെ അദ്ദേഹം ആ ഭാണ്ഡവും പിടിച്ചു നില്ക്കുകയായിരുന്നു, പെട്ടെന്നുണ്ടായ ആ സംഭവത്തിൽ ഇദ്ദേഹത്തിനെ ബുദ്ധിമുട്ടിച്ചുവല്ലോ? വിഷമിച്ചതിൽ അതീവ ദുഖമുണ്ടെന്നും പ്രത്യേകം നന്ദിയുണ്ടെന്നും പറഞ്ഞു. അപ്പോഴേയ്ക്കാണ് ഉമാശങ്കർ അടുത്ത വെടി പൊട്ടിച്ചത്. 'നീ എന്താണ് കാണിച്ചത് ശകു അദ്ദേഹം മൗറീഷ്യസിന്റെ പ്രധാനമന്ത്രി ശിവുസാഗൂർ റാംഗുലാം ആണ്.' ഞാൻ നിന്നിടത്തുനിന്ന് അലിഞ്ഞുപോയി അദ്ദേഹം വളരെ നിസ്സാരമായി അതിനെ കണ്ടത് ഭാഗ്യമായി. പിന്നീടാണറിഞ്ഞത് അദ്ദേഹം ഉമാശങ്കറിന്റെ അമ്മയുടെ തറവാട്ടിലെ ഒരു സഹോദരനായിരുന്നു.

ലേബർ പാർട്ടിയാണ് അന്ന് മൗറീഷ്യസ് ഭരിച്ചിരുന്നത്. വിമാനം ആദ്യമായി മൗറീഷ്യസിലിറക്കാൻ പറ്റിയത് പാർട്ടിയ്ക്കും മുഖ്യമന്ത്രിക്കും അവരുടെ തൊപ്പിയിൽ ഒരു തൂവൽകൂടി തുന്നിചേർത്തു. മൗറീഷ്യസിന്റെ ആദ്യ റിപ്പബ്ലിക് ദിനാഘോഷത്തിന് ഇന്ത്യയുടെ പ്രതിരോധമന്ത്രിയായിരുന്ന വി. കെ കൃഷ്ണമേനോനാണ്, മൗറീഷ്യസിന്റെ വിശിഷ്ട അതിഥിയായി ക്ഷണിക്കപ്പെട്ടിരുന്നത്. അദ്ദേഹം എന്റെ അച്ഛന്റെ ഉറ്റമിത്രമാണെന്നും ബോംബെയിൽ വരുമ്പോഴെല്ലാം ഞങ്ങളുടെ വീട്ടിൽ വരാറുണ്ടെന്നും ഉമാശങ്കർ പറഞ്ഞപ്പോൾ സ്വീകരണത്തിന് ഞങ്ങളും പ്രത്യേകം ക്ഷണിക്കപ്പെട്ടു. അദ്ദേഹം ഞങ്ങളുടെ വീടും സന്ദർശിച്ചു. അന്ന് ഞങ്ങൾ താമസിച്ചിരുന്നത് ഖത്രെബേൺ എന്ന സ്ഥലത്തായിരുന്നു. ഖത്രെബേൺ എന്നത് ഫ്രഞ്ച് വാക്കാണ്. നാലതിരുകളുള്ള സ്ഥലം എന്നർത്ഥം വി.കെ കൃഷ്ണമേനോനുമായുള്ള അടുപ്പം മനസ്സിലാക്കിയ പാർട്ടിക്കാർ ഉമാശങ്കറിന് പ്രത്യേകം സ്ഥാനം നല്കാൻ തുടങ്ങി.

## ഉമാശങ്കറിന്റെ രാഷ്ട്രീയച്ചായ്‌വ്

1968 മാർച്ച് 12 നാണ് മൗറീഷ്യസ് ഒരു സ്വതന്ത്രരാഷ്ട്രമായി നിലവിൽ വന്നത്. പല രാജ്യങ്ങളിൽ നിന്ന് വന്ന് കുടിയേറിപ്പാർത്തവരെല്ലാം തന്നെ വിവിധ മതം, ഭാഷ സംസ്കാരം തുടങ്ങിയവയാൽ ബന്ധിതരായിരുന്നു. എങ്കിലും മൗറീഷ്യസ് ഒരു സ്വതന്ത്ര രാഷ്ട്രമായിത്തീർന്നപ്പോൾ തങ്ങളുടേതായ ഒരു സ്വതന്ത്രരാഷ്ട്രം കെട്ടിപ്പടുക്കുന്നതിനുള്ള ഒരു ത്വര എല്ലാ മൗറീഷ്യൻ പൗരനിലും പ്രകടമായിരുന്നു. മിക്ക തസ്തികകളിലും

നിയമിക്കപ്പെടുവാൻ വേണ്ടത്ര യോഗ്യതയുള്ള വ്യക്തികളില്ലായിരുന്നു. അതുകൊണ്ടുതന്നെ ഞങ്ങൾ വെറും ബിരുദധാരികൾ മാത്രമായിരുന്നെങ്കിലും സെക്കന്ററി സ്കൂൾ അധ്യാപകരായി നിയമിക്കപ്പെട്ടു. അവരുടെയിടയിൽ നല്ല അധ്യാപകരായി ഞങ്ങൾ ശോഭിക്കുകയും ചെയ്തു. പക്ഷേ, ഉമാശങ്കറിന് ജോലിയേക്കാളൊക്കെ താല്പര്യം രാഷ്ട്രീയത്തിനോടായിരുന്നു. 1969 ൽ തന്നെ ഉമാശങ്കർ ഖത്രെബ്രേണിലെ മേയറായി തിരഞ്ഞെടുക്കപ്പെട്ടു ഒരു വർഷത്തെ മേയർ പ്രവർത്തനം വളരെ മികച്ചതുതന്നെയായിരുന്നുവെന്ന് പറയാതെവയ്യ. ജനനന്മയ്ക്കായി നിസ്വാർത്ഥമായ സേവനം കാഴ്ചവെച്ച ജനപ്രിയനായ മേയറായിത്തന്നെ ഉമാശങ്കർ ശോഭിച്ചു.

ഉമാശങ്കറിന്റെ രാഷ്ട്രീയത്തിലേക്കുള്ള ചായ്വ് ഞാൻ മനസ്സിലാക്കിത്തുടങ്ങിയത് അക്കാലത്തായിരുന്നു. ലോകബാങ്കിന്റെ സഹായത്തോടെ മൗറീഷ്യൻഗ്രാമങ്ങളുടെ സാമ്പത്തിക ഭദ്രത ഉറപ്പുവരുത്തുവാനുള്ള പദ്ധതിയുടെ തലവൻ ഉമാശങ്കർ തന്നെയായിരുന്നു. ഗ്രാമങ്ങൾ തോറും നിയമിക്കപ്പെട്ടവരുടെ പ്രവർത്തനം മേൽനോട്ടം വഹിച്ചിരുന്നതും ഉമാശങ്കർ. തിരഞ്ഞെടുപ്പു കഴിയുന്നതുവരെ ലേബർപാർട്ടിയിൽ നിന്ന് പ്രവർത്തിക്കുന്നതോടൊപ്പം പാർട്ടിയിൽ സ്വന്തം സ്ഥാനം അരക്കിട്ടുറപ്പിക്കുന്നതിനും ഉമാശങ്കർ പ്രത്യേകം ശ്രദ്ധിച്ചിരുന്നു. വി.കെ. കൃഷ്ണമേനോന്റെ ആദ്യ മൗറിഷ്യൻ സന്ദർശനത്തോടനുബന്ധിച്ച് ചുരുങ്ങിയ സമയംകൊണ്ട് ഉമാശങ്കർ സംഘടിപ്പിച്ച യോഗം പ്രത്യേകം പ്രശംസ നേടി. മരുമകൻ നല്ല മിടുക്കനാണെന്നും ധാരാളം കഴിവുണ്ടെന്നും നല്ലൊരു ഭാവിയുണ്ടെന്നും അദ്ദേഹം അച്ഛനോടും പറഞ്ഞിരുന്നു, ആത്മാർപ്പണബോധത്തോടെ തന്നെ ഏല്പിച്ച ജോലികൾ ശ്രദ്ധാപൂർവ്വം ചെയ്തു തീർക്കുന്ന വ്യക്തിയായാണ് ഉമാശങ്കർ അറിയപ്പെട്ടിരുന്നത്. പ്രധാനമന്ത്രിക്ക് ഉമാശങ്കറിനോട് വളരെ താല്പര്യമായിരുന്നു. ഉമാശങ്കറിന്റെ കഴിവുകളേയും കാര്യനിർവ്വഹണശേഷിയെപ്പറ്റിയും നല്ല മതിപ്പായിരുന്നു. അതിനിടെ, ഇന്ത്യൻ ഭരണഘടനയെപ്പറ്റി പഠിക്കുന്നതിന് ഫെലോഷിപ്പ് നല്കി, മൗറീഷ്യൻ ഗവൺമെന്റ് ഉമാശങ്കറിനെ ഡൽഹിയിലേക്ക് അയച്ചു. കെ ജഗത്സിംഗ് മന്ത്രിയുടെ കീഴിലുണ്ടായിരുന്ന മൗറീഷ്യസ് ഇക്കണോമിക് പ്ലാനിംഗ് യൂണിയൻ കൺസൾട്ടന്റായി ഉമാശങ്കർ നിയമിക്കപ്പെട്ടു. പ്രധാനമന്ത്രി ശിവുസാഗർ രാംഗുലാനേയും ജഗത്സിംഗ് മന്ത്രിയേയും ഉമാശങ്കറിന് വളരെ വിശ്വാസമായിരുന്നു. പക്ഷേ, നിർഭാഗ്യവശാൽ ലേബർപാർട്ടിയിൽ നിന്ന് തികച്ചും അപ്രതീക്ഷിതമായി മത്സരിക്കാൻ ഉമാശങ്കറിന് ടിക്കറ്റ് ലഭിച്ചില്ല. ഉമാശങ്കറിനെ വല്ലാതെ ദുഃഖത്തിലാഴ്ത്തിയ ഈ നീക്കം അദ്ദേഹത്തെ തകർത്തതുപോലെ തന്നെ, പാർട്ടിയുടെ പതനത്തിനും കാരണമായെ

ന്നുവേണം കരുതാൻ. ഒരു സ്വതന്ത്ര സ്ഥാനാർത്ഥിയായി ഉമാശങ്കർ മത്സ രിച്ചെങ്കിലും വിജയിച്ചില്ല.

ഉമാശങ്കറിന്റെ ജീവിതത്തിലേറ്റ ഏറ്റവും വലിയ പ്രഹരമായിരുന്നു അത്. രാഷ്ട്രീയാന്തരീക്ഷത്തിലല്ലാതെ ശ്വാസമെടുക്കാൻ വയ്യാത്തത്ര നിലയിൽ എങ്ങിനെയാണ് ഉമാശങ്കർ എത്തിച്ചേർന്നതെന്ന് എനിക്കും തെല്ലൊരദ്ഭുതമായിരുന്നു. രാഷ്ട്രീയത്തിൽ നിന്നകന്നൊരു നിലനിൽപ് ഉമാശങ്കറിന് സാദ്ധ്യമല്ലെന്ന് എനിക്ക് വളരെ വ്യക്തമാകാൻ തുടങ്ങി. ഉമാശങ്കർ ലേബർ പാർട്ടി വിട്ട് പുതിയൊരു പാർട്ടി ഉണ്ടാക്കി. ഊർജ്ജി തമായി പ്രവർത്തനം തുടങ്ങി. പക്ഷേ, ഈ പാർട്ടി തിരഞ്ഞെടുപ്പിൽ ജയിച്ചില്ല. 1976 തിരഞ്ഞെടുപ്പിൽ വേറെ രണ്ടു പാർട്ടികളുടെ കൂട്ടുകെ ട്ടോടെ മാത്രമേ ഭരിയ്ക്കാൻ സാധിച്ചുള്ളു. 1970 ൽ രൂപീകരിക്കപ്പെട്ട Movement Militant Mauritius (MMM) ന്റെ നായകനായ അനിരുധ് ജഗ നാഥ് പ്രതിപക്ഷ നേതാവായി. പിന്നീട് 1982 തിരഞ്ഞെടുപ്പിൽ അവർ തന്നെ അധികാരത്തിൽ വരുകയും ചെയ്തു. ഇദ്ദേഹം 1983 ൽ പുതിയ പാർട്ടി Mauritius Socialist Movement (MSM) രൂപീകരിച്ചു. രാഷ്ട്ര പിതാവായ സർ. സീവു സാഗൂർ റാംഗുലാന് 1983 ൽ ഗവർണർ ജനറൽ പദവിനല്കി. അദ്ദേഹം 1986 ൽ മരണപ്പെടുകയും ചെയ്തു. ഈ സംഭവ വികാസങ്ങളെല്ലാം ഉമാശങ്കറിനെ വല്ലാതെ തളർത്തി കളഞ്ഞു എന്ന് പറയാതിരിക്കാൻ വയ്യ. ഉയരങ്ങളിലേക്ക് വലിയ വേഗതയിൽ കുതിച്ചു കൊണ്ടിരുന്ന ഒരു വിമാനം, പെട്ടെന്ന് തലകീഴായി മറിഞ്ഞപോലെ യായി, ഉമാശങ്കറിന്റെ ജീവിതം. ഞാൻ ഒരു സ്ഥിരം ജോലി ലഭിക്കുന്ന തിനായി. ബോംബെയിൽ നിന്ന് ബിഎഡ് പാസ്സായി, മൗറീഷ്യസിൽ അധ്യാപികയായി സ്ഥിരം നിയമനവും ലഭിച്ചു. ജീവിതത്തിന് പ്രത്യേക മായൊരു ഉണർവ്വും ഉത്സാഹവും ഉണ്ടായിരുന്ന കാലം.

## മൗറിഷ്യസ് - അനുരാധയുടെ ജന്മനാട്

1973 ൽ ഞങ്ങൾക്ക് ഒരു കുഞ്ഞുകൂടി ജനിച്ചു. പെൺകുട്ടി. ഞങ്ങൾ അവർക്ക് അനുരാധ എന്ന് പേരിട്ടു. ഞങ്ങളുടെ മക്കളിൽ അവൾ മാത്ര മാണ് മൗറീഷ്യസിൽ ജനിച്ചു വളർന്ന പെൺകുട്ടി. ഇക്കാലമത്രയും മലയാളികളായ അച്ഛനമ്മമാർക്ക് ബോംബെയിൽ ജനിച്ചുവളർന്ന്, ഒരു മൗറീഷ്യൻ പൗരനെ വിവാഹം ചെയ്ത പെൺകുട്ടിയായിരുന്നു ഞാൻ. എന്നാൽ അനുരാധയുടെ ജനനത്തിന് ശേഷം, എങ്ങനെയോ ഞാൻ മൗറീഷ്യസ് എന്ന ദ്വീപിനേയും അവിടെത്തെ മനുഷ്യരേയും കുറേക്കൂടി സ്നേഹിക്കുവാൻ തുടങ്ങി. ബോംബെയിൽ ജനിച്ചുവളർന്ന എനിക്ക് മൗറിഷ്യസ് ഒരതിസുന്ദരമായ ദ്വീപാണെന്ന് തോന്നുന്നത് സ്വാഭാവികം

മാത്രം. പക്ഷെ, ദൈവത്തിന്റെ സ്വന്തം നാടായ കേരളത്തിൽ നിന്നുവന്ന ഒരു സാഹിത്യകാരൻ (വർഷങ്ങൾക്കുശേഷം) രേഖപ്പെടുത്തിയ ചില വരികൾകൂടി ഞാനിവിടെ ചേർക്കട്ടെ? 'ഏതോ അനാദികാലത്, അവനി യുടെ അന്തഃക്ഷോഭത്തിനിടയിൽ അലകടലിൽ നിന്ന് ഉയർന്നുവന്ന ശിഥി ലശിലോച്ചയങ്ങൾ, അവയ്ക്കിടയിലെ താഴ്‌വാരത്തട്ടുകൾ, കാലം അവയെ മൃൺമയമാക്കി. ഹരിതവസനമുടുപ്പിച്ച് താരും തളിരും ചാർത്തി. പച്ച മേലാടയണിഞ്ഞ ഒരു ദ്വീപങ്ങനെ പിറവികൊണ്ടു. ഇപ്പോൾ വംശ നാശം വന്നുകഴിഞ്ഞ ഡോഡോ എന്ന വാലില്ലാപ്പക്ഷിയായിരുന്നു പ്രധാന അധിനിവാസി. അഞ്ഞൂറ് വർഷങ്ങൾക്ക് മുൻപുവരെ ആ കരയെ മനുഷ്യ പാദങ്ങൾ സ്പർശിച്ചില്ല. ഒടുവിൽ എ.ഡി. 1500-ൽ പോർച്ചുഗീസുകാർ അവിടെ കാൽകുത്തി. പിന്നീട് ക്രമത്തിൽ ഡച്ച്-ഫ്രഞ്ച്-ബ്രിട്ടീഷ് കോയ്മ കൾ കൈയടക്കി. ദ്വീപിന് മൗറീഷ്യസ് എന്ന പേരുവന്നു.'

മലയാളത്തിന്റെ ഒരു പ്രശസ്ത സാഹിത്യകാരനും, ഒറ്റപ്പാലത്തു കാരനുമായ അഡ്വ: പി.ടി. നരേന്ദ്രമേനോൻ വർഷങ്ങൾക്കുശേഷം മൗറി ഷ്യസ് സന്ദർശിച്ചപ്പോളെഴുതിയ ഒരു ലേഖനത്തിൽ നിന്നെടുത്ത വരികളാണ് ഞാനിവിടെ ചേർത്തത്. ഇന്ത്യാസമുദ്രത്തിലെ ചെറുതെ ങ്കിലും അതി മനോഹരമായ ദ്വീപാണ് മൗറീഷ്യസ്. മെഡഗാസ്കറാണ് ഏറ്റവും അടുത്തുള്ള അറിയപ്പെടുന്ന സ്ഥലം. 800 കി.മീ. അകലെ. മൗറി ഷ്യസിലെ കുട്ടികളുടെ അധ്യാപികകൂടിയായ എനിക്ക് കുറച്ച് ചരിത്രം കൂടി അറിയേണ്ടതല്ലേ? ഞാനന്വേഷിച്ചു.

മൗറീഷ്യസിൽ ഒരു സ്ഥിരതാമസം എന്ന ഉദ്ദേശ്യത്തോടെ ആദ്യം വന്നത് ഡച്ചുകാരനായ കമീലിയസ് സിമോൺസ് ഗൂറയാണ്, 1638 ൽ. ഒരു ഡോക്ടറും, പാതിരിയും കുറച്ചു പട്ടാളക്കാരും അടിമകളുമാണ് സംഘത്തിലുണ്ടായിരുന്നത്. എ.ഡി 1000 ന് മുൻപ് വെള്ളത്തിനും ഭക്ഷ ണത്തിനുമായി അറബികളും പോർച്ചുഗീസുകാരും ഈ തുറമുഖത്തിനെ ഉപയോഗിക്കാറുണ്ടായിരുന്നുവത്രെ. പക്ഷേ, കരിമ്പുകൃഷിയും, ജാവയിൽ നിന്നുള്ള മാനുകളും അടിമകളും ഒക്കെയായി തുടങ്ങിയ സെറ്റിൽമെന്റ്, പിന്നീട് കേപ് ഓഫ് ഗുഡ്ഹോപ്പ് കുറച്ചുകൂടി സുരക്ഷിതമായി തോന്നി യതുകൊണ്ട്, മൗറിഷ്യസ് ഒഴിവാക്കുകയാണ് ചെയ്തത്.

1721 മുതല്ക്കുള്ള ഫ്രഞ്ച് ഭരണത്തിൻകീഴിൽ മൗറീഷ്യസ് ഐശ്വ ര്യത്തിലേക്കുയർന്നു. ഇന്ത്യയിൽ ഫ്രഞ്ചുകാർക്കുള്ള ആസ്തികൾക്ക്, മൗറീഷ്യസ് ഒരു തന്ത്രപരമായ പോർട്ട് ആയിരുന്നു. പക്ഷേ 1810 ൽ നേപ്പോളിയൻ നയിച്ച യുദ്ധത്തിൽ, ഫ്രാൻസ് ഇംഗ്ലണ്ടിനോട് തോറ്റപ്പോ ഴുണ്ടാക്കിയ കരാറിന്റെ ഭാഗമായി മൗറീഷ്യസ് ഇംഗ്ലണ്ടിന് കൈമാറ്റ പ്പെട്ടു.

തങ്ങളുടെ ഭരണത്തിൻ കീഴിലുള്ള ജനസംഖ്യ കുറവായ കോളനികളിൽ മനുഷ്യവാസം ഉറപ്പു വരുത്തുന്നതിന് ബ്രിട്ടീഷുകാർ ഉപയോഗിച്ചിരുന്ന ഒരു സ്ഥിരം മാർഗ്ഗമാണ്, ഇംഗ്ലണ്ടിലെ ജയിലുകൾ നിറയുമ്പോൾ, അവരെ ഇത്തരം സ്ഥലങ്ങളിലേക്ക് നാടുകടത്തുക എന്നത്. ഇങ്ങനെ ജയിൽപുള്ളികളെ അയക്കുന്നതും, സ്വകാര്യവ്യക്തികളോ സ്ഥാപനങ്ങളോ നടത്തുന്ന കരാർ വ്യവസ്ഥയും ഏകീകരിച്ച്, കരീബിയൻ, അമേരിക്കൻ കോളനികളിൽ ബ്രിട്ടീഷുകാർ ജനവാസം ഉറപ്പു വരുത്തിയിരുന്നു. 1787 മുതൽ ഇന്ത്യൻ ജയിൽപുള്ളികളേയും സുമാത്ര, മലാക്ക, പെനാങ്ങ്, സിങ്കപ്പൂർ തുടങ്ങിയ സ്ഥലങ്ങളിലേക്ക് അയക്കുമായിരുന്നു. ഒരുതരം നിർബന്ധിത കൂടുമാറ്റം. ബ്രിട്ടീഷുകാർ മൗറിഷ്യസ് പിടിച്ചെടുത്തപ്പോൾ മുതൽ ഇന്ത്യൻ ജയിൽപുള്ളികളെ താരതമ്യേന ജനവാസം കുറഞ്ഞ മൗറിഷ്യസിലേക്കും കൊണ്ടുവരാൻ തുടങ്ങി. 1829 മുതൽ ഈ പരിപാടി തുടങ്ങിയെങ്കിലും അത്ര വിജയിച്ചില്ല. മൗറിഷ്യസിലെ കരിമ്പുകൃഷിത്തോട്ടങ്ങൾ നടത്തിക്കൊണ്ടുപോയിരുന്നത് അടിമകളെ വെച്ചായിരുന്നു. ഇങ്ങനെ വന്ന ഇന്ത്യാക്കാരോട് കാണിച്ചിരുന്ന ക്രൂരതയുടെയും അനീതിയുടേയും കഥകളറിഞ്ഞ് 1839 ആയപ്പോഴേക്കും ഇമിഗ്രേഷൻ നിർത്തിവെച്ചു പക്ഷേ, അടിമത്ത നിരോധനം നിലവിൽ വന്നപ്പോൾ, ഇന്ത്യൻ ജോലിക്കാർക്ക് ദൗർലഭ്യമായി. പിന്നീട് 1834 മുതൽ നാലുകൊല്ലങ്ങൾകൊണ്ട് ഇരുപത്തയ്യായിരം പേരെ കൊണ്ടുവന്നു വീണ്ടും 1843 മുതൽ 30218 ആണുങ്ങളെയും 4307 സ്ത്രീകളേയും കൊണ്ടുവന്നു. വന്നവർ മൗറിഷ്യസിൽത്തന്നെ സ്ഥിരമായി തങ്ങണമെന്നുദ്ദേശിച്ചു തന്നെയാണ് സ്ത്രീകളേയും കൊണ്ടുവന്നത്.

അങ്ങിനെ ഈ ദ്വീപിലുള്ളവരെല്ലാം കുടിയേറിപ്പാർത്തവരാണ്. യൂറോപ്പ്, ഇന്ത്യ, ആഫ്രിക്ക, ചൈന എന്നീ രാജ്യങ്ങളിൽ നിന്നുള്ളവർ. ആദ്യം കുടിയേറിപ്പാർത്തവർ ഡച്ചുകാരും ഫ്രഞ്ചുകാരുമാണെങ്കിലും ഇപ്പോൾ ഡച്ചു വംശജരായ ആരും തന്നെയില്ല. ആഫ്രിക്കയിൽ നിന്നും, ഒരു ചെറിയ വിഭാഗവും ഇന്ത്യയിൽ നിന്നും കൊണ്ടുവന്ന അടിമകളും ജോലിക്കാരായിതന്നെ വന്നവരും ഫ്രഞ്ചുകാരും ചീനക്കാരും ഒക്കെ ഇപ്പോഴുള്ള മൗറിഷ്യൻ പൗരന്മാരുടെ മുൻഗാമികളാണ്.

1861 സെൻസസിൽ ഒരു ശതമാനത്തിൽ താഴെയുണ്ടായിരുന്ന ചീനരുടെ ജനസംഖ്യ 1952 ആയപ്പോഴേക്കും അഞ്ചുശതമാനമായി. ചീനരും ഇൻഡോ- മൗറീഷ്യരുമല്ലാത്ത മറ്റെല്ലാവരേയും കൂടി അറിയപ്പെട്ടിരുന്നത് പൊതുജന സംഖ്യം എന്നാണ്. 1856 വരെ ഇവർക്കായിരുന്നു സംഖ്യാബലം. 1851 –1861 വരെയുള്ള തടവുകാരായ തൊഴിലാളികൾ വന്നപ്പോൾ ഇൻഡോ- മൗറിഷ്യക്കാർ ജനസംഖ്യയിൽ മുൻപന്തിയിലെത്തി.

മൗറീഷ്യസ്, റോഡ്രിങ്ക്സ് എന്നീ രണ്ടു പ്രധാന ദ്വീപുകളും വേറെ കുറേ ചെറിയ ദ്വീപുകളും ചേർന്നതാണ് മൗറീഷ്യസ് റിപ്പബ്ലിക്. മൗറീഷ്യസിന്റെ കരഭാഗം ഏതാണ്ട് 1865 ചതുരശ്ര കിലോ മീറ്ററും റോഡ്രിഗ്സിന്റേത് വെറും 110 ചതുരശ്ര കിലോ മീറ്ററുമാണ് വൊൾകാനോകളിൽ നിന്നാണ് ഈ ദ്വീപുകൾ ഉത്ഭവിച്ചത്. ചുറ്റും നിറയെ പവിഴപ്പുറ്റുകളാണ് കാലാവസ്ഥ വളരെ സുഖകരം. 20-30 ഡിഗ്രിക്കും ശൈത്യകാലത്ത് 13-ഉം ഡിഗ്രിക്കും ഇടയിലുള്ള സുഖകരമായ കാലാവസ്ഥ. നല്ലപോലെ, (ഏതാണ്ട് 750 മില്ലിമീറ്റർ മുതൽ 3810 മീ. മീ വരെ) മഴ ലഭിക്കും. നവംബർ - മാർച്ച് മാസങ്ങളിൽ മാത്രം മണിക്കൂറിൽ 150 കി. മീ വേഗത്തിൽ കാറ്റ് വീശും, ചിലപ്പോൾ ജനങ്ങൾക്കും സ്വത്തിനും ധാരാളം നാശനഷ്ടങ്ങളും സൃഷ്ടിക്കാറുണ്ട്. ദ്വീപ് സൈക്ലോണിക് ബെൽറ്റിൽപ്പെട്ടതാണ്. അങ്ങനെ മൗറീഷ്യസിന്റെ ഭൂമിശാസ്ത്രവും ചരിത്രവുമൊക്കെ ഞാൻ മനസ്സിലാക്കിത്തുടങ്ങി.

## മൗറിഷ്യസും ഞാനും

1968 ൽ ആദ്യമായി രണ്ടു കുഞ്ഞുങ്ങളുമൊത്ത് മൗറീഷ്യസിലേക്ക് കടന്നു വന്നപ്പോൾ ഉമാശങ്കറിന്റെ സ്നേഹം മാത്രമായിരുന്നു എന്റെ ഒരേയൊരു ധൈര്യവും വിശ്വാസവും. മൗറീഷ്യസുകാർ എപ്പോഴും ഒന്നാം സ്ഥാനം നല്കുന്നത് ഇംഗ്ലീഷുകാർക്കാണ്, പിന്നെ ഫ്രഞ്ച്, ക്രിയോൾ വംശജർ മുതലായവർക്ക്. അതിനുശേഷമേ, ഇന്ത്യക്കാർക്ക് സ്ഥാനമുള്ളു എന്ന് ഉമാശങ്കർ പറഞ്ഞുകേട്ടിട്ടുണ്ട്. ഇന്ത്യാക്കാരിയായ എന്റെ സ്ഥാനം എന്തായിരിക്കുമെന്ന് ഒരുൾഭീതി ഉണ്ടായിരുന്നെങ്കിലും എന്റെ സ്വഭാവമനുസരിച്ച്, അത്തരം ഭീതികൾക്കെല്ലാം എന്റെ മനസ്സിൽ ഒരു സന്ദർശകയുടെ സ്ഥാനമേ ഉണ്ടായിരുന്നുള്ളൂ. ലേബർ പാർട്ടിയിൽ ഉമാശങ്കറിനുള്ള സ്ഥാനവും പ്രധാനമന്ത്രിയുടെ പ്രത്യേക താല്പര്യവും കൊണ്ടാവാം, എന്റെ പാത വളരെ വളരെ സുഗമമായിരുന്നു. 1976 വരെ സർ സിവൂസാഗൂർ റാംഗുലാമിന്റെ ലേബർ പാർട്ടിതന്നെയായിരുന്നു മൗറീഷ്യസ് ഭരിച്ചിരുന്നത്. ഉമാശങ്കർ അടുത്ത പതിനാലു വർഷങ്ങൾ മൗറിഷ്യസ് വില്ലേജ് ഡവലപ്മെന്റ് പ്രോജക്ടിന്റെ മാനേജരും ലോകബാങ്കിന്റെ കൺസൾട്ടന്റുമായിരുന്നു. അങ്ങിനെ ജനങ്ങളുടെ ഇടയിലേയ്ക്കിറങ്ങി പ്രവർത്തിക്കാൻ ഉമാശങ്കറിന് ധാരാളം അവസരങ്ങൾ ലഭിച്ചുകൊണ്ടിരുന്നു, ജനങ്ങൾക്കും ഉമാശങ്കറിനെ വളരെ സ്നേഹവും ബഹുമാനവുമായിരുന്നു. രാഷ്ട്രീയം, സാമൂഹ്യശാസ്ത്രം തുടങ്ങിയ വിഷയങ്ങളിൽ ഉമാശങ്കർ പരിശീലനം നൽകിയ വ്യക്തികൾ തന്നെയാണ് ഇന്നത്തെ വി.ഐ.പി.കൾ. എന്റെ വളർച്ചയ്ക്ക് അനുകൂലമായിരുന്നു അന്നത്തെ സാഹചര്യം.

ലേബർ പാർട്ടി ഭരണത്തിലിരുന്ന കാലമത്രയും ഞങ്ങൾക്ക് രണ്ടു പേർക്കും നല്ല പ്രോത്സാഹനങ്ങൾ ലഭിച്ചിരുന്നു. വെറും സ്കൂൾ അധ്യാപികയായി, വീട്ടിനുള്ളിൽ അടിഞ്ഞു കൂടാൻ ഉമാശങ്കർ എന്നെ ഒരിക്കലും അനുവദിച്ചില്ല. ഒരു കാര്യത്തിലും നീ പുറകിലല്ല എന്നു വിശ്വസിപ്പിച്ചതും, പുറം ലോകത്ത് പാറിപ്പറക്കാൻ അനുവദിച്ചതും നിർബ്ബന്ധിച്ചതും ഉമാശങ്കർതന്നെ. എന്റെ പ്രകൃതവും അതിന് യോജിച്ചതായിരുന്നു. 1971-72 വർഷത്തിൽ ഗവൺമെന്റ് മൗറീഷ്യസിൽ ഒരു ഓഡിയോ വിഷൽ സെന്റർ (എ.വി.സി) സ്ഥാപിക്കാൻ നടപടികളെടുത്ത് എന്നെ അതിന്റെ ചുമതലയുള്ള ഓഫീസറായി നിയമിച്ചു. പ്രധാനമന്ത്രിയുടെ നിർദ്ദേശ പ്രകാരം റേഡിയോ /ടി.വി പ്രക്ഷേപണങ്ങൾ തുടങ്ങി ചർച്ചകളിൽ ഞാൻ സജീവമായി. ഇതിനാവശ്യമായ പരിശീലനത്തിനായി ഇംഗ്ലണ്ട് തുടങ്ങിയ വികസിത രാജ്യങ്ങളിലും ഇന്ത്യ മുതലായ വികസിച്ചുകൊണ്ടിരിക്കുന്ന രാജ്യങ്ങളിലുമായി ധാരാളം പരിശീലനപരിപാടികളിൽ പങ്കെടുക്കുവാൻ സാധിച്ചു. അതിനെല്ലാം സ്കോളർഷിപ്പുകളും ലഭിച്ചിരുന്നു. വിദ്യാഭ്യാസ മന്ത്രാലയത്തിനുവേണ്ടി കുടുംബജീവിതം, വിദ്യാഭ്യാസം, സ്ത്രീകളും മാധ്യമങ്ങളും തുടങ്ങി പല സാമൂഹ്യവിഷയങ്ങളെ സംബന്ധിച്ചു. ചർച്ചകളും ബോധവൽക്കരണപരിപാടികളും ആരംഭിച്ചു.

ഈ ഓഡിയോ വിഷൽ സെന്റർ ആണ് പിന്നീട് മൗറീഷ്യസ് കോളേജ് ഓഫ് എയർ ആയി മാറിയത്. ദീർഘദൂര വിദ്യാഭ്യാസ പരിപാടികൾ ധാരാളം ആവിഷ്ക്കരിച്ചു. മൗറിഷ്യൻ ജനതയുടെ ചിന്താഗതികളും പെരുമാറ്റത്തിലുമെല്ലാം സാരമായ ചലനങ്ങൾ സൃഷ്ടിച്ചുകൊണ്ട് അവരെ ലോക ജനതയോടൊപ്പം നിർത്താനുള്ള പരിപാടികളാണ് നടപ്പാക്കിയിരുന്നത്. ഈ പ്രവർത്തനങ്ങളുടെയിടയിൽ ശ്രവണ ദൃശ്യ മാധ്യമങ്ങളിൽ കൂടി ഞാൻ ഓരോ മൗറിഷ്യൻ വീടിലും ഒരു നിത്യസന്ദർശകയായി മാറുകയായിരുന്നു. ഗവൺമെന്റിന്റെ നിർദ്ദേശ പ്രകാരം പ്രത്യേകം പരിശീലനം ലഭിച്ച ഞങ്ങളുടെ സംഘത്തിന്റെ അശ്രാന്തപരിശ്രമത്തിന്റെ ഫലമായി മൗറിഷ്യസ് ബ്രോഡ്കാസ്റ്റിംഗ് കോർപ്പറേഷൻ നിലവിൽ വന്നു. പരിപാടികൾ ആസൂത്രണം ചെയ്തതും സാങ്കേതികവശങ്ങൾ കൈകാര്യം ചെയ്തതും എല്ലാം ഞങ്ങളുടെ കൊച്ചു സംഘം തന്നെ. മൗറീഷ്യൻ ഭവനങ്ങളിൽ, റേഡിയോകളിലൂടെ ആദ്യകാലമെല്ലാം, പലപ്പോഴും ഞങ്ങളുടെ ശബ്ദം തന്നെ കേട്ടുകൊണ്ടിരുന്നു. പരിപാടികൾ നടത്താനുള്ള കലാകാരന്മാരെ കണ്ടുപിടിച്ച് ദ്വീപിലേക്ക് എത്തിക്കൽതന്നെ ഒരു ബുദ്ധിമുട്ടുള്ള പണിയായിരുന്നു. ഇംഗ്ലീഷുകാരും ഫ്രഞ്ചുകാരും മറ്റും കയ്യടക്കി വാണിരുന്ന ഈ ദ്വീപിൽ അക്കാലങ്ങളിൽ ഒരിന്ത്യക്കാരി ഇംഗ്ലീഷിൽ അന്തർദ്ദേശീയരായ പ്രമുഖ

വ്യക്തികളുമായി കൂടിക്കാഴ്ച നടത്തുന്നതും പരിപാടികൾ ആവിഷ്ക്കരിക്കുന്നതും മറ്റും മൗറീഷ്യൻ ജനതയുടെ സ്വപ്നത്തിൽപ്പോലും വരാത്ത കാര്യമായിരുന്നു.

കോളോണിയൽ ഭരണകാലത്തെ വളരെ മനോഹരവും വലതും മുൻവശത്ത് നല്ലൊരു മുറ്റവും ഉള്ള കെട്ടിടമാണ് ഖത്രെബേണിൽ ഞങ്ങൾ ആദ്യം വാടകയ്ക്കെടുത്തത്. ആ വീട്ടിലേക്ക് തന്നെയാണ് വർഷങ്ങൾ കഴിഞ്ഞപ്പോൾ നിർമ്മലയും അരൂപും എത്തിയത്. അവരുടെ കൂടെയാണ് ഞങ്ങളും ആദ്യമായ് മൗറിഷ്യസ് മുഴുവൻ കണ്ടത്. ചെറിയ ദ്വീപാണെങ്കിലും, ചില കടൽക്കരകളിൽ മാത്രമെ ഞങ്ങളും പോയിരുന്നുള്ളു. മൗറിഷ്യസിലെ കടൽക്കരകളുടെ ഭംഗി നിങ്ങൾക്കൂഹിക്കാൻ സാദ്ധ്യമല്ല. കണ്ടും കൊണ്ടും അറിയുകതന്നെവേണം. തെളിഞ്ഞ നീലാകാശവും, വെള്ളമേഘങ്ങളും, പച്ചപ്പട്ടുടുത്തു നിൽക്കുന്ന ഭൂമിയും- അങ്ങിനെ നീലയും പച്ചയും വെള്ളയും വെളിച്ചവും കലർന്ന ഒരു മാസ്മരിക സൗന്ദര്യമാണ് ഈ ദ്വീപിന്. കടലിന്റെ തീരങ്ങളിലെ വെള്ളമണലിൽ, വെള്ളത്തിരകളെകൊണ്ട് കടൽ സൃഷ്ടിക്കുന്ന പാദസരങ്ങൾ നമ്മളോട് സ്നേഹത്തോടെ കൊഞ്ചിക്കൊണ്ട് കുശലാന്വേഷണത്തിനെത്തും. മനുഷ്യൻ സൃഷ്ടിക്കുന്ന സൗന്ദര്യമല്ലിവിടെ. ഇരുണ്ട മലകളും, പച്ചഭൂമിയും നീലക്കടലും-ഒരേ സ്ഥലത്ത് ഇവയെല്ലാം കൂടി, തൊട്ടുരുമ്മി നിൽക്കുന്ന ഒരു കാഴ്ച ഒരപൂർവത തന്നെയാണ്. സൂര്യോദയാസ്തമനങ്ങളിൽ, ഈ കാഴ്ചകളുടെ തിളക്കം. കടലിന് നീലയും പച്ചയും കലർന്ന ഒരു പ്രത്യേകനിറം നൽകും. കരയോടടുക്കുന്ന തിരകൾക്കടിയിലൂടെ കാണുന്ന മണൽത്തരികളുടെ ഭംഗിപോലും നമ്മെ ആകർഷിപ്പിക്കും. സ്ഫടികം പോലെ തോന്നിപ്പിക്കുന്ന വെള്ളം. കടൽക്കരയിലൂടെ തിരകളെ തൊട്ടുരുമ്മി എത്രയോ ദൂരം വരെ നടക്കാം. ദ്വീപിന്റെ എല്ലാ ഭാഗത്തും കടലായതിനാൽ എവിടെയിറങ്ങിയാലും ഒരു കടൽക്കരയാണ്. കടൽ ഇത്ര പരിശുദ്ധയും സുന്ദരിയുമായി കാണുന്ന വേറൊരു സ്ഥലം അധികം കണ്ടിട്ടില്ല.

കടൽക്കരകൾ മാത്രമല്ല സുന്ദരം, പ്രകൃതി കനിഞ്ഞരുളിയ വേറേയും വരദാനങ്ങൾ ഈ ദ്വീപിനുണ്ട്. ഏതാണ്ട് എല്ലാവശത്തും കാണുന്ന ഇരുണ്ടചാരനിറത്തിലുള്ള മലനിരകൾ ഓരോന്നിനും ഓരോ രൂപങ്ങളാണ്. ഒന്നും അത്ര ഉയരത്തിലല്ല. മലകൾക്കുമീതെയുള്ള പാറക്കെട്ടുകളുടെ വിവിധരൂപങ്ങളുടെ സാദൃശ്യം കണക്കിലെടുത്തു ഓരോന്നിനേയും ഓരോ പേരും മൗറിഷ്യസുകാർ വിളിക്കുന്നു. ദൂരെനിന്നു നോക്കിയാൽ ഒരു ളോഹ പുതച്ചു പുറം തിരിഞ്ഞു നിൽക്കുന്ന ഒരു പുരോഹിതന്റെ രൂപം. 'പീറ്റർ ബോത്' ആണ്. തള്ളവിരലിന്റെ ആകൃ

തിയിലുള്ളതിന് 'തംപ്' 'ബ്രെസ്റ്റ്' അങ്ങിനെ പോകുന്നു പേരുകൾ. മൗറിഷ്യസിന്റെ സാമ്പത്തിക സ്ഥിതി മുഴുവൻ കാർഷികവൃത്തിയേയും ടൂറിസത്തിനേയും അടിസ്ഥാനമാക്കിയാണ്. പ്രധാന കൃഷി കരിമ്പാണ്. വ്യവസായങ്ങളധികവും കരിമ്പ് ഉപയോഗിച്ചുകൊണ്ടുതന്നെ. ഗ്രാമപ്രദേശങ്ങളിലെ റോഡുകളുടെ രണ്ടുവശവും ഉയരത്തിൽ കരിമ്പിന്റെ പച്ചപ്പും കടലിന്റെയും ആകാശത്തിന്റേയും നീലിമയും അതിനിടയിലൂടെ തെന്നിനീങ്ങുന്ന മേഘങ്ങളുടെ വെൺമയും. എല്ലാം കൂടി പ്രകൃതി മൗറിഷ്യസിനെ ഒരു വശ്യസുന്ദരിയാക്കുന്നു. അങ്ങനെ ടൂറിസം മേഖലയിലും നല്ല മുന്നേറ്റമുണ്ടായി.

പിന്നീട് ഞങ്ങൾ ബോബോയ് എന്ന ഗ്രാമത്തിലേക്ക് ചേക്കേറി. ബോബോയ്യെപ്പറ്റി ഞാനെഴുതിയ കവിതയിലൂടെ നിങ്ങൾക്കും മനക്കണ്ണിലൂടെ ആ ഗ്രാമം കാണാം.

വീട്ടിനു

പിന്നിലെ മരങ്ങളുടെ

മൗനമാണ് ബോ ബോയി

വാനിൽ ഓറഞ്ചും അരുണനീലവുമായ

നിറങ്ങൾ വിടർത്തുന്ന

അസ്തമയങ്ങളുടെ,

കൺമുന്നിൽ മേഘച്ചാർത്തു പുതച്ചും

അഴിച്ചും നിൽക്കുന്ന പീയ്റ്റർ ബോത്തിന്റെ,

പാലത്തിനടിയിൽ

ഒഴുകുന്ന പുഴയുടെ,

കരിമ്പുപാടത്ത് മരുന്നു തളിയ്ക്കുന്ന

തൊഴിലാളികളുടെ മിഴിയിലെ

മൗനം.

ബോ ബോയ്

ഇവിടെയുണ്ട്.

മൗനത്തിൽ, അനന്തതയുടെ

അഗോചരദൃഷ്ടിയിലെ

ആകുന്നു എന്നതിൽ

## സാമൂഹ്യരംഗത്തേക്ക്

ഉമാശങ്കറിന്റെ ഉത്സാഹത്തിൽ ഞാനും കുറച്ച് സാമൂഹ്യ പ്രവർത്തനങ്ങളിലേക്ക് ആകൃഷ്ടയായി മൗറീഷ്യസിലെ ജനസംഖ്യാനിരക്ക് ഏറ്റവും അധികം ഉയർന്നത്, 1962 ന്റേയും 1972 ന്റേയുമിടയ്ക്കാണ് ആർ.ടി നായിക്കിന്റെ നേതൃത്വത്തിൽ ഒരു കൂട്ടം ചെറുപ്പക്കാരാണ് മൗറിഷ്യസിൽ കുടുംബാസൂത്രണ പരിപാടി ആദ്യമായി തുടങ്ങിവെച്ചത്. മൗറീഷ്യസ് ഫാമിലി പ്ലാനിംഗ് അസ്സോസിയേഷന്റേയും സ്ത്രീകളുടെയും ആത്മാർത്ഥമായ പരിശ്രമം പരിപാടിയെ വിജയത്തിലെത്തിച്ചു.

ഇത്തരം കാര്യങ്ങളിൽ ഒട്ടും വിവരമില്ലായിരുന്നുവെങ്കിലും, മറ്റു സ്ത്രീകളെപോലെ ഈ പരിപാടിയിൽ കാര്യമായ പങ്കുവഹിക്കണമെന്നത് ഉമാശങ്കറിന്റെ നിർദ്ദേശമായിരുന്നു. പ്രസംഗങ്ങളൊക്കെ വളരെ എളുപ്പത്തിൽ കൈകാര്യം ചെയ്തിരുന്നതുകൊണ്ടാവാം കുടുംബാസൂത്രണ പരിപാടികളിലെല്ലാം എന്നെ പങ്കെടുപ്പിച്ചിരുന്നു. റേഡിയോ, ടി.വി. പരിപാടികൾ കൂടി കൈകാര്യം ചെയ്തിരുന്നതുകൊണ്ടും എനിക്ക് സ്ത്രീകളുടെയിടയിൽ കൂടുതൽ സ്വീകാര്യത ലഭിക്കുവാൻ തുടങ്ങി.

## വനിതാവികസന പ്രവർത്തനങ്ങൾ

1965 മുതൽക്കുള്ള കുറച്ച് വർഷങ്ങൾക്കിടയിൽ കുറേയധികം വനിതാ പ്രസ്ഥാനങ്ങൾ മൗറീഷ്യസിൽ നിലവിൽ വന്നു. മൗറീഷ്യസ് അലയൻസ് ഓഫ് വിമൻ, മൂവ്മന്റ് ലിബറേഷ്യൻ ഫാം തുടങ്ങിയവ എടുത്തു പറയേണ്ടിയിരിക്കുന്നു. സ്ത്രീശാക്തീകരണം, സ്ത്രീ സുരക്ഷ തുടങ്ങിയ വിഷയങ്ങളെ സംബന്ധിച്ച് നിയമങ്ങളും ചട്ടങ്ങളും രൂപീകരിക്കുവാൻ കൺസൾട്ടന്റായി ഞാൻ നിയമിക്കപ്പെട്ടു. ഇന്ത്യാഗവൺമെന്റിന്റെ കീഴിൽ വനിതാക്ഷേമവകുപ്പിന്റെ സീനിയർ സെക്രട്ടറിയായി പ്രവർത്തിച്ചിരുന്നത് ശ്രീമതി സരളാഗോപാലൻ ഐ.എ.എസ്. ആയിരുന്നു. അവരുടെ ആത്മാർത്ഥ സഹകരണം എനിക്കെപ്പോഴും ലഭിച്ചിരുന്നു. മൗറീഷ്യസിലും ഡൽഹിയിലും വെച്ചുള്ള കൂടിക്കാഴ്ചകളും, ചർച്ചകളും ഞങ്ങൾ രണ്ടുപേരും വളരെ സന്തോഷത്തോടെയാണ് നടത്തിയിരുന്നത്. മൗറീഷ്യസ് അതിന്റെ പ്രത്യേക സവിശേഷതകളോടുകൂടി, ചുറ്റുമുള്ള ലോകത്തിൽ നിന്നും ഉൾവലിഞ്ഞുകൊണ്ട്, തനതായ സംസ്കാരത്തിൽ വലിയ കലർപ്പില്ലാതെയാണ് വർഷങ്ങളോളം കഴിഞ്ഞി

രുന്നത്. സ്വാതന്ത്ര്യം ലഭിയ്ക്കുന്നതിന് മുൻപുള്ള കാലത്ത് കീഴടക്കി ഭരിച്ചിരുന്ന ഫ്രഞ്ചും ബ്രിട്ടീഷും ഭരണത്തിന്റെ പാദമുദ്ര മൗറിഷ്യസിൽ പതിഞ്ഞിരുന്നുവെന്നതൊരു വാസ്തവം തന്നെ. എങ്കിലും പക്ഷേ, പ്രധാനമന്ത്രിയുടെ വിശാലമായ കാഴ്ചപ്പാടും, യുണൈറ്റഡ് നേഷൻസിൽ നിന്നും കിട്ടിക്കൊണ്ടിരിക്കുന്ന ഫണ്ടും, പരിശീലനങ്ങളുമെല്ലാമായി, മൗറീഷ്യസ് അതിന്റെ പഞ്ചവത്സര പദ്ധതികളിലൂടെ നടപ്പിലാക്കുന്ന വികസന പ്രവർത്തനങ്ങളുമെല്ലാമായി ലോകമറിയുന്ന ഒരു രാജ്യമായി മാറിക്കൊണ്ടിരിക്കുകയായിരുന്നു.

1975–85 വർഷങ്ങൾ യൂണൈറ്റഡ് നേഷൻസ് സ്ത്രീകൾക്കും വികസനത്തിനുമായി പ്രഖ്യാപിക്കപ്പെട്ട ദശാബ്ദമാണ്. വികസനത്തിനുള്ള ആസൂത്രണത്തിൽ സ്ത്രീകൾക്ക് പ്രത്യേകം ഊന്നൽ നൽകുവാൻ അന്തർദേശീയതലത്തിൽ സർക്കാരുകളെ യൂണൈറ്റഡ് നേഷൻസ് പ്രേരിപ്പിച്ചു. മൗറീഷ്യസും അതിനെ സ്വാഗതം ചെയ്തുവെന്നുവേണം പറയാൻ. 1975ൽ തന്നെയാണ് മൗറീഷ്യസിൽ ആദ്യമായി ഒരു സ്ത്രീ മന്ത്രിയായതും -മിസ്സിസ് പൂന്നുസാമി. പുതുതായി സൃഷ്ടിച്ച വകുപ്പായ സ്ത്രീകളുടെ അവകാശങ്ങൾ, വിലനിയന്ത്രണം എന്നിവയുടെ ചുമതലയാണ് അവർക്ക് നൽകിയിരിക്കുന്നത്. 1975 ജൂണിൽ മെക്സിക്കോവിൽ വെച്ച് നടത്തിയ അന്തർദേശീയ കോൺഫറൻസിന് മൗറീഷ്യൻ സംഘത്തെ നയിച്ചതും അവർതന്നെയായിരുന്നു നിലവിലുള്ള ഹിന്ദുവിവാഹ നിയമം രജിസ്റ്റർ ചെയ്യപ്പെടാത്തതിനാൽ, അതിന് നിയമാനുസൃത ബാദ്ധ്യതകളില്ലായിരുന്നു. ഫലമോ? രണ്ടാമത്തേയോ മൂന്നാമത്തേയോ ഒക്കെ ഭാര്യയായി പെൺകുട്ടികൾ കഷ്ടപ്പെടേണ്ടിവന്നു. ഇക്കാര്യത്തിലും വിവാഹ സമ്മതത്തിന്റെ വയസ്സിന്റെ കാര്യത്തിലുമാണ് മിസ്സിസ് പൂനുസ്വാമി കൂടുതൽ താല്പര്യമെടുത്ത് പ്രവർത്തിച്ചത്.

മൗറീഷ്യസ് കോളേജ് ഓഫ് എയറിനുവേണ്ടിയുള്ള പശ്ചാത്തല സൗകര്യങ്ങളൊരുക്കുന്നതിനുള്ള നിരന്തരമായ ശ്രമത്തിനിടെ എനിക്ക് പ്രൊഡക്ഷന്റെ ചുമതലയായിരുന്നു. പ്രൊഡക്ഷനിൽ തന്നെയായിരുന്നു, എനിക്കും താല്പര്യം. പ്രൊഡക്ഷൻ ഹെഡായി ഏറ്റവും നല്ലതും, വ്യത്യസ്തമായതും വൈവിധ്യമുള്ളതുമായ പരിപാടികൾ മൗറിഷ്യൻ ജനതയ്ക്ക് കാഴ്ചവെക്കുന്നതിൽ ഞാൻ വ്യാപൃതയായിരുന്നു. യുനെസ്കോയിലെ കൺസൾട്ടന്റുമായി ചർച്ച ചെയ്തു പ്രൊഡക്ഷൻ വിങ്ങിന് ആവശ്യമായ ഉദ്യോഗസ്ഥരുടെ തസ്തികകൾ സൃഷ്ടിക്കുന്നതിനും, ഉദ്യോഗസ്ഥരെ നിയമിക്കുന്നതിനും അവർക്ക് അത്യാവശ്യമായ പരിശീലനം നൽകുന്നതിനുള്ള നടപടികൾ തുടങ്ങി. ജർമ്മനി, ഫ്രാൻസ്, ഇന്ത്യ തുടങ്ങിയ രാജ്യങ്ങളിലെ ടെലിവിഷൻ കാര്യാലയ

ങ്ങളും ബി.ബി.സി.യും മറ്റുമായി ചർച്ച ചെയ്ത്, അതേ മാതൃകയിലാണ് പ്രൊഡക്ഷൻ കേന്ദ്രം വികസിപ്പിച്ചെടുത്തത്.

## ജീവിതതാളം മാറുന്നുവോ?

ജീവിതം ആസ്വദിക്കാനുള്ള ആഗ്രഹവും ഒരല്പം സാഹസികത ഇഷ്ടപ്പെടുന്ന മനസ്സും പ്രേമവും കൂടി ഒത്തു ചേർന്നാൽ പിന്നെ ഏതുകടലും കടന്ന് ഏതു രാജ്യത്തും ജീവിക്കാൻ ഒരു വിഷമവുമില്ല. ജീവിതത്തെപ്പറ്റിയുള്ള എന്റെ കാഴ്ചപ്പാടാണെങ്കിൽ വളരെ പരിമിതം. ഒരു ഉപാധികളില്ലാതെ, പരസ്പരം അറിഞ്ഞുകൊണ്ടു സ്നേഹം പങ്കുവെച്ചും അനുഭവിച്ചും ഒരു പുരുഷനും സ്ത്രീയും പരസ്പരപൂരകങ്ങളായി ജീവിക്കുന്നതാണ് മനുഷ്യജീവിതത്തിലെ ഏറ്റവും മഹത്തായ കാര്യം. വാസ്തവത്തിൽ ആ കാലഘട്ടത്തിലാണ്, എന്നിലെ സ്ത്രീത്വം ഉണർന്നതും, കുഞ്ഞുങ്ങൾ ജനിച്ചതും, ഒരു വ്യക്തി എന്ന നിലയിൽത്തന്നെ ഞാൻ വളർന്നതും. പക്ഷേ, എവിടെയൊക്കെയോ വലിയ താളപ്പിഴകൾ. ഉമാശങ്കർ ഈയിടെയായി എന്തെങ്കിലും ഒഴിവുകഴിവുകൾ പറഞ്ഞ് കൂടുതൽ ദിവസങ്ങൾ കുടുംബത്തിൽ നിന്ന് അകന്നു നിൽക്കുന്നു. എത്ര ചോദിച്ചാലും ശരിക്കുള്ള ഉത്തരമൊന്നും കിട്ടില്ല. എന്റെ അന്നത്തെ കവിതകളിലും ഒരു നൊമ്പരസ്വരം വരാൻ തുടങ്ങിയെന്ന് ഞാനറിയുന്നു. സ്നേഹത്തിന്റെ വിശ്വാസത്തിന്റെ സുദൃഢമായ കാൽവെപ്പുകളിലൂടെ നീങ്ങിക്കൊണ്ടിരുന്നപ്പോൾ ഞാനെഴുതി.

പറഞ്ഞ് പറഞ്ഞ്

നാം പകലുകളെ

രാവുകളിലേക്ക് സംക്രമിപ്പിച്ചിട്ടുണ്ട്

എന്നിട്ടും നാം

മൂകരായിരുന്നു.

പക്ഷേ, ചിലപ്പോൾ

ഒരൊറ്റ നോട്ടം

ഏകാന്തതയുടെ രാവിനെ

പകലാക്കി മാറ്റിയിരുന്നു.

ഒരു പുഞ്ചിരി

നിഴലിനെ വെളിച്ചമായി

പരിണമിപ്പിച്ചിരുന്നു.

ഔദ്യോഗികമായി എല്ലാ ഉയർച്ചകളും അനുഭവിച്ചു കൊണ്ടിരിക്കുമ്പോഴും എന്റെ മനസ്സ് അശാന്തിയുടേയും ദുഃഖത്തിന്റേയും കയങ്ങളിലേക്ക് താണുതാണു പോയ്ക്കൊണ്ടിരുന്നു. ഉമാശങ്കറിന്റെ പ്രകൃതത്തിലെവിടേയോ, ഞാൻ അതുവരെ കാണാത്ത ഒരു വിടവ്. ഒരേ വീട്ടിൽ അന്തിയുറങ്ങുമ്പോഴും ഞങ്ങൾ വളരെ അകലത്താണെന്നൊരു തോന്നൽ. വീട്ടുകാര്യങ്ങളെല്ലാം എന്റെ മാത്രം ചുമലിലായി. കുട്ടികളെ വളർത്തലും, അവരുടെ വിദ്യാഭ്യാസവും, അവരുടെ സുഖസൗകര്യങ്ങളന്വേഷിക്കലും, വീടിന് ചുറ്റുമുള്ളവരുമായി ബന്ധം കൊണ്ടുനടത്തുന്നതും എല്ലാം എന്റെ മാത്രം ചുതലകളായിതീർന്നു. രാഷ്ട്രീയത്തിൽ വിചാരിച്ചതുപോലെ തിളങ്ങാൻ പറ്റാത്തതുകൊണ്ടാണോ, പ്രതീക്ഷിച്ചതുപോലെയുള്ള സ്ഥാനമാനങ്ങളൊന്നും ലഭിക്കാത്തതുകൊണ്ടാണോ, ഈ അകൽച്ച?. ഞാൻ പലതും ആലോചിച്ചുനോക്കി. ഉമാശങ്കറുമായിത്തന്നെ ദിവസങ്ങളോളം ചർച്ച ചെയ്തു. എല്ലാം എന്റെ സങ്കല്പങ്ങളാണെന്നാണ് ഉമാശങ്കർ പറയുന്നത്. ഉമാശങ്കറിനോടുള്ള എന്റെ ആരാധനക്ക് കുറവ് വന്നുവോ? ഒരു ഭാര്യ എന്ന നിലക്ക് ഞാൻ കൂടുതൽ ആഗ്രഹിക്കുന്നുവോ? ബോംബെയിലെ ഞങ്ങളുടെ സ്മൃതിയിൽ ഞാനൊരു രാജകുമാരിയായിരുന്നു. ജനങ്ങളുടെ കണ്ണിലുണ്ണിയായ ഡോക്ടറായിരുന്നു എന്റെ അച്ഛൻ. സ്നേഹമയിയായ അമ്മ, അനുജത്തി, മൂന്നനുജന്മാർ ഇവരെ എല്ലാവരേയും വിട്ട് മറ്റു പരിചയക്കാരാരുമില്ലാത്ത, അകലങ്ങളിലുള്ള ഈ ദ്വീപിലേക്ക് രണ്ടു കുഞ്ഞുങ്ങളുമായി ഞാനിറങ്ങിത്തിരിച്ചത്, ഉമാശങ്കറിനെ അത്രമേൽവിശ്വസിച്ചതും സ്നേഹിച്ചതുകൊണ്ടും മാത്രമായിരുന്നു. ഈ ദ്വീപിൽ എനിക്ക് വേരുകളില്ല. പുറം ലോകത്തിലേക്ക് വരാൻ എന്നെ നിർബ്ബന്ധിച്ചുകൊണ്ടിരുന്ന ഉമാശങ്കറിന്, ഉയർച്ചയിലേക്കുള്ള പടവുകൾ ഞാൻ കയറുമ്പോൾ എന്നോട് താല്പര്യകുറവ് വന്നിട്ടുണ്ടോ? ഞാൻ സ്വന്തം കാലിൽ നിൽക്കുന്നതും എന്റെ വ്യക്തിത്വത്തിലുറച്ച് പ്രവർത്തിക്കുന്നതും തൃപ്തിയില്ലാതാവുന്നുണ്ടോ?

ലേബർ പാർട്ടി തിരഞ്ഞെടുപ്പിൽ സീറ്റ് നൽകാതിരുന്നത് മുതല്ക്കാണ് ഈ അകൽച്ച അധികം കാണപ്പെട്ടു തുടങ്ങിയത്. രാഷ്ട്രീയത്തിൽ സ്വന്തം കാലുറപ്പിക്കുന്നതിനുള്ള തത്രപ്പാടും, സീറ്റ് നിഷേധിക്കപ്പെട്ടപ്പോൾ, പുതിയ പാർട്ടി രൂപീകരിക്കുവാനുള്ളതിന്റെ തിരക്കും ബുദ്ധിമുട്ടുകളുമായിരിക്കും ഈ പ്രശ്നത്തിന് പിന്നിലെന്ന് കരുതി സമാധാനിക്കാൻ ശ്രമിച്ചെങ്കിലും സ്ഥിതിഗതികൾക്ക് പിന്നീടും മാറ്റങ്ങളൊന്നും

വന്നില്ല. മാത്രമല്ല ഞാനല്ലാതെ വേറേയും ഒരു സ്ത്രീ ഉമാശങ്കറിന്റെ ജീവിതത്തിലേക്ക് കടന്നുവന്നതായറിഞ്ഞു. ആ വലിയ മതിൽകെട്ടിനുള്ളിലെ ഞങ്ങളുടെ വീട്ടിൽ എന്റെ മനസ്സുരുകിയുരുകി ഒലിച്ചു തുടങ്ങി. വളർച്ചയെത്തിയിട്ടില്ലാത്ത എന്റെ ഈ മൂന്നുമക്കളെ വളർത്തി വലുതാക്കേണ്ടത് ഞാൻ മാത്രമാണെന്ന് ഞാൻ തിരിച്ചറിഞ്ഞു. അതേ സമയം എനിക്കീ ദ്വീപിലുള്ളത് എന്റെ ജോലിമാത്രം. ഉമാശങ്കറിന്റെ അമ്മയും സഹോദരരും ഈ ദ്വീപിൽത്തന്നെ താമസിക്കുന്നുണ്ട്. എന്റെ കാല്കീഴിലുള്ള മണൽ ഉതിർന്ന് പോകുന്നതായും കടലിന്റെ അഗാധതയിലേക്ക് മൗറീഷ്യൻ കടൽ എന്നെ കൊണ്ടു പോകുന്നതായും ഞാനൊരിക്കൽ സ്വപ്നം കണ്ടു. അവസാനം ഞാൻ തിരിച്ചറിഞ്ഞു. അന്നെഴുതിയ ചില കവിതകളിൽ എന്റെ അസ്വാസ്ഥ്യങ്ങൾ നിറഞ്ഞു കവിഞ്ഞിരുന്നുവെന്നു വേണം പറയാൻ.

അപരിചിതമായ
ആഴികളും അന്യമായ
ആകാശങ്ങളും ഞാൻ താണ്ടി.
മറ്റൊരു മണ്ണിൽ
ഓർക്കിഡുകൾ നട്ടുപിടിപ്പിയ്ക്കുവാൻ
എന്നിട്ട്,
നിറത്തിന്റെയും
മണത്തിന്റെയും വിചിത്ര ലഹരിയിൽ
സ്വന്തം തോട്ടത്തിലെ
കെട്ടുപിണഞ്ഞ കളകളെ
മറന്നു.

മകൻ സിദ്ധാർത്ഥിനെ ഇംഗ്ലണ്ടിലയച്ച് നിയമം പഠിപ്പിക്കേണ്ട കാര്യത്തിനെപ്പറ്റി സംസാരിക്കുമ്പോഴാണ്, ഉമാശങ്കറിന്റെ കുടുംബത്തോടുള്ള നിസ്സംഗത കൂടുതൽ വെളിച്ചത്തേക്ക് വന്നത്. വിവാഹം കഴിഞ്ഞ വർഷം തന്നെ എന്റെ അച്ഛൻ ഉമാശങ്കറിനേയും എന്നേയും ഇംഗ്ലണ്ടിലയച്ചതാണ്. എന്നിട്ടും, ഞങ്ങളുടെ മകന് ദ്വീപിലെ വിദ്യാഭ്യാസം ധാരാളം. ഇതിനായി ഒരു ചില്ലിക്കാശും തരില്ലെന്നു വാശിപിടിച്ചു ഉമാശങ്കർ. എനിക്കതൊന്നും ഉൾക്കൊള്ളാനേ സാധിച്ചില്ല. ഞാൻ വീട് പണയപ്പെടുത്തി തന്നെ കടമെടുത്തു അവനെ പഠിക്കാനയച്ചു. ഒന്നും ഞാൻ നാട്ടിലേക്ക

റിയിച്ചില്ല. അച്ഛനും അമ്മയും അവരുടെ ശകു, അവളുടെ സ്നേഹോദാരനായ ഭർത്താവും കുട്ടികളുമൊന്നിച്ച് സുഖമായിരിക്കുകയാണെന്ന് വിശ്വസിച്ചോട്ടെ. ഉമാശങ്കറിന്റെ സ്വന്തം ദ്വീപിൽ, പ്രതീക്ഷകൾക്ക് വിരുദ്ധമായി ഉമാശങ്കർ തളരുന്നതും അപ്രതീക്ഷിതമായി ഞാൻ വളരുന്നതുമായിരിക്കുമോ ഉമാശങ്കറിന് ഒട്ടും ഉൾക്കൊള്ളാൻ വയ്യാത്തത്? കുട്ടികളുള്ളതുകൊണ്ട് തനിച്ചാണെങ്കിലും തളരാതെ ജീവിക്കേണ്ടത് ആവശ്യമായി. തിരിച്ചും മറിച്ചും വളരെയധികം ആലോചിച്ചതിനുശേഷം ഞാനൊരു തീരുമാനത്തിലെത്തി. കുടുംബം പുലർത്തുന്നതിനും, കുട്ടികൾക്ക് ഏറ്റവും നല്ല വിദ്യാഭ്യാസം നൽകുന്നതിനും ഉമാശങ്കറിൽ നിന്ന് യാതൊരു സഹായവും ലഭിച്ചില്ലെങ്കിലും, ഞാനവരെ ഒരച്ഛന്റേയും അമ്മയുടേയും ലാളനയും സ്നേഹവും കൊടുത്ത് വളർത്തും. വിവാഹജീവിതത്തിലെ അപാകതകൾ കുട്ടികളുടെ വളർച്ചയെ ഒരിക്കലും ബാധിക്കരുത്. ഞങ്ങൾ തമ്മിൽ വലിയ പൊട്ടലും ചീറ്റലുകളുമൊന്നും ഉണ്ടായില്ല. കുട്ടികൾക്ക് രണ്ടുപേരോടും നല്ല ഇഷ്ടമായിരുന്നു. അവരുടെ മനസ്സ് വേദനിക്കുവാൻ ഇടവരുത്തിയതേയില്ല. ഞങ്ങളൊരു ധാരണയിലെത്തി. ഉമാശങ്കറിന് ഈ വീട്ടിൽതന്നെ കുടുംബനാഥനായി, കുട്ടികളുടെ അച്ഛനായി കഴിയാം. പക്ഷേ, ഭാര്യയായിരിക്കാൻ എനിക്ക് സാധിക്കില്ല. അവസാനം ഞാൻ തീർച്ചപ്പെടുത്തി. എനിക്ക് ജീവിച്ചേ മതിയാകു.

മറ്റൊരു

ലോകത്തിൽ എനിയ്ക്ക്

ജനിയ്ക്കണം

എവിടെ

സൂര്യൻ ഇന്ദ്രിയങ്ങളെ

കരിയ്ക്കാതിരിക്കുമോ,

മനസ്സിനെ വെറുപ്പിന്റെ

കടുംകെട്ടുകളായി ഉണക്കാതിരിക്കുമോ,

അവിടെ.

മറ്റൊരു ലോകത്തിൽ എനിയ്ക്ക് ജനിയ്ക്കണം.

എവിടെ

മനസ്സാക്ഷി ശീതകാലനിദ്രയിൽ

അമരാതെ പ്രകാശത്തിന്റെ
പുതുപ്രസരത്തിനു കാത്തിരിയ്ക്കുമോ,
അവിടെ,
എന്റെ സ്നേഹത്തിന്റെ വിത്തുകൾ
എറിയുകയും, അവ വിമലമായ
വായുവിലേക്ക് മുളപൊട്ടുന്നത്
കാണുകയും ചെയ്യുന്ന ഇടത്തിൽ
എനിയ്ക്ക് ജനിയ്ക്കണം
ഹൃദയത്തിന്റെ ഭാഷ പറയുന്ന
കണ്ണുകൾ കാണുകയും മൂടി മാറ്റിയ
മുഖങ്ങൾ വീണ്ടും ചിരിയ്ക്കുന്നത്
അറിയുകയും ചെയ്യുന്ന ലോകത്തിൽ
എനിയ്ക്ക് ജനിയ്ക്കണം.

എന്റെ ജീവിതത്തിലെ ഏറ്റവും പരീക്ഷണങ്ങൾ നിറഞ്ഞ കാലഘട്ടമാണിത്. ജീവിതയാഥാർത്ഥ്യങ്ങളെ നേരിൽകണ്ട വർഷങ്ങൾ. ദുഃഖങ്ങൾ പങ്കുവെയ്ക്കാതിരുന്നതുകൊണ്ടാവാം ഞാൻ അിറയാതെത്തന്നെ എഴുത്തിന്റെ ലോകത്തിലേക്ക് തിരിഞ്ഞു. ചുട്ടുപൊള്ളുന്ന ഹൃദയത്തിന്റെ വിങ്ങലുകൾ കവിതകളായി പുറത്തുവരാനും തുടങ്ങി. കവിതകൾ നൂറുശതമാനവും ആത്മാർത്ഥമായി, എന്റെ മനസ്സിന്റെ അവസ്ഥാന്തരങ്ങളെ പ്രതിബിംബിച്ചുകൊണ്ടിരുന്നു. അതും ഒരു പ്രശ്നംതന്നെ.

എന്റെ ആദ്യകവിതാസമാഹാരമായ 'I have seen strange things' 1969 ലാണ് പുറത്തിറങ്ങിയത്. എട്ടുംപൊട്ടും തിരിയാത്ത ഒരു പെൺകുട്ടിയിൽ നിന്നും എന്നിൽ ഒരു പ്രണയിനിയേയും ഭാര്യയേയും അമ്മയേയും, അധ്യാപികയേയും, മൗറിഷ്യസുകാരിയേയുമൊക്കെ സന്നിവേശിപ്പിച്ച ജീവിതത്തിലെ എത്രയോ രംഗങ്ങളുടെ ഓർമ്മകൾ എന്നെക്കൊണ്ടെഴുതിച്ചു. ഞാൻ ആദ്യമായി എഴുതിയ ഈ പുസ്തകം വായനക്കാരിലേക്കെത്തിച്ചത് എന്തൊരാകാംക്ഷയോടെയായിരുന്നു. എഴുതുമ്പോൾ എനിക്കുതന്നെ ഒരു കാര്യം വ്യക്തമായി.

എനിയ്ക്കും

നിനക്കും ഉയിർത്തെഴുനേൽപ്പ്
ഉണ്ടാകുകയില്ല
കാരണം,
നമ്മുടെ ഗൂഢമായ
അവിശ്വാസങ്ങളേയും
നീരവമായ വിശ്വാസവഞ്ചനകളേയും
എത്രയോ വാക്കുകൾ വന്നു
മൂടിക്കഴിഞ്ഞിരിയ്ക്കുന്നു.
എവിടെ നാം
സ്വരക്തങ്ങൾ കൂട്ടിക്കലർത്തിയിട്ടുണ്ടോ
സ്വകാര്യ ചിത്രങ്ങളെ വെളിച്ചത്തിൽ
നിന്ദിച്ചു തള്ളിയിട്ടുണ്ടോ
അവിടെ ഉയിർത്തെഴുന്നേല്പില്ല.
എവിടെ നമ്മുടെ
നാട്യങ്ങൾക്കുപകരം കാതൽ
വാക്കുകളുടെ മിനുസരവത്തിൽ
നഷ്ടപ്പെടുത്തുന്നുവോ
അവിടെ എനിയ്ക്കും നിനക്കും
ഉയിർത്തെഴുന്നേല്പ് ഉണ്ടാകയില്ല.
മുതുകിൽ
ഓർമ്മ വെയ്ക്കാത്ത
മുൻകാലത്തിന്റെ കനം താങ്ങി
ഞാൻ ക്ഷീണിച്ചിരിക്കുന്നു.
എന്റെ വിശദീകരിയ്ക്കൽ
വയ്യാത്ത വർത്തമാനകാലത്തെ

അഭിമുഖീകരിയ്ക്കാനും പറ്റാതായി.

എന്നിട്ട് ഇപ്പോൾ

എന്റെ വിധിയുടെ കയർ തീർക്കാൻ

രണ്ടും കൂടി പിണച്ചിരിയ്ക്കുന്നു.

എന്നോർക്കുമ്പോൾ

ഇത് ഒരു വലിയ കുരുക്കോ?

ഞാൻ എന്റെ തന്നെ

ആരാച്ചാരോ?

പരസ്പരമുണ്ടായിരുന്ന സ്നേഹത്തിന് എന്തുകൊണ്ട് അപചയം പറ്റി? സ്ത്രീയും പുരുഷനും തമ്മിലുള്ള സ്നേഹവും വിവാഹജീവിതവുമെല്ലാം പ്രകൃതിയിൽതന്നെയുള്ളതല്ലേ? ചിലരുടെ കാര്യത്തിൽ എന്തുകൊണ്ടാണ് ജീവിതം തകരാറായി തകിടം മറിഞ്ഞു പോകുന്നത്? എല്ലാ വിവാഹബന്ധങ്ങളും ഇങ്ങിനെയാണോ? അവിടന്നങ്ങോട്ട് അന്വേഷണമായിരുന്നു. ജോലിയുടെ ആവശ്യത്തിനായി ലോകമെമ്പാടും യാത്ര ചെയ്യേണ്ടി വരുമ്പോഴൊക്കെ, ഞാൻ പരിചിത വലയത്തിലുള്ള ഓരോരുത്തരുടേയും വിവാഹബന്ധങ്ങളും വിവാഹേതര ബന്ധങ്ങളും ജീവിതത്തിലെ അടിയൊഴുക്കുകളും പ്രത്യേകം ശ്രദ്ധിക്കുവാൻ തുടങ്ങി. മനുഷ്യജീവിതത്തിലെ പച്ചയായ യാഥാർത്ഥ്യങ്ങൾ അപക്വയായ എന്നെ കുറേക്കൂടി മയപ്പെടുത്തി എന്നുവേണം പറയാൻ. ഈ ലോകം ജീവിക്കാൻ അറിയുന്നവർക്കുവേണ്ടിയുള്ള ഒരു കളിക്കളമാണ്. തോൽവിയും ജയവും കളിക്കളത്തിലെ നിത്യസംഭവങ്ങൾ. ഒളിച്ചോട്ടക്കാർക്ക് ഈ ലോകത്തിൽ രക്ഷയില്ല എന്റെ കുട്ടികൾക്ക് ഈ ലോകത്തിൽ ജീവിക്കണമെങ്കിൽ, എനിക്കും അവർക്കും കളിയറിഞ്ഞേ പറ്റൂ. എന്റെ വളർച്ചയിൽ സന്തോഷിച്ചിരുന്ന മാതാപിതാക്കൾ ഒന്നും അറിയാതെ, അത്രയകലത്തിലാണല്ലോ? അവരുടെ കൂടെയായിരുന്നു ഞാനെങ്കിൽ, മനസ്സുകൊണ്ടും ബുദ്ധികൊണ്ടും ഞാനിത്രവളരില്ലായിരുന്നു. ജീവിതാനുഭവങ്ങളാണല്ലോ മനുഷ്യമനസ്സുകളെ പാകപ്പെടുത്തുന്നത്!

ചെറിയകുട്ടിയായിരിക്കുമ്പോൾ, ദൈവത്തിന് എപ്പോഴും കത്തെഴുതിക്കൊണ്ടിരുന്ന ഞാൻ ആത്മീയതയിൽത്തന്നെയാണ് ശരണം കണ്ടത്. എന്നെത്തന്നെ അദ്ഭുതപ്പെടുത്തിയത്, 75 വയസ്സുകാരനായ മാൽകോം സെ സെഷൽ (Malcolm de chagal) ഞങ്ങളുടെ വീട്ടിൽ വന്നു താമസിക്കണമെന്ന് പറഞ്ഞതും, ഞാനതിനു സമ്മതിച്ചതും അദ്ദേഹം കുറേ

ദിവസങ്ങൾ ഞങ്ങളോടൊത്ത് കഴിഞ്ഞതുമെല്ലാമാണ്. ഇന്ത്യയിൽനിന്നും വന്ദ്യവയോധികനായ ഒരു മുസ്ലിം ബാബ മൗറീഷ്യസ് സന്ദർശിക്കാനെത്തിയിട്ടുണ്ടെന്നറിഞ്ഞപ്പോൾ ജാതിമതഭേദങ്ങൾക്കൊന്നും യാതൊരു വിലയും നൽകാത്ത എന്റെ മനസ്സ് പറഞ്ഞു. ബാബയെ കണ്ട് ആശിർവാദങ്ങൾ തേടണം. സ്വയം എത്ര ശ്രമിച്ചിട്ടും മുഴുവൻ തീരാത്ത എന്റെ പ്രശ്നങ്ങൾ തന്നെയായിരിക്കാം എന്നെ അദ്ദേഹത്തെ കാണാൻ പ്രേരിപ്പിച്ചത്. അദ്ദേഹത്തിനെ കാണാൻ മുസ്ലീങ്ങളടക്കം കുറേ ഇന്ത്യക്കാരുണ്ടായിരുന്നു. ബാബയെ തങ്ങളുടെ വീട്ടിലേക്ക് ക്ഷണിക്കാനായിരുന്നു അവരെത്തിയിരുന്നത്. ഞാൻ നമസ്കാരം പറഞ്ഞ ഉടനെ എന്റെ കണ്ണുകളിലേക്കുറ്റുനോക്കി ബാബ പറഞ്ഞു. ഞാൻ ഈ സഹോദരിയുടെ വീട്ടിൽ താമസിക്കാനാണിഷ്ടപ്പെടുന്നത്. എനിക്കും മറ്റുള്ളവർക്കും അതൊരദ്ഭുതമായിരുന്നു. ബാബ മുസ്ലീമും ഞാൻ ഹിന്ദുവുമാണല്ലോ?. ഒരു പ്രശ്നവുമുണ്ടായില്ല. മുസ്ലീമായ അദ്ദേഹം അതാതു സമയങ്ങളിൽ ഞങ്ങളുടെ വീട്ടിൽ നിസ്കാരം നടത്തുന്നു, പ്രാർത്ഥനാവേളകളിൽ ചുറ്റുമുള്ള മുസ്ലിം സുഹൃത്തുക്കളെത്തുന്നു. എന്തായിരിക്കും അദ്ദേഹം ഞങ്ങളെ ഇത്രയധികം വിശ്വാസത്തിലെടുക്കാൻ കാരണം? ഒന്നും എനിക്കറിയില്ല. കുറച്ചധികം ദിവസങ്ങൾ ഞങ്ങളുടെ വീട്ടിൽ താമസിച്ച് എന്നെ നല്ല പോലെ, ആശിർവദിച്ച് ബാബ ഇന്ത്യയിലേക്ക് മടങ്ങി. മൗറിഷ്യസിലെ ശിവാനന്ദാശ്രമത്തിലെ മഠാധിപതിയായിരുന്ന സ്വാമി വെങ്കിടേശാനന്ദയുമായും ഞാൻ വളരെയധികം അടുത്തു. സ്വാമിജിയുടെ വാക്കുകളിലും അദ്ദേഹം തരുന്ന ആത്മീയതയെ സംബന്ധിച്ച പുസ്തകങ്ങളിലും ഞാനൊരഭയം കണ്ടെത്തി. ഈ സംഭവങ്ങൾ എന്നെ ചിന്തിപ്പിച്ചു. ഞാനൊറ്റയ്ക്കല്ലായെന്നും ഈശ്വരന്റെ സഹായം അപ്രതീക്ഷിത വഴികളിൽ കൂടിയും പ്രതീക്ഷിക്കാമെന്നും എനിയ്ക്കൊരു ആത്മധൈര്യം ലഭിച്ചു.

എങ്കിലും തകർന്നുപോയ വൈവാഹികജീവിതം എന്റെ മനസ്സിനെ വേട്ടയാടിക്കൊണ്ടേയിരുന്നു. അക്കാലത്ത്, ജോലിയുടെ ആവശ്യാർത്ഥം ഞാൻ ഇടക്കിടെ ഡൽഹിയിൽ വന്നുകൊണ്ടിരുന്നു. അപ്പോഴൊക്കെയും സാധാരണ ജീവിതാന്വേഷികൾ ചെയ്യുന്നപോലെ ഞാനും ഹരിദ്വാർ, ഋഷികേശ് മുതലായ സ്ഥലങ്ങളിൽ അസംതൃപ്തമായ മനസ്സോടെ എന്തിനേയോ തേടിനടന്നു. ജീവിതമെന്ന ഈ പ്രഹേളികയുടെ സത്യമെന്തെന്ന് അറിഞ്ഞേപറ്റു. ഈ അന്വേഷണത്തിനിടെ പൂനയിലെ ഓഷോ ആശ്രമത്തിലുമെത്തി. വാസ്തവത്തിൽ എന്റെ അനുജത്തി നിർമ്മലയുടേയും ഭർത്താവ് അരൂപിന്റേയും, അരൂപിന്റെ സഹോദരി പാലുവിന്റെയും സ്നേഹമസൃണമായ നിർബ്ബന്ധത്തിന് വഴങ്ങിയാണ് ഞാൻ പോയത്. ഓഷോവിനെപ്പറ്റി പുറംലോകം ശരിയായ രീതിയിലല്ല അറിഞ്ഞിരു

ന്നത്. ഞാനും സംശയാലുവായിരുന്നു. ആത്മീയാന്വേഷിയായ ഒരാൾ എത്തപ്പെടേണ്ട സ്ഥലമാണോ എന്ന് എനിക്ക് സംശയമായിരുന്നു. അവരുടെ നിർബ്ബന്ധം കൂടിയപ്പോൾ പോവാതിരിക്കാനുള്ള കാരണങ്ങളാണ് എന്റെ മനസ്സ് കണ്ടുപിടിച്ചത്. മനസ്സിന്റെ തുലാസിലിട്ട് തൂക്കിനോക്കിയപ്പോൾ പോവാതിരിക്കാനുള്ള കാരണങ്ങളായിരുന്നു കൂടുതൽ. പക്ഷേ, എന്റെ അനുജത്തി നിർമ്മലയ്ക്ക് ലഭിച്ച ആത്മധൈര്യം എന്നെ അത്ഭുതപ്പെടുത്തി. അതുപോലെ, അരൂപിനും പാലുവിനും ആത്മവിശ്വാസം വർദ്ധിച്ചിരിക്കുന്നത് അവരുടെ പ്രവർത്തികളിൽ നിന്നുതന്നെ വ്യക്തമായിരുന്നു. പക്ഷേ, എന്നെപ്പറ്റി എനിയ്ക്കുതന്നെ സംശയമാണ്. ഒരു സന്യാസത്തിന്റെ യമനിയമാദികളിൽ എന്റെ ജീവിതത്തെ ഒതുക്കാൻ എനിയ്ക്കാകുമോ? രുചിയേറിയതും വൈവിധ്യങ്ങളുമായ ഭക്ഷണപദാർത്ഥങ്ങൾ, ലോകത്തിലെ വിവിധ സ്ഥലങ്ങളിലേക്കുള്ള യാത്രകൾ, മനം കവരുന്ന, ആകർഷകമായ വസ്ത്രാഭരണങ്ങൾ, എന്നെ സ്നേഹിക്കുന്നവരോടുള്ള നിസ്സീമമായ സ്നേഹം ഇവയെല്ലാം എനിയ്ക്കിപ്പോഴും വളരെ പഥ്യമാണ്. അതൊന്നും മാറ്റാതെ, ഒരു ചട്ടക്കൂടിലൊതുങ്ങാൻ എനിയ്ക്ക് സാദ്ധ്യമാകുമോ? അവസാനം ഒരു പരീക്ഷണാർത്ഥം പോകാമെന്ന് തന്നെ തീരുമാനിച്ചു. മനസ്സു പറഞ്ഞു. ഇന്ന് ഓഷോ ആശ്രമത്തിൽ ചെല്ലുമ്പോൾ കാണുന്നതെല്ലാം ഓറഞ്ചു നിറത്തിലുള്ളതാണെങ്കിൽ ശരിയായ സ്ഥലത്താണെത്തിയതെന്ന് വിശ്വസിക്കാം. എങ്ങിനെയാണെന്നറിയില്ല. അവിടം ഓറഞ്ചുമയമായിരുന്നു, ആ ദിവസം ആശ്രമത്തിലേക്കുള്ള വഴിയിൽവെച്ച് തന്നെ എന്റെ മനസ്സിലെ ചോദ്യങ്ങൾക്കെല്ലാം, തക്കമറുപടി ലഭിച്ചുകൊണ്ടിരുന്നു. ഞാൻ ചെന്ന ഉടനെ, ആശ്രമത്തിലെ സെക്രട്ടറിയായ ലക്ഷ്മി പറഞ്ഞു. താങ്കൾക്ക് നേരിട്ട് ഓഷോയെ പോയി കാണാം.

ആദ്യദർശനത്തിൽ തന്നെ, എന്റെ മനസ്സ് ശാന്തമായി. ഓഷോയുടെ നിർദ്ദേശപ്രകാരം വിപാസന മെഡിറ്റേഷൻ ചെയ്യാൻ തുടങ്ങി. ആത്മീയതയെ അന്വേഷിച്ച് നടന്ന് ഒരുപാട് പുസ്തകങ്ങൾ വായിച്ചു തീർത്തിട്ടുണ്ടെങ്കിലും, എന്റെ ആദ്യത്തെ യാഥാർത്ഥ ആത്മീയാനുഭവമായിരുന്നു അത്. പിന്നീട് കുറച്ചു ദിവസങ്ങൾ സദ്ഗുരുവിന്റെ ഉപദേശങ്ങളും സാധനകളുമായി പൂന ആശ്രമത്തിൽതന്നെ കഴിഞ്ഞു 1979ലായിരുന്നു അത്. മനസ്സിന്റെ ഭാരമൊക്കെ ആരോ ഇറക്കിവെച്ചുതന്നതുപോലെ. ശാന്തമായ മനസ്സ്, ജീവിതത്തെ ഒരു പുതിയ കാഴ്ചപ്പാടിൽ നോക്കിക്കാണാൻ പഠിച്ചു. പ്രധാനമായും ഞാൻ പഠിച്ചത് ജീവിതത്തെ, സാക്ഷിഭാവത്തിൽ അകന്നു നിന്ന് നോക്കിക്കാണാനാണ്. ആ സാക്ഷിഭാവം ഇന്നും എന്റെ കൈമുതലാണ്. പിന്നീടങ്ങോട്ടുള്ള ജീവിതത്തിൽ എന്റെ കൈത്താങ്ങായതും ഈ സാക്ഷിഭാവംതന്നെ. സദ്ഗുരു എനിക്ക് ഒരു

പുതിയ പേരു നൽകി. മാ ശകുന്തള ഭാരതി. മൗറിഷ്യസിലുള്ള എന്റെ വീടിന് ആനന്ദം എന്ന പേരു നൽകി സന്തോഷത്തിന്റെ വീടാവട്ടെ എന്നാശിർവദിച്ചു.

## മൗറീഷ്യസിലെ ആനന്ദം

ഓഷോയുടെ ആശ്രമത്തിലായിരുന്നപ്പോൾ അനുഷ്ഠിച്ചുപോന്ന സാധനകളുടേയും പ്രാർത്ഥനകളുടേയും ഫലമായി എനിക്കു ലഭിച്ച മനസ്സാന്നിദ്ധ്യവും, ശാന്തതയും, സന്തോഷവും, അതേയളവിൽ തന്നെ ഒരു വർഷത്തോളം ഞാനനുഭവിച്ചു. മൗറിഷ്യസിൽ വന്നതിനു ശേഷം എനിക്കുകിട്ടിയിരുന്ന വേദികളിലും സുഹൃദ് സമ്മേളനങ്ങളിലുമെല്ലാം ഞാൻ ഓഷോയെപ്പറ്റി സംസാരിച്ചു. പുറംലോകത്തിന് ഓഷോയെപ്പറ്റി അത്ര നല്ല അഭിപ്രായമായിരുന്നില്ല. എന്റെ അനുഭവങ്ങളെ സാക്ഷിയാക്കി ഞാൻ സംസാരിച്ചപ്പോൾ, ഏതാണ്ട് ഇരുപത്തഞ്ചോളം പേർ മെഡിറ്റേഷനിൽ പങ്കെടുക്കാൻ താല്പര്യം കാണിച്ചു. എല്ലാ ശനിയാഴ്ചകളിലും രാവിലെ ആറു മുതൽ എട്ടുവരെ എന്റെ വീടിന്റെ ഒരു ഹാൾ ഓഷോ വിശ്വാസികൾക്കായി തുറന്നുവെച്ചു. പച്ചക്കറികളും പഴങ്ങളും മാത്രമുള്ള പ്രഭാതഭക്ഷണം. പ്രത്യേക സന്ദർഭങ്ങളിൽ, ഉത്സവങ്ങളോടനുബന്ധിച്ച് ചിലപ്പോൾ അമ്പതുപേരോളം എത്താൻ തുടങ്ങി. മൂന്ന് സന്യാസിനികളും ഈ ചടങ്ങുകളിൽ പങ്കെടുത്തിരുന്നു. മൗറീഷ്യസിൽവെച്ച് ഓഷോ പുസ്തകങ്ങളുടെ ഒരു പ്രദർശനവും വില്പനയും നടത്തി.

എന്റെ ഭർത്താവിന്റെ ധർമ്മപത്നിയായി എന്നെ സ്വീകരിച്ച എല്ലാ മൗറീഷ്യസുകാർക്കും വേണ്ടി, എനിക്കു സാദ്ധ്യമാവുന്നതെല്ലാം ഞാൻ ചെയ്തുകൊണ്ടിരുന്നു. ദ്വീപു നിവാസികൾക്ക് പുറംലോകത്തെ കാഴ്ചകൾ വിരളമാണെന്നതിനാൽ, ദൂരയാത്രകളിൽ പരിചയപ്പെടുന്ന വിവിധ കലാരൂപങ്ങളേയും കലാകാരന്മാരേയും ഞാൻ ദ്വീപിലേക്ക് കൊണ്ടുവരാൻ ശ്രമിയ്ക്കാറുണ്ട്. അവർ പുറംലോകം കാണുന്നതും പരിചയപ്പെടുന്നതും ഈ വാതിലിൽ കൂടി മാത്രമാണ്. ഭാരതീയ സംസ്കാര കലകളിലൂടെ എന്ന വിഷയത്തെ ആസ്പദമാക്കി ദ്വീപിലെ അഞ്ചു നഗരങ്ങളിലായി ഇന്ത്യാ ഫെസ്റ്റിവൽ എന്ന പേരിൽ ഒരു കലാമേള സംഘടിപ്പിച്ചു. വിഷയം പരിചയപ്പെടുത്തിക്കൊണ്ട് ഒരു ലഘുപ്രഭാഷണത്തോടെയാണ് രണ്ടരമണിക്കൂർ നീണ്ട ആ മേള ആരംഭിച്ചത്. മുക്കാൽ മണിക്കൂർ കർണാടക സംഗീതകച്ചേരി, ഇരുപതു മിനിട്ട് ലഘു ഹിന്ദുസ്ഥാനി സംഗീതം, ഇരുപത് മിനിട്ട് കുച്ചിപ്പുഡി നൃത്തം, അവസാനം നാൽപ്പതു മിനിട്ട് കേരളത്തിന്റെ തനതുകലയായ കഥകളി. കുച്ചിപ്പുഡി കലാമണ്ഡലം ക്ഷേമാവതിയുടെ മകൾ ഈവാ പവിത്രന്റെ വക. ഒറ്റപ്പാ

ലത്തെ പ്രശസ്ത അഭിഭാഷകനും സാഹിത്യകാരനുമായ പി.ടി. നരേന്ദ്ര മേനോന്റെ പ്രഭാഷണം, കർണാടക സംഗീതം അദ്ദേഹത്തിന്റെ ഭാര്യ സുകുമാരിയുടേയും, ഹിന്ദുസ്ഥാനി സംഗീതം മകൾ വാണിയുടേയും വകയായിരുന്നു. ഡൽഹി ഇന്റർ നാഷണൽ കഥകളി കേന്ദ്രത്തിലെ ശ്രീനാഥിന്റെ വകയായിരുന്നു പൂതനാമോക്ഷം. ഇന്ത്യ ഫെസ്റ്റിവലിന് ടി.വി.വഴിയും, പത്രങ്ങൾ വഴിയും നല്ല പ്രചാരണം കൊടുത്തു. കലാകാരന്മാരുമായുള്ള അഭിമുഖങ്ങളും ധാരാളം ഉണ്ടായിരുന്നു. മൗറീഷ്യസിൽ ആദ്യമായാണ് കഥകളി അരങ്ങേറുന്നത്. എനിയ്ക്കതിൽ പ്രത്യേകം അഭിമാനമുണ്ടായിരുന്നു.

സുന്ദരിയായ പൂതന മനംമയക്കുന്ന നൃത്തത്തിനുശേഷം തൊട്ടിലിൽ കിടക്കുന്ന പിഞ്ചുകണ്ണനെ കൊഞ്ചിയ്ക്കുന്നതും വിഷമുലയൂട്ടുന്നതും പിന്നീട് രൗദ്രഭാവത്തിലേക്ക് പോകുന്നതും വെപ്രാളത്തോടെ മരണപ്പെടുന്നതും മോക്ഷമടയുന്നതുമായ കഥകളി രംഗങ്ങൾ അതീവ ദൃശ്യമനോഹരമായിരുന്നു. ഇതു കണ്ട മൗറീഷ്യസ്സിലെ പ്രസിഡന്റും പ്രധാനമന്ത്രിയും സ്റ്റേജിൽ കയറി അഭിനേതാവിനെ അഭിനന്ദിക്കുന്നതു കണ്ടപ്പോൾ, എനിക്കും വളരെ സന്തോഷം തോന്നി. കേരളത്തിൽനിന്ന് വന്ന യാത്രക്കാരെയെല്ലാം എന്റെ വീട്ടിലും സലാം ബോംബെ ഹോട്ടലിലുമാണ് താമസിപ്പിച്ചിരുന്നത്. സിദ്ധാർത്ഥ് ലണ്ടനിൽ പഠിച്ചുകൊണ്ടിരുന്നപ്പോൾ എടുത്തിരുന്ന കടത്തിന്റെ തിരിച്ചടവ് ഒരു പ്രതിസന്ധിയിലെത്തിയപ്പോൾ, തുടങ്ങിയതാണ് സലാം ബോംബെ ഹോട്ടൽ. ദ്വീപിൽ അതിന് നല്ല പേരായിരുന്നു. രുചിയും വൈവിധ്യവുമുള്ള വിഭവങ്ങൾക്കു പുറമെ ലോകത്തിലെ വിശ്രുതമായ മദ്യങ്ങളും മര്യാദവിലയിൽ അവിടെ നൽകപ്പെട്ടിരുന്നു. ദ്വീപിലെ സംസ്കാരത്തിൽ മദ്യം ഒഴിച്ചുകൂടാനാവാത്ത ഒരിനമാണ്. ധാരാളം സാഹിത്യകാരന്മാരും കലാകാരന്മാരും അവിടെയെത്തിച്ചേരാറുണ്ട്. പക്ഷേ നോക്കി നടത്താൻ സമർത്ഥരായ ആൾക്കാരേയും നല്ല പാചകക്കാരേയുമൊക്കെ കിട്ടാത്തതുകൊണ്ട് കുറച്ചുകാലമായി ഹോട്ടൽ പൂട്ടേണ്ടിവന്നിരിക്കയാണ്. കവയിത്രിയായ ഞാൻ ഈ ദ്വീപിൽ ഹോട്ടൽ നടത്തുന്നതും, ഇന്ത്യാഫെസ്റ്റിവൽ പോലെയുള്ള മേളകൾ നടത്തുന്നതുമെല്ലാം, നരേന്ദ്രമേനോനും കുടുംബത്തിനും അത്ഭുതവും സന്തോഷവുമായിരുന്നു. ദ്വീപിൽ മലയാളിയായ എനിക്കുള്ള സ്വാധീനത്തേയും, സംഘടനാ പാടവത്തേയും, കലാകാരന്മാരോടുള്ള സ്നേഹബഹുമാനങ്ങളേയും ആത്മാർത്ഥതയേയുമെല്ലാം പുകഴ്ത്തിയാണ് അവർ ഇന്ത്യയിലേക്ക് മടങ്ങിയത്.

ഇതിനിടക്ക് യുനൈറ്റഡ് നേഷൻസിന്റെ നിർദ്ദേശപ്രകാരം മൗറീഷ്യസിലെ സ്ത്രീകളുടേയും കുട്ടികളുടെയും സിറ്റുവേഷൻ അനാലി

സിസ് എന്ന പഠനം നടത്തി. സ്ത്രീകളുടേയും കുട്ടികളുടേയും സ്ഥിതിഗതികൾ വിലയിരുത്തുന്നതിനുള്ള റിപ്പോർട്ട് തയ്യാറാക്കിയതിലൂടെ ദ്വീപിലെ ഏതാണ്ട് മുഴുവൻ നിവാസികളേയും പറ്റി വളരെ സമഗ്രമായൊരുരൂപം ഞങ്ങൾക്ക് ലഭിച്ചു. Institution for Vocational Trg & research സ്ഥാപിച്ചു. മൗറീഷ്യസിലെ എഴുത്തുകാരുടെ ഒരു അസ്സോസിയേഷൻ നിലവിൽ വന്നു. എന്നെ അതിന്റെ പ്രസിഡണ്ടാക്കി. സ്ത്രീകളുടേയും കുടുംബത്തിന്റേയും ക്ഷേമത്തിന് മുൻതൂക്കം നൽകി ആരോരുമില്ലാത്ത മുന്നൂറു കുട്ടികൾക്കായി ഒരു Foster home തുടങ്ങി. Women's Federation for world peace തുടങ്ങിയ മുതൽക്കേ എന്നെ അതിന്റെ പ്രസിഡണ്ടാക്കി.

## യാത്രകളും അന്വേഷണങ്ങളും

മനുഷ്യബന്ധങ്ങളിലുള്ള സങ്കീർണ്ണത എന്റെ ഒരു പ്രിയപ്പെട്ട വിഷയമായിത്തീർന്നു. അതിനെ ചുറ്റിപ്പറ്റിയുള്ള അന്വേഷണങ്ങളും ഞാനറിയാതെ എന്റെ മനസ്സ് തുടർന്നു. ഒറ്റപ്പാലത്തുള്ള ഞങ്ങളുടെ തറവാട്ടിലുള്ളവരുമായി ഞാൻ കൂടുതൽ അടുത്തു. ഏതാണ്ട് മുപ്പത്താറുവയസ്സു മുതൽക്കാണ് ഞാൻ അവരുമായി ശരിക്കും അടുക്കാൻ തുടങ്ങിയത്. ഇപ്പോൾ നാമാവശേഷമായിപ്പോയെങ്കിലും നാട്ടിലുണ്ടായിരുന്ന കൂട്ടുകുടുംബ വ്യവസ്ഥിതി എന്നെ വല്ലാതെയാകർഷിച്ചു. ജനിച്ചു വീഴുന്നതു മുതൽ കുഞ്ഞുങ്ങൾക്ക് ജീവിതം പഠിക്കുവാനുള്ള ഒരു സർവ്വകലാശാലയായിരുന്നു ഓരോ കുടുംബവും. കുഞ്ഞുങ്ങൾ ജനിക്കുന്നതും, അപ്പൂപ്പന്മാരും അമ്മൂമ്മമാരുമൊക്കെ മരിച്ചു പോകുന്നതുമെല്ലാം അവർ കാണുന്നു. ജനനത്തിനും മരണത്തിനുമിടക്കുള്ള സമയത്തിന്നിടക്ക് അറിഞ്ഞും ആസ്വദിച്ചും ജീവിതം നയിക്കാമെന്നും, സ്വയം കൃതാനർത്ഥങ്ങൾ കൊണ്ട് ജീവിതം നശിച്ചുപോകുമെന്നതിനുമെല്ലാം അവർ ദൃക്സാക്ഷികളാണ്. ഒരേ വീട്ടിൽത്തന്നെ ജീവിക്കുന്നതുകൊണ്ട്. ഒരു കുഞ്ഞ് വളർന്നുവലുതാവുമ്പോഴേക്ക് ജീവിതത്തെപ്പറ്റി നല്ലൊരു പ്രായോഗികജ്ഞാനം ലഭിക്കുന്നു. പക്ഷേ, ഓരോന്നിനും അതിന്റേതായ പരിമിതികളുണ്ട്, പ്രശ്നങ്ങളുണ്ട്. കാലം കൂട്ടുകുടുംബത്തിന് പകരം അണുകുടുംബങ്ങളെ സൃഷ്ടിച്ചു. നായർ ജാതിയിലായിരുന്ന അമ്മയുടെ കുടുംബങ്ങളിലൊക്കെ നിലനിന്നിരുന്ന മരുമക്കത്തായ വ്യവസ്ഥിതിയെപ്പറ്റിയുമൊക്കെ ഞാൻ കൂടുതൽ മനസ്സിലാക്കി.

ഒറ്റപ്പാലത്തെ കുടുംബാംഗങ്ങളുമായി ഇടക്കിടക്ക് ബന്ധപ്പെടുന്നതിലൂടെയാണ് ആയുർവേദ വൈദ്യരീതിയുമായി ഞാൻ കൂടുതലടുത്തത്. എവിടെയായിരുന്നാലും വർഷത്തിലൊരിക്കൽ മൂന്നാഴ്ച ആയുർവേദ സുഖചികിത്സക്ക് എത്തുന്നത് എന്റെ പതിവാണ്. ആദ്യമൊക്കെ

കോട്ടക്കലിലായിരുന്നു ചികിത്സ. പിന്നീട് സ്ഥിരമായി കോയമ്പത്തൂർ ആര്യവൈദ്യശാലയിലാണ്. ഒറ്റപ്പാലത്തെ സി.എസ്.എൻ. ഹാളിൽ വെച്ച് എന്റെ പുസ്തകപ്രകാശനം നടക്കുന്ന ദിവസം മലയാളത്തിന്റെ പ്രശസ്തസാഹിത്യകാരൻ എം.ടി. വാസുദേവൻ നായർക്കും, സി.എസ്. എൻ. കൾച്ചറൽ ട്രസ്റ്റിന്റെ അവാർഡുണ്ടായിരുന്നു. അതു നൽകിയത് അന്നത്തെ കേന്ദ്രമന്ത്രിയായിരുന്ന വയലാർ രവിയായിരുന്നു. അന്നും എന്റെ നന്ദി പ്രസംഗത്തിൽ കേരളത്തിന്റെ വൈദ്യശാസ്ത്രപാരമ്പര്യത്തിന് മുതൽകൂട്ടായ ആയുർവ്വേദത്തിന് അർഹിക്കുന്ന സ്ഥാനം നൽകി, ലോകമെമ്പാടും പ്രചരിപ്പിക്കാനുള്ള നടപടി എടുക്കണമെന്ന് പ്രത്യേകം അപേക്ഷിച്ചിരുന്നു. കേരളത്തിന്റെ ആയുർവ്വേദചികിത്സ രീതിക്ക് വേണ്ടത്ര പരിഗണന ലഭിക്കുന്നില്ലെന്ന് തന്നെയാണ് ഞാനിപ്പോഴും കരുതുന്നത്.

## അച്ഛനെന്ന തണൽവൃക്ഷം

അച്ഛന് ഹൃദയാഘാതം വന്നു നാനാവതി ഹോസ്പിറ്റലിലാക്കിയ വിവരം ലഭിച്ചപ്പോൾ എനിക്കാദ്യം വിശ്വസിക്കാനായില്ല. ഞാൻ ബോംബെയിലുള്ള സമയമായിരുന്നു അത്. എന്റെ ജീവിതത്തിൽ അച്ഛന് ഞാൻ ദൈവത്തിന്റെ സ്ഥാനമാണ് നൽകിയിരിക്കുന്നത്. സ്നേഹം മാത്രമേ ഞങ്ങൾക്ക് നൽകിയിട്ടുള്ളു. ചോദിച്ചതെന്തും സാധിച്ചു തന്നിട്ടുണ്ട്. ഇത്രയും തിരക്കുള്ള ഒരു ഡോക്ടറായിട്ടും ഞാനൊഴികെയുള്ളവരെയെല്ലാം വീട്ടിലിരുന്ന് അച്ഛൻ പഠിപ്പിച്ചിട്ടുണ്ട്. സുധാകരൻ പഠിക്കുവാൻ സമർത്ഥനായിരുന്നു. എന്നാലും എന്തെങ്കിലും ഒരു സംശയം ചോദിക്കുമ്പോഴക്കും അച്ഛൻ എത്രനന്നായാണ് പറഞ്ഞു മനസ്സിലാക്കിക്കാറുള്ളത്? ബാലുവിനേയും സുരേഷിനേയും അവർ മെഡിക്കൽ വിദ്യാർത്ഥികളായിരിക്കുമ്പോഴും അച്ഛൻ പഠിച്ച അതേ ഉത്സാഹത്തിൽ അവരേയും പഠിപ്പിക്കുമായിരുന്നു. നിർമ്മലയെയും അച്ഛൻ പഠിപ്പിച്ചിട്ടുണ്ട്, അവൾ സ്വയം ഒരു പഠിക്കുന്ന കുട്ടിയായിരുന്നെങ്കിൽപ്പോലും. അധ്യാപകവൃത്തി അച്ഛന് ഒരു ഹരമായിരുന്നുവെന്ന് തോന്നിയിട്ടുണ്ട്. എത്രയോ കുട്ടികൾക്ക് പ്രത്യേകിച്ച് ഞങ്ങളുടെ നാട്ടിൽ നിന്നും വന്ന് ബോംബെയിൽ ജോലി ചെയ്യുന്ന മലയാളികൾക്ക്, നല്ല സ്കൂളുകളിൽ പ്രവേശനത്തിന് ശുപാർശക്കത്ത് നൽകാറുണ്ട്, ചേരിപ്രദേശങ്ങളിലെ രോഗികളെ സന്ദശനത്തിന് പോകുമ്പോഴൊക്കെ അവരോട് പ്രത്യേകം പറയും, കുട്ടികളെ പഠിപ്പിക്കണം. ഫീസ് കൊടുക്കാൻ പണമില്ലെങ്കിൽ ചോദിക്കണം. ചെറുപ്പത്തിൽ ഒരു തവണ പഠിത്തം നിർത്തേണ്ടി വന്നതുകൊണ്ട് അച്ഛന് കുട്ടികളുടെ പഠിത്തം എന്നും പരമപ്രധാനമായിരുന്നു. ഡോക്ടറാവണം, എ

ഞ്ചിനീയറാവണം, ശാസ്ത്രജ്ഞനാവണമെന്നൊന്നും മക്കളെ ആരേയും നിർബ്ബന്ധിക്കാറില്ല. ഓരോരുത്തരുടേയും വ്യക്തിത്വത്തിനെ അങ്ങേയറ്റം മാനിച്ചു. അച്ഛന് ഇന്ത്യയെപ്പറ്റി എന്തു സ്നേഹബഹുമാനങ്ങളാണെന്നോ?. യാത്രകളൊക്കെ ഇന്ത്യയെ തൊട്ടറിയാനുള്ള വിജ്ഞാനയാത്രകളാക്കി മാറ്റും അച്ഛൻ. ഒരു തവണ, വടക്കേ ഇന്ത്യയിലേക്കുള്ള യാത്രയിലാണ് ചമ്പൽക്കാടുകൾക്കടുത്തുള്ള നദിയിലൂടെ ചങ്ങാടത്തിൽ കാറു കയറ്റി വേണം മറുകര കടത്താൻ. സന്ധ്യയായി അവിടെ എത്തിയപ്പോഴേക്കും. അവസാനത്തെ ചങ്ങാടം നദി മദ്ധ്യത്തിലെത്തി. ആകെ പരിഭ്രാന്തിയായി. തിരിച്ചു പോകണമെങ്കിൽ എത്രദൂരം പോകണം? അച്ഛൻ വിളിച്ചുചോദിച്ചു. "ഞങ്ങളെക്കൂടെ ഒന്നു കൊണ്ടു പോകാമോ?" ശബ്ദം കേട്ടതും ബോട്ടിലെ ഒരു യാത്രക്കാരൻ "ഗോപാലൻ സാബ് ഹൈ?" എന്ന് മറു ചോദ്യം. അതേ എന്നറിയിച്ചപ്പോൾ ഒരു പത്തുമിനിട്ട് കാത്തു നിൽക്കാൻ പറഞ്ഞു. ചങ്ങാടം തിരിച്ചുവന്ന് ഞങ്ങളേയും കൊണ്ടുപോയി. ആ യാത്രക്കാരെന്റെ കുട്ടിയുടെ കടുത്ത അസുഖം, രണ്ടുമാസം മുൻപ് അച്ഛൻ ചികിത്സിച്ചു മാറ്റിയിരുന്നുവത്രെ. അച്ഛന്റെ മുഖത്ത് ഒരു വല്ലാത്ത സമാധാനവും അഭിമാനവും സംതൃപ്തിയും.

അദ്ദേഹം ഏറ്റവും ആസ്വദിച്ചിരുന്നത് കുടുംബവുമായി, ഇന്ത്യയുടെ പലഭാഗങ്ങളിലേക്ക് വർഷത്തിലൊരിക്കൽ ഒരു മാസമുള്ള യാത്രയാണ്. സ്വന്തം കാറിൽ ഒരു കറുത്ത അംബാസിഡർ. ഭാര്യയേയും മക്കളേയും ഇന്ത്യ മുഴുവൻ കാണിച്ചുതരുവാൻ എന്തൊരുത്സാഹമായിരുന്നു. തെക്കേ ഇന്ത്യയിലെ യാത്രയ്ക്ക്, അച്ഛന്റെ ഗോവിന്ദേട്ടനേയും കൂട്ടി. മറ്റു ചിലപ്പോൾ, കിട്ടുണ്ണി ഏട്ടന്റെ മക്കൾ ഉണ്ണിയേട്ടനേയോ ബാബുഏട്ടനേയോ കൂട്ടും. അച്ഛന് വർത്തമാനം പറഞ്ഞു കൊണ്ടിരിക്കണം. വിചാരിക്കാത്ത സ്ഥലത്തുനിന്നുള്ള 'ഡോക്ടർ ഗോപാലൻ' 'ഡോക്ടർ സാബ്' വിളികൾ അച്ഛനെ അതീവ സന്തുഷ്ടനാക്കിയിരുന്നുവെന്ന് പറയാതെ വയ്യ. ഓരോ സ്ഥലത്തെപ്പറ്റിയും ഒരു അധ്യാപകന്റെ ഊർജ്ജസ്വലതയോടെ അച്ഛൻ പറഞ്ഞു തരുമ്പോൾ, വേറെ നിസ്സാര കാര്യത്തിലേയ്ക്കെന്തെങ്കിലും ശ്രദ്ധ തിരിഞ്ഞാൽ ഉഗ്രൻ ദേഷ്യമാണ്. ഭൂമിശാസ്ത്രവും, ചരിത്രവും, മതവും, സംസ്കാരവും, ഒക്കെ സംസാര വിഷയങ്ങളാവും. ഇന്ത്യാ മഹാരാജ്യത്തിന്റെ നാനാത്വവും അതിനുള്ളിലെ ഏകത്വവും അച്ഛന്റെ പ്രിയപ്പെട്ട വിഷയമായിരുന്നു. വ്യക്തികളോടുള്ള സ്നേഹബന്ധത്തെ അച്ഛൻ എന്നും മാനിച്ചിരുന്നു. പക്ഷേ, പരസ്പര വിശ്വാസത്തിന്നെന്തെങ്കിലും ഉടവുതട്ടിയാൽ, പിന്നെ ആ ബന്ധം അതോടെനിൽക്കും.

അച്ഛന്റെ ഏറ്റവും വലിയ ബലവും ബലഹീനതയും ഒറ്റപ്പാലത്തെ മനിശ്ശേരിയിലുള്ള വീട്ടുകാരും ആ നാടും തന്നെയായിരുന്നു. അവരോ

ടൊത്ത് അധികം ജീവിക്കാൻ പറ്റാത്തത് എന്നും ഒരു സങ്കടമായിരുന്നു. നാട്ടിൽ നിന്ന് അച്ഛന്റെ സഹോദരന്മാരോ അവരുടെ മക്കളോ വന്നാൽ ആ ദിവസങ്ങളൊക്കെ അവർ രാത്രി മുഴുവൻ ഇരുന്ന് സംസാരമാണ്. വീട്ടുകാരുടെ കുശലാന്വേഷണം കഴിഞ്ഞാൽ പിന്നെ നാട്ടുകാരുടെയായി. അച്ഛന്റെ ആകെയുള്ള ഹോബി കൂട്ടുകാരോടൊത്തുള്ള ശീട്ടുകളിയായിരുന്നു. നാട്ടിൽ നിന്നുള്ളവരെത്തിയാൽ മാത്രമാണ് അതിന്നൊരു ഒഴിവ് കൊടുക്കാറുള്ളത്. ഇത്രയും കർമ്മ നിരതനായൊരു മനുഷ്യനെ ഞാൻ കണ്ടിട്ടില്ല. എത്ര വേഗത്തിലാണ് രോഗികളെ നോക്കുക. സ്പെഷ്യലിസ്റ്റ്കളില്ലാതിരുന്നകാലത്തും, സുഖക്കേട് കണ്ടുപിടിച്ച്, ഉടൻ ചികിത്സിക്കേണ്ട കേസുകളിലൊക്കെ, പെട്ടെന്ന് ശ്രദ്ധിക്കാനും മറ്റും ഒരു ദൈവാനുഗ്രഹം ഉള്ളതായി തോന്നും. ഡോ. ഗോപാലൻ പച്ചവെള്ളം തന്നാലും മതിയെന്നാണ് ചില രോഗികൾ പറയാറുള്ളതെന്ന് കമ്പൗണ്ടർ ഭാസ്ക്കരൻ പറയാറുണ്ട്. ദിനചര്യയൊക്കെ തോന്നുന്ന പോലെയാണ് അച്ഛന്. അതുകൊണ്ടായിരിക്കാം, അച്ഛന് ഹൃദയസ്തംഭനം വന്നത്. കഴിഞ്ഞാഴ്ച ബോംബെയിലേക്ക് വിളിച്ചപ്പോൾ അച്ഛൻ വീണ്ടും ഡിസ്പെൻസറിയിൽ വൈകുന്നേരങ്ങളിൽ പോകാൻ തുടങ്ങി എന്ന് അമ്മ പറഞ്ഞു. ഹൃദയാഘാതത്തിനുശേഷം അച്ഛന്റെ ജീവിതരീതിയാകെ മാറിയിരിക്കുന്നു. ആത്മീയതയെപ്പറ്റി വായിക്കലും, സംസാരിക്കലും, എഴുതലുമെല്ലാമായാണ് ദിവസങ്ങൾ നീങ്ങിയിരുന്നത്. പറയാതെവയ്യ, എന്റെ ജീവിതത്തിലെ ഏറ്റവും വലിയ തണൽ വൃക്ഷം അച്ഛനായിരുന്നു.

## വേർപാടിന്റെ വർഷങ്ങൾ

സിദ്ധാർത്ഥിനെ ലണ്ടനിൽ പഠിയ്ക്കാൻ വിട്ടതിനുശേഷം ഉമാശങ്കർ വീട്ടിൽ വരുന്നതും വല്ലപ്പോഴുമെത്തുന്ന ഒരു വിരുന്നുകാരനെപ്പോലെയായി. മൗറീഷ്യസ് ഒരു ചെറിയ ദ്വീപല്ലേ? വല്ലപ്പോഴുമൊക്കെ പൊതുസ്ഥലങ്ങളിൽ വെച്ച് കണ്ടാൽ ഞങ്ങൾ രണ്ടുപേരും ഒരു ഹലോയിൽ ഒതുക്കും. ഇത്തവണ നെയ്റോബിയിൽ ഒരു സാഹിത്യസന്ദർശനത്തിൽ പങ്കെടുത്തു കൊണ്ടിരിക്കുമ്പോൾ, അവിചാരിതമായി എന്റെ മനസ്സിൽ ഒരു മിന്നൽപ്പിണർപോലെ ഉമാശങ്കർ കടന്നുവന്നു. ഉമാശങ്കറിന്റെ ഓർമ്മകൾ പതിവില്ലാത്തവിധം എന്റെ മനസ്സിനെ ചൂഴ്ന്നുതിന്നു. ഇപ്പോഴും എന്റെ മനസ്സിൽ ആ മനുഷ്യൻ ഇത്ര തീവ്രമായ വികാരമായി നിൽക്കുന്നുണ്ടല്ലോ എന്നോർത്ത് ഞാനെന്നെത്തന്നെ പുച്ഛിച്ചുകളഞ്ഞു ആ നിമിഷത്തിൽ. പക്ഷേ, മൗറിഷ്യസ്സിൽ തിരിച്ചെത്തിയപ്പോഴും എനിക്കു തോന്നി ഉമാശങ്കറിനെ ഒന്നു പോയി കാണണമെന്ന്. കൂടെ താമസിക്കുന്ന സ്ത്രീയേയും എനിക്കറിയാമായിരുന്നു. ഞാൻ ചെന്ന

പ്പോൾ അത്യന്തം അവശനായ ഉമാശങ്കറിനേയാണ് കണ്ടത്. വീണ്ടും എന്നിൽ സഹതാപതരംഗം ഉയർന്നു. വേണ്ടത്ര ചികിത്സയൊന്നും കിട്ടുന്നില്ലെന്നും അതിനുള്ള പരിതസ്ഥിതിയും അവിടെ കുറവാണെന്നും എനിക്ക് മനസ്സിലായി. ഞാനധികമൊന്നും ആലോചിച്ചില്ല. ഡ്രൈവറെ വിളിച്ച്, പതുക്കെ സാബിനെ കാറിൽ പിൻസീറ്റിൽ കിടത്താൻ പറഞ്ഞു. ആ സ്ത്രീയോടും, വീടുപൂട്ടി, കാറിന്റെ പിൻസീറ്റിൽ തന്നെയിരിക്കാൻ പറഞ്ഞു. ഞാൻ മുൻസീറ്റിൽ കയറി. നേരെപോയത് ആസ്പത്രിയിലേക്കാണ്. കുറേ കാര്യങ്ങൾ മൗറിഷ്യസിനുവേണ്ടി ഉമാശങ്കർ ചെയ്തിട്ടുണ്ടെങ്കിലും, കുറച്ചുകാലമായി സ്റ്റേജിലില്ലാത്തതുകൊണ്ട്, ഡോക്ടർക്കൊന്നും അദ്ദേഹത്തെ ഒരു പരിചയവുമില്ല. എന്റെ ടി.വി. സാന്നിധ്യം കൊണ്ട്, പെട്ടെന്ന് തിരിച്ചറിഞ്ഞു. ഉടനെ വേണ്ട നടപടികളെടുത്തു. രണ്ടാഴ്ച ആസ്പത്രിയിലായിരുന്നു. ഞാനും കുട്ടികളും ദിവസവും ആസ്പത്രിയിൽ പോകും. ഡോക്ടർമാർ പറഞ്ഞിരുന്നു, ഉമാശങ്കറിന് കാൻസറാണെന്നും, ഇനി അധികദിവസങ്ങളില്ലെന്നും. എന്തു ചിലവു വന്നാലും എങ്ങിനെയെങ്കിലും രക്ഷിക്കണമെന്ന് ഡോക്ടറോടഭ്യർത്ഥിച്ചു. പക്ഷേ, ഇനിയുള്ള ദിവസങ്ങൾ വീട്ടിലെ നല്ല അന്തരീക്ഷത്തിലാവട്ടെ എന്നാണ് ഡോക്ടർമാർ പറഞ്ഞത്. അങ്ങിനെ ഉമാശങ്കറിനേയും ആ സ്ത്രീയേയും വീട്ടിലേക്ക് കൊണ്ടുവന്നു. അവസാന നാളുകളിൽ ഞങ്ങൾക്ക് കൊടുക്കുവാൻ കഴിയുന്ന എല്ലാ ചികിത്സയും സ്നേഹവും സാന്ത്വനവും നൽകി. ഒരു സന്ധ്യാനേരത്ത് അമ്പത്തിയൊന്നാമത്തെ വയസ്സിൽ ഉമാശങ്കർ എന്നന്നേക്കുമായി കണ്ണടച്ചു. ഞങ്ങളെക്കൊണ്ട് കഴിയാവുന്ന വിധം ഒരു നല്ല തുക ആ സ്ത്രീക്ക് നൽകി. ആ ദിവസങ്ങളിൽ കുറച്ചുകാലം അമ്മയും നിർമ്മലയും എന്റെ കൂടെ വന്ന് താമസിച്ചു.

അച്ഛന്റെ ഹൃദയത്തിനുള്ള അസുഖം ഒട്ടും മാറിയിരുന്നില്ലെന്നറിയാം. പക്ഷേ, അച്ഛൻ തനിക്കസുഖമൊന്നുംതന്നെയില്ലെന്ന രീതിയിൽ കൊണ്ടുനടക്കുകയായിരുന്നു. മരണം എത്രയോ അകലെ എന്നായിരുന്നു അച്ഛന്റേയും ഞങ്ങളുടേയും ധാരണ. പക്ഷേ, ഒരു ദിവസം രാത്രി അച്ഛന് നെഞ്ചുവേദന അധികമായി. അമ്മയും സുരേഷും കൂടി ഉടനെ ആശുപത്രിയിലെത്തിച്ചു. സുരേഷിന്റെ സ്നേഹിതൻ ഒരു കാർഡിയോളജിസ്റ്റ്കൂടി കൂടെയുണ്ടായിരുന്നു. ബാലുവിനേയും വിളിച്ചു. ഇ.സി.ജി. സാധാരണമായിരുന്നു. പക്ഷേ, പെട്ടെന്നച്ഛൻ മരിച്ചുപോയി. എന്നെ സംബന്ധിച്ചിടത്തോളം അന്നും ഇന്നും അച്ഛൻ മരിച്ചിട്ടില്ല. എന്റെ ഉള്ളിൽ അച്ഛനെപ്പോഴുമുണ്ടെന്ന ഒരു തോന്നലിലാണ് ഞാനിന്നും ജീവിക്കുന്നത്.

ജീവിതത്തിലെ അടുത്ത പ്രഹരം എന്റെ ഗുരു ഓഷോയുടെ മരണമായിരുന്നു. ജീവിത പ്രശ്നങ്ങളിലെ പലപലചുഴികളിൽപ്പെട്ട്, മാനസി

കമായി പാടെതകർന്നു, ഏതാണ് ശരി, തെറ്റെന്നറിയാതെ കഷ്ടപ്പെടുമ്പോഴാണ്, ഓഷോ, എനിക്ക് ദീക്ഷ തന്നതും ഞാൻ സ്വീകരിച്ചതും. എന്റെ കുടുംബവും ഞാനും രക്ഷപ്പെടുന്നതിന് എത്രമേൽ സഹായകരമായിരുന്നു. അതെന്ന് ഞാൻ വളരെ വ്യക്തമായി ഓർക്കുന്നു. ഞാൻ ഒരു ഇരുത്തം വന്ന ആളായി മാറിയതും എനിക്ക് ലഭിച്ച ഈ ധ്യാന പാഠവഴികളിൽ കൂടിത്തന്നെയാണ്.

അങ്ങിനെ അടുത്തടുത്ത മൂന്നുവർഷങ്ങളിലായി എന്റെ ജീവിതത്തിനെ ഏറ്റവുമധികം സ്വാധീനിച്ച, ഒരു പക്ഷേ, ഞാനേറ്റവും സ്നേഹിക്കുകയും ബഹുമാനിക്കുകയും ചെയ്ത മൂന്നു വ്യക്തികൾ ഈ ലോകത്തോട് വിടപറഞ്ഞു. എങ്ങിനെയാണെന്നറിയുന്നില്ല, എന്റെ വ്യക്തി ജീവിതവും ഒരു ശാന്തിതീരത്തിലെത്തി. ഇനി എനിക്ക് ഒരു സ്ത്രീയെന്ന നിലയിലുള്ള സുഖദുഃഖങ്ങളൊന്നും ഈ ഭൂമിയിലില്ല, ഒരമ്മയുടെ വേഷം മാത്രം.

സിദ്ധാർത്ഥ് ബാർ അറ്റ്‌ലാ പഠിച്ച് മൗറിഷ്യസിൽ തന്നെ ക്രിമിനൽ കേസുകളുടെ വക്കീലാണ്. അവന് ധാരാളം കേസുകളും ലഭിക്കുന്നുണ്ട്. അധികം താമസിപ്പിക്കാതെ അവന്റെ വിവാഹം നടത്തി. സർക്കാറിന്റെ ആവശ്യപ്രകാരം നടത്തിയിരുന്ന ഗവേഷണറിപ്പോർട്ടും തയ്യാറാക്കുന്നതിൽ ഞങ്ങളോട് സഹകരിച്ചിരുന്ന ഒരു കൂട്ടുകാരിയുടെ മകൾ അഞ്ജുവാണ് വധു. ഗീതാഞ്ജലി (ജുജു) യുടെ പഠിത്തവും മറ്റും ബോംബെയിൽ എന്റെ അച്ഛന്റേയും അമ്മയുടെയും കൂടെ നിന്നായിരുന്നു. അവളും സഞ്ജീവുമായി പ്രേമത്തിലാണെന്നറിയിച്ചപ്പോൾ, അവരുടെ വിവാഹവും നടത്തികൊടുത്തു. സഞ്ജീവ് പഞ്ചാബിയാണ്, കടലിന്നടിയിലുള്ള നിർമ്മാണ പ്രവർത്തനങ്ങളാണവന്റെ ബിസിനസ്സ്. അവർ ബോംബെയിൽ സുഖമായി കഴിയുന്നു. അനുരാധ നിയമം പഠിച്ചതിനു ശേഷം, മൗറിഷ്യസിൽത്തന്നെ നോട്ടറിയായി ജോലി ചെയ്തുകൊണ്ടിരിക്കുമ്പോഴാണ് കൃപാനന്ദ് അവളുമായി അടുക്കുന്നത്. സിദ്ധാർത്ഥിന്റേ ഭാര്യയുടേയും അനുവിന്റെ ഭർത്താവിന്റേയും വീട് മൗറിഷ്യസിൽത്തന്നെ. അങ്ങിനെ എന്റെ ജീവിതവും ഇവിടെത്തന്നെ ഇവരെയൊക്കെ ചുറ്റിപ്പറ്റി ഒഴുകിക്കൊണ്ടിരുന്നു. ഇതിന്നിടക്ക് മൂന്നുനാലു കവിതാസമാഹാരങ്ങൾകൂടി എഴുതി പ്രസിദ്ധീകരിച്ചു. ചിലതിന്റെ തർജ്ജമകൾ മലയാളത്തിലും ഹിന്ദിയിലും, ഫ്രഞ്ചിലും മറ്റും വന്നു. സാഹിത്യവും യാത്രകളുമായി, വലിയപ്രശ്നങ്ങളൊന്നുമില്ലാതെ ജീവിതം നീങ്ങിക്കൊണ്ടിരുന്നു. പക്ഷേ, വീണ്ടുമൊരു ഇരുട്ടടി. കുളിമുറിയിലേക്കുപോയ കൃപാനന്ദ് തലച്ചോറിലുണ്ടായ രക്തസ്രാവം മൂലം പെട്ടെന്ന് മരണപ്പെട്ടു. അനുരാധക്ക് അതു ഒരു വലിയ ഷോക്കായി ഞാനറിഞ്ഞു.

അക്കാലത്താണ് എനിക്ക് മനസ്സിലായത് എന്റെ ദുഃഖങ്ങളേക്കാൾ തീവ്രത, മക്കളുടെ ദുഃഖം കാണുമ്പോഴാണ്. വർഷങ്ങളെടുത്തു അനുവിന്റെ മനസ്സ് ആ ഷോക്കിൽ നിന്നും പുറത്തുകടക്കാൻ. അവളുടെ പുനർവിവാഹം ഡോക്ടർ അരുളുമായി നടന്നു. അവർക്കൊരു മകളുമുണ്ട്.

## അമ്മയുടെ വേർപാട്

അച്ഛന്റെ നിഴലിലല്ലാതെ അമ്മയ്ക്ക് ഒരു ജിവിതമുണ്ടായിട്ടില്ലെന്ന് തോന്നും. കുടുംബനാഥന്റേയും മറ്റെല്ലാവരുടേയും ഇഷ്ടാനിഷ്ടങ്ങൾ അറിഞ്ഞ് പ്രവർത്തിച്ചിരുന്ന വീട്ടമ്മ. അതേ സമയം അമ്മയ്ക്ക് ഒരു പ്രത്യേക വ്യക്തിത്വം ഉണ്ടായിരുന്നുതാനും. വെള്ള നിറമായിരുന്നു അമ്മയ്ക്ക് അധികം ഇഷ്ടം. നിറങ്ങളുള്ള സാരികളിൽ അമ്മയെ കണ്ടിട്ടേയില്ല. വളരെ ലളിതമായ രീതികൾ. അനാവശ്യമായ ആർഭാടങ്ങളിൽ പങ്കെടുക്കുന്നതുപോലും വിഷമം. ആഭരണങ്ങളും വളരെ പരിമിതം. വൈകുന്നേരങ്ങളിൽ, മേൽ കഴുകി കഴിഞ്ഞാൽ മുണ്ടും വേഷ്ടിയും ഉടുത്തുനിൽക്കും. മനസ്സുകൊണ്ട് അമ്മ ഇപ്പോഴും മനിശ്ശേരിയിലെ ആച്ചത്തുവീട്ടിലെ അകത്തളങ്ങളിലാണോ എന്ന് നമ്മൾ സംശയിക്കും. പക്ഷേ, ചിന്തകളിലും വാക്കുകളിലും അമ്മയുടെ ആരേയും ആശ്രയിക്കാത്ത് വ്യക്തിത്വവും ദൃഢതയും തെളിഞ്ഞു കാണാം. അച്ഛന്റെ മരണശേഷം അമ്മയും സുരേഷും കൂടിയാണ് ജീവിച്ചിരുന്നത്. സുരേഷിന്റെ എല്ലാ കാര്യങ്ങളും അവസാനം വരെ അമ്മ തന്നെയാണ് നോക്കിയിരുന്നത്. അവസാന മൂന്നു നാല് മാസങ്ങളിൽ അമ്മ ഏതാണ്ട് കിടപ്പു തന്നെയായിരുന്നു. സുരേഷും എന്റെ മകൾ ജുജുവും കൂടി അമ്മയെ നല്ലപോലെ ശുശ്രൂഷിച്ചു. അമ്മയുടെ അന്ത്യം ഞങ്ങളുടെ കുടുംബക്കാർ അറിഞ്ഞെങ്കിലും നാട്ടുകാർ അറിഞ്ഞിരുന്നില്ല. പക്ഷേ, അവർ ഇപ്പോഴും ആ പഴയ രത്നത്തിനെ മറന്നിട്ടില്ല. സ്നേഹിച്ച പുരുഷനെ വിവാഹം ചെയ്ത് ജീവിക്കാനായി മാതാപിതാക്കളേയും കുടുംബാംഗങ്ങളേയും എല്ലാം വിട്ട് ഇറങ്ങിത്തിരിച്ച രത്നം. ഇതൊന്നും അക്കാലത്ത് നിത്യ സംഭവങ്ങളല്ലല്ലോ. കുറച്ച് ദേഷ്യവും പരിഭവവുമൊക്കെ അക്കാലത്ത് ഉണ്ടായിരുന്നെങ്കിലും അമ്മയുടെ വീട്ടുകാരും ഞങ്ങളും ഇപ്പോൾ യാതൊരു പിണക്കവുമില്ല.

ഞാൻ 2004 ൽ ജോലിയിൽ നിന്നും വിരമിച്ചു എങ്കിലും മൗറിഷ്യൻ സാംസ്കാരിക മേഖലയുമായി പ്രത്യേകിച്ച് ടി.വി., സാഹിത്യരംഗങ്ങളിൽ ഇപ്പോഴും സഹകരിച്ച് പ്രവർത്തിക്കുന്നു. ഇന്ത്യയിലേക്കും ലണ്ടനിലേക്ക് മകളുടെ അടുത്തേക്കുള്ള യാത്രകളും, ആധ്യാത്മിക പുസ്തക പാരായണങ്ങളിലുമായി സമയം നീക്കിക്കൊണ്ടിരിക്കുന്നു. നാട്ടിൽ നിന്ന് എന്റെ കുടുംബാംഗങ്ങളെല്ലാവരും, കസിൻസ് ശാന്തേട്ത്തി, വേണ്വോ

ട്ടൻ, ഭാര്യ സുശീല, ഗോപിയും കുടുംബവും, ബേബിയേട്ത്തിയുടെ മകൻ മുരളീധരനും ഭാര്യയും, സുഭദ്രേടത്തിയുടെ മകൻ പ്രസാദും ഭാര്യയും ബാബുവേട്ടന്റെ മകൾ മഞ്ജുവും ഭർത്താവുമെല്ലാം ബോംബെയിൽ നിന്ന് ആറു മണിക്കൂർ വിമാനയാത്രയ്ക്കുള്ള ദൂരെയാണെങ്കിലും, മൗറിഷ്യസ് സന്ദർശിച്ചു. എനിക്ക് വളരെയധികം സന്തോഷമുള്ളദിവസങ്ങളായിരുന്നു അവ. എന്റെ കസിൻ ഭവാനി അടുത്തുതന്നെ മൗറീഷ്യസിൽ വരാമെന്നേറ്റിട്ടുണ്ട്. ഞാൻ കാത്തിരിക്കുകയാണ്, സന്തോഷത്തോടെ.

ജോലിയിൽ നിന്ന് വിരമിച്ചതിനുശേഷം വർഷംതോറുമുള്ള ആയുർവേദ ചികിത്സ, തറവാട്ടംഗങ്ങളോടൊത്തു താമസം, ഇതിനെല്ലാമിടക്ക് ധന്യരായ സ്വാമിജിമാരെ കാണാനും അവരോട് എന്റെ മനസ്സിലുള്ള സംശയങ്ങൾ പങ്കിടാനും മറ്റും ഞാൻ പ്രത്യേകം ശ്രദ്ധിച്ചിരുന്നു. അവരുടെ ഇംഗ്ലീഷിലുള്ള അധ്യാത്മിക പ്രസിദ്ധീകരണങ്ങളെല്ലാം ഞാൻ മൗറിഷ്യസിലേക്ക് കൊണ്ടുപോകും. ഒഴിവുകിട്ടുമ്പോഴെല്ലാം ആഗോളനിലവാരത്തിലുള്ള ആദ്ധ്യാത്മിക ഗ്രന്ഥങ്ങൾ ധാരാളം വായിക്കും. എന്റെ ജീവിതാന്വേഷണം ഈ വഴികളിൽ കൂടി സഞ്ചരിച്ചുകൊണ്ടേയിരുന്നു. അങ്ങിനെ കടൽതാണ്ടി, തീരത്തിലെത്തിയ തൃപ്തിയോടെയാണിപ്പോഴത്തെ ജീവിതം. എന്റെ മനസ്സിനെ ഓരോകാലത്തും മഥിച്ചുകൊണ്ടിരിക്കുന്ന കാര്യങ്ങൾതന്നെയാണ് എന്റെ എഴുത്തിലും പ്രതിഫലിക്കാറുള്ളത്. ഈയിടെ ഒരു നാലഞ്ചുവർഷങ്ങൾക്കുള്ളിൽ എഴുതി പ്രസിദ്ധീകരിച്ച പുസ്തകങ്ങളാണ്, നചികേതസ്സ്, വലിയൊരു നുണ, ഹാ വെളിച്ചമേ, ദി ബിഗ് ലൈ (Vo.I &II), Reflection on Modi's India മുതലായവ.

ജുജുവിന്റെ മകൾ മോക്ഷ, സിദ്ധാർത്ഥിന്റെ രണ്ടു മക്കൾ, നിരാകാർ, സാക്ഷി, അനുരാധയുടെ മകൾ അമാര അങ്ങിനെ നാലു പേരക്കുട്ടികളുടെ അമ്മൂമ്മയാണ് ഞാനിന്ന്. നാലും നല്ല വ്യക്തിത്വമുള്ള, സ്നേഹമുള്ള കുട്ടികൾ. ഞാൻ വായിച്ചും അനുഭവിച്ചും അറിഞ്ഞ ഈ ലോകത്തിലെ നല്ലതെല്ലാം അവർക്കായി ഞാൻ നൽകിയിട്ടുണ്ട്. മോക്ഷയ്ക്കുള്ള കഥകൾ, അമാരക്കും സാക്ഷിക്കുമായി ചെറുകഥകൾ-ഇവ അതിനായി എഴുതപ്പെട്ടവയാണ്.

ജീവിതാനുഭവങ്ങളിൽ നിന്നും, ഒരു സാക്ഷിഭാവത്തിൽ അതിനെപ്പറ്റിയൊക്കെ മനനം ചെയ്യാറുള്ളതിൽ നിന്നുമൊക്കെ ഞാൻ ജീവിതത്തെപ്പറ്റി പലതും മനസ്സിലാക്കി. എട്ടും പൊട്ടും തിരിയാത്ത ഒരു പെൺകുട്ടി അവളുടെ ജീവിതത്തിൽ പ്രണയിനി, ഭാര്യ, അമ്മ, അമ്മൂമ്മയാവുമ്പോഴൊക്കെ അവളുടെ ബുദ്ധിയും മനസ്സും ഉയരങ്ങളിലേക്ക് വളർന്നുകൊണ്ടിരിക്കുകയാണ്. ഒരു സ്ത്രീയായി ജനിച്ച്, ഈ ലോകത്തിൽ

ജീവിക്കുന്നതിലും ഞാൻ അഭിമാനിക്കുന്നു, പ്രത്യേകം സന്തോഷം കാണുന്നു.

ജോലിയുടെ ഭാഗമായി ലോകത്തിന്റെ ഓരോ കോണിലുമെന്ന പോലെ സഞ്ചരിക്കാൻ എനിക്ക് സാധിച്ചു. അതുപോലെതന്നെ, ഒരു മലയാളിയിൽ നിന്നും, മഹാരാഷ്ട്രക്കാരിയിൽ നിന്നും, ഇന്ത്യക്കാരിയിൽ നിന്നും, ഒരു മൗറിഷ്യൻ വനിതയിൽ നിന്നും ഞാൻ മാറിപ്പോയിരിക്കുന്നു. ഒറ്റപ്പാലത്ത് സി.എസ്.എൻ. ആഡിറ്റോറിയത്തിൽ വെച്ച് എന്റെ ഒരു പുസ്തക പ്രകാശനം സംബന്ധിച്ച് ഒരു പ്രമുഖ പത്രത്തിന്റെ ലേഖകൻ അഭിമുഖത്തിനായി വന്നു. കേരളത്തിലേയും മൗറീഷ്യസിലേയും സ്ത്രീകളുടെ ജീവിതങ്ങൾ എങ്ങിനെയാണ് കാണുന്നതെന്നായിരുന്നു ഒരു ചോദ്യം. ഞാൻ പറഞ്ഞു കേരളവും മൗറീഷ്യസും മാത്രമല്ല, ഒരു അന്തർദേശീയ വനിത എന്ന പദവിയിലേക്ക് എല്ലാവരും എത്തിച്ചേരാനാണ് ഞാൻ താല്പര്യപ്പെടുന്നതെന്ന്. കേരളം, മഹാരാഷ്ട്ര, മൗറീഷ്യസ് എന്നിവിടങ്ങളിലെ ജീവിതവും, ലോകമെമ്പാടുമുള്ള സ്ഥലങ്ങളിലെ മനുഷ്യരെ-സ്ത്രീകളെ പ്രത്യേകിച്ചും-കാണലും, സംസാരിക്കലും, അടുത്തിടപഴകലും, യൂനൈറ്റഡ് നേഷൻസിന്റെ വിവിധ സംഘടനകളുമായി ബന്ധപ്പെടലും, അവർക്കുവേണ്ടി, മൗറീഷ്യൻ സ്ത്രീകളുടെ ജീവിതത്തിനെ ആസ്പദമാക്കി സമഗ്രമായ പഠനങ്ങൾ നടത്തലും എല്ലാംകൂടിയായപ്പോൾ, ഏതെങ്കിലും ഒരു പ്രത്യേക രാജ്യത്തെ സ്ത്രീയായി ഒതുങ്ങി നിൽക്കാൻ മനസ്സ് അനുവദിക്കുന്നില്ല. ഉമാശങ്കറിന്റെ നാട്ടിൽ ഞാനിന്ന് മൗറിഷ്യസുകാരുടെ പ്രിയപ്പെട്ട മാഡം ഹവോൾഡാറായി ജീവിക്കുകയാണ്.

■

# ശകുന്തള മുത്തശ്ശി

ഒന്നാം അദ്ധ്യായത്തിൽ പ്രത്യക്ഷപ്പെട്ടത് മൂന്നു പ്രധാന കഥാപാത്രങ്ങളായിരുന്നു. മനിശ്ശേരി എന്ന ഗ്രാമത്തിൽ നിന്നും ബോംബയിലേക്ക് ചേക്കേറിയ രാവുണ്ണിയുടെയും ഗോപാലന്റെയും ജീവിതപന്ഥാവിലൂടെ മനസ്സുകൊണ്ട് നിങ്ങളും ഒന്ന് സഞ്ചരിച്ചുവല്ലോ! ഇവർ രണ്ടാളും ഇന്ന് കഥാവശേഷരായിരിക്കുന്നു. എങ്കിലും മനിശ്ശേരിക്കാർ രാവുണ്ണി എഴുത്തച്ഛനെ ഇപ്പോഴും ഓർക്കുന്നു. നാട്ടിലെ ഒരു റോഡിന് രാവുണ്ണി എഴുത്തച്ഛൻ സ്മാരക റോഡ് എന്ന പേരിട്ടിരിക്കുന്നു. ബോംബെ, ബാന്ദ്രയിൽ, ഗോപാലൻ ഡിസ്പെൻസറി നടത്തിയിരുന്ന സ്ഥലത്ത് ഡോക്ടർ ഗോപാലൻ ചൗക്ക് എന്ന ബോർഡ് പ്രത്യക്ഷപ്പെട്ടിട്ടുണ്ട്.

ബോംബയിൽ നിന്ന് മൗറീഷ്യസ് ദ്വീപിലെത്തപ്പെട്ട ശകുന്തള വല്ലപ്പോഴും മാത്രം ഇന്ത്യ സന്ദർശിച്ച് തിരിച്ചുപോകുന്ന മൗറീഷ്യസുകാരിയായി ജീവിക്കുകയാണ്. ഒരു അറിയപ്പെട്ട എഴുത്തുകാരിയും ധാരാളം പുസ്തകങ്ങൾ രചിക്കുകയും ചെയ്ത ശകുന്തള, മൗറീഷ്യസ് ദ്വീപിലെ യുവസാഹിത്യകാരന്മാർക്കും ധാരാളം പ്രോത്സാഹനം നൽകുന്നതിൽ വ്യാപൃതയാണ്. മൗറീഷ്യൻ എഴുത്തുകാരുടെ അസോസ്സിയേഷന്റെ പ്രസിഡണ്ടാണ്. മൗറീഷ്യൻ കൗമാരക്കാരുടെ സാമൂഹികവും വിദ്യാഭ്യാസപരവുമായ താല്പര്യങ്ങൾ സംരക്ഷിക്കുവാനുദ്ദേശിച്ച് നടത്തിവരുന്ന, അന്തർദ്ദേശീയ എൻ.ജി.ഒ ആയ വിമൻസ് ഫെഡറേഷൻ ഓഫ് വേൾഡ് പീസിന്റെയും പ്രസിഡണ്ടാണ്. സാഹിത്യരംഗത്ത് കാഴ്ചവെച്ച സ്തുത്യർഹമായ സേവനം മാനിച്ചുകൊണ്ട് മൗറീഷ്യൻ ഗവൺമെന്റ് 2018-ലെ ദേശീയ അവാർഡ് ശകുന്തളക്ക് സമ്മാനിച്ചു.

ഒരുപക്ഷേ, വർഷങ്ങൾ പെയ്തു തീരുമ്പോൾ അവരുടെ പേരക്കുട്ടികളിലാരെങ്കിലും ഒരാൾ ശകുന്തള മുത്തശ്ശിയെപ്പറ്റി ഒരു പുസ്തകം എഴുതുമായിരിക്കാം. നമ്മുടെ കേരളത്തിലും ബോംബയിലുമായി പടർന്നു

കിടക്കുന്ന വേരുകളെപ്പറ്റിയും ഒരുപക്ഷേ, അന്വേഷിക്കുമായിരിക്കും. അന്ന് ഈ പൈതൃകത്തിന്റേയും കുടുംബബന്ധങ്ങളുടേയും സ്നേഹോഷ്മളതയും കരുതലും ഇളവെയിലിന്റെ ചൂടും പുഞ്ചപ്പാടത്തിന്റെ പച്ചപ്പും പോലെ അവർക്കും അനുഭവവേദ്യമാവുമായിരിക്കാം.

■

## ശകുന്തള ഹവോൽദാറിന്റെ പുസ്തകങ്ങൾ

1. *I Have Seen Strange Things*

   A collection of romantic and philosophical poems

   Original edition 1971. New edition 2013

2. *Moods Moments And Memories*

   A collection of social, political and philosophical poems

   Original edition 1974. New edition 2013

3. *Amour-Absence*

   French translation of the original English poems of Shakuntala Hawoldar published by the French Embassy, Mauritius- Original edition in 1984

4. *Hymns From Beau-Bois*

   A collection of social, romantic and philosophical poems from the island of Mauritius. Original edition 1995. New edition 2013.

5. *Stories for Little Moksha*

   A collection of short stories for children with moral values targeted for 6-14 years of age. Original edition 1999, Also available with Moksha, stories dedicated to 14-19 years of age.

6. *Moksha- Universal values Through Illustrated stories.*

   Comprises both volumes of Moksha stories. This collection of Moksha stories contains stories for young and old with universal and eternal, spiritual values seen through the eyes of a grandmother. The discussions and dialogues that ensue between grandmother and grandchildren offer an interesting out-of-the-box platform for more debates, discussions and exchanges. Published by Zen Publications, Mumbai, India in 2008.

7. *Roses Are Ashes, Ashes Are Roses*

A collection of poems dealing with Iran, Iraq and the impact of warfare in the world. Originally published as a bilingual collection of French and English poems printed by the French embassy Mauritius.

Original edition 2013.

8 *Roses Are Ashes, Ashes Are Roses*

` Has also been published in English/Hindi by the Mahatma Gandhi Institute, Mauritius, translated by Shantanu Mukherji from India.

9 *A Hundred And One Poems of Shakuntala Hawoldar* (Malayalam)

Translated by Narendra Menon (critic, writer and poet from Ottapalam, Kerala)

Original edition 2009/2010

10. *So That Flowers May Bloom*

Research on gender issues of Mauritius by Shakuntala Hawoldar and others.

Original edition 2005. A UNDP publication

11. *Maha Shivaratri*

A pictorial narrative of the festival as celebrated in Mauritius through the eyes of Pierre Argo artist and photographer.

Original edition 2007

12. *The Sun Does Not Set And Other Works*

A collection of poems and 12 short stories of Mauritius. Originally sponsored by B.M Book Store, Curepipe, Mauritius.

Published by Zen Publications, Mumbai, India in 2013.

13. *Aah ! The Light* (Malayalam Traslation: Aah! Prakasam Mananathil ninnu Mahamattathilekku. Published by : Poorna, Clt.)

The essence of this book is self transformation, a breakthrough to a new dimension.

Published by Zen Publications, Mumbai, India in 2015.

14. *Nachiketas*

The question of what happens after death is what Shakuntala Hawoldar explores in this breathtaking piece of work.

Published by Zen Publication, Mumbai, India in 2016.

15. *The Magical Black Fish*

A collection of short stories for children.

Published by Zen Publication, Mumbai, India in 2017.

16. *Reflections on Modi's India*

A collection of essays.

Published by S A P print solutions India.

17. *Haa Prakasam - Mananathilninnu Mahamattathilekku. Malayalam translation of this book Aah ! The Light by P.T. Narendra Menon.*

❍

www.ingramcontent.com/pod-product-compliance
Lightning Source LLC
LaVergne TN
LVHW090405051026
849518LV00006B/2239
* 9 7 8 8 1 3 0 0 2 5 2 8 5 *